அசோகவனம்
அல்லது
வேலிகளின் கதை

அசோகவனம்
அல்லது
வேலிகளின் கதை

சாந்தன் (பி. 1947)

ஐயாத்துரை சாந்தன் தமிழ், ஆங்கிலம் ஆகிய இருமொழிகளிலும் எழுதுபவர். இந்திய சாகித்திய அகாதெமியின் 'பிரேம்சந்த் ஃபெல்லோஷிப்', இலங்கை கலாச்சாரத் திணைக்களத்தின் 'சாகித்ய ரத்னா' விருதுகளைப் பெற்றவர். யாழ்ப்பாணத்தில் வசிக்கிறார்.

ஏற்கெனவே காலச்சுவடு வெளியீடாக 'சித்தன் சரிதம்' நாவல் 2021இல் வந்துள்ளது.

நன்றி

காலச்சுவடு பதிப்பகம்
ஏ.ஏ.ஹெச்.கே. கோரி
ஓவியர் றஷ்மி

சாந்தன்

அசோகவனம்
அல்லது
வேலிகளின் கதை

காலச்சுவடு பதிப்பகம்

● அன்பார்ந்த வாசகருக்கு,

வணக்கம்.

காலச்சுவடு நூலை வாங்கியமைக்கு நன்றி.

நூலின் உள்ளடக்கம், உருவாக்கம், அட்டைப்படம் இன்ன பிற அம்சங்கள் பற்றிய உங்கள் கருத்துகளையும் ஆலோசனைகளையும் காலச்சுவடு வரவேற்கிறது. தகவல், எழுத்து, வாக்கியப் பிழைகள் தென்பட்டால் கட்டாயம் தெரிவித்து உதவுங்கள். நூல் தயாரிப்பில் கடும் குறைபாடு இருப்பின் மாற்றுப் பிரதி உங்களுக்குக் கிடைக்கக் காலச்சுவடு ஏற்பாடு செய்யும்.

மின்னஞ்சல்: **publisher@kalachuvadu.com**

காலச்சுவடு நாகர்கோவில் அலுவலகத்துக்குக் கடிதம் அனுப்பலாம்.

தங்கள்
எஸ்.ஆர். சுந்தரம் (கண்ணன்)
பதிப்பாளர் — நிர்வாக இயக்குநர்

அசோகவனம் அல்லது வேலிகளின் கதை ♦ நாவல் ♦ ஆசிரியர்: சாந்தன் ♦ © ஐயாத்துரை சாந்தன் ♦ முதல் பதிப்பு: அக்டோபர் 2023 ♦ வெளியீடு: காலச்சுவடு பப்ளிகேஷன்ஸ் (பி) லிட்., 669, கே.பி. சாலை, நாகர்கோவில் 629001

காலச்சுவடு பதிப்பக வெளியீடு: 1186

asookavanam allatu veelikaLin katai ♦ Novel ♦ Author: Santhan ♦ © Ayathurai Santhan ♦ Language: Tamil ♦ First Edition: October 2023 ♦ Size: Demy 1 x 8 ♦ Paper: 18.6 kg maplitho ♦ Pages: 240

Published by Kalachuvadu Publications Pvt. Ltd., 669, K.P. Road, Nagercoil 629001, India ♦ Phone: 91-4652-278525 ♦ e-mail: publications@kalachuvadu.com ♦ Printed at Clicto Print, Jaleel Towers, 42 KB Dasan Road, Teynampet Chennai 600018

ISBN: 978-81-19034-11-6

10/2023/S.No. 1186, kcp 4428, 18.6 (1) rss

பொருளடக்கம்

முன்னுரை: நாவலாய் நீளும் நெடுங்கதைகள்	9
முன்னீடு	17
கிருஷ்ணன் தூது	19
மனிதர்களும் மனிதர்களும்	36
ஆரைகள்	59
உறவுகள் ஆயிரம்	84
தேடல்	121
எழுதப்பட்ட அத்தியாயங்கள்	137
அசோகவனம் அல்லது வேலிகளின் கதை	181
அடையாளம்	199

முன்னுரை

நாவலாய் நீளும் நெடுங்கதைகள்

வெவ்வேறு காலங்களில் எழுதப்பட்ட ஒரு நாவலின் பகுதிகள் மீண்டும் ஒருங்கிணைந்து முழுமை பெற்றமை இங்கு நடந்திருக்கிறது. தன் மண்ணை விட்டகலா ஒரு மனிதனின் தொடர் கதைகளாக அவை இருப்பதே அதைச் சாத்தியமாக்கி யிருக்கிறது. இந்நாவலின் பகுதிகளாக அமைந்த அந்நெடுங்கதைகள் யாவும் பிரசுரமாகிய வேளைகளில் குறுகிய வட்டங்களில் கவனம் பெற்றிருந்தபோதிலும் அவை தமிழ்நாட்டிலோ புலம் பெயர்ந்தோர் மத்தியிலோ பரவலாக அறிமுகம் பெற முடியாதிருந்தமை பற்றியும், அவை இணந்த முழுமை தோன்றாது போய்விட்டமை பற்றியுமான சாந்தனின் ஆதங்கம் இந்நாவலின் மூலம் நீக்கப்படுகிறது. தனித்தனி மணிகளாய் மிளிர்ந்த படைப்புக்களைக் கலையழகு வாய்ந்த 'முன்னீடு' என்கிற சரடு மூலம் கோத்து அழகு வாய்ந்த ஒரே மாலையாக்கிய சாதுரியம் அவருக்கு வாய்த்திருக்கிறது.

சுதந்திரம் பெற்ற எட்டாவது ஆண்டிலேயே, 1956இல், இலங்கையில் தமிழர்களுக்கெதிரான வன்முறைகள் அரங்கேறின. தொடர்ந்து 1958, 1977, 1983 பின்னர் 1988இலிருந்தான கால் நூற்றாண்டுப் போர். போதாக்குறைக்கு, இப்போரின் இடையில் புகுந்த அமைதிப்படை. இவற்றில் முதலிரண்டையும்விட மற்றெல்லாவற்றிற்கும் முகங்கொடுக்க நேர்ந்து, மக்களில் ஒருவனாகத்

தானும் அந்தக் கொடுமைகள் யாவற்றாலும் பாதிக்கப்பட்ட ஓர் எழுத்தாளன், அவை பற்றி எழுதாமலிருந்தால்தான் அது ஆச்சர்யம். "இவைபற்றி உன்னால் முடிந்ததை எழுது என்றுதான் இதுவரையில் காலம் என்னை விட்டு வைத்திருக்கிறது போலும்" என்று சிரிப்பார், இக்காலங்களில் நாலைந்து தடவைகள் சாவைச் சந்தித்துத் திரும்பியிருக்கும் சாந்தன்.

எழுபதுகளில், *கணையாழி* தில்லியிலிருந்து வெளிவந்து கொண்டிருந்தது. அதில் எனது கவிதைகளும் அவ்வப்போது இடம்பெற்று வந்தன. அதேபோல், இலங்கையிலிருந்து சாந்தனும் அவ்வப்போது சிறுகதைகள் எழுதிக்கொண்டிருந்தார். அவை என்னைக் கவர்ந்தன. குறிப்பாக, 1974இல் என நினைக்கிறேன், வந்த 'நீக்கல்கள்' என்ற கதை எனக்கு மிகவும் பிடித்திருந்தது. 1978இல் எனக்குத் திருமணம் ஆகியது. மணமகள் இலங்கையில் வசித்தார். திருமணம் முடிந்து கொழும்பு சென்றதும் எனது முக்கிய வேலைகளில் ஒன்றாகச் சாந்தனைச் சந்திப்பது அமைந்தது. அவ்வேளையில் சாந்தன் கொழும்பில் பணிபுரிந்து வந்தார். இலங்கை ஒலிபரப்புக் கூட்டுத்தாபன முன்னணி அறிவிப்பாளரான சுந்தரலிங்கம் மூலம் சாந்தனைத் தொடர்பு கொண்டு சந்தித்தேன்.

ஐந்து வருஷம் கழித்து அதே 'நீக்கல்கள்' கதை *The Illustrated Weekly of India*வில் ஆங்கிலத்தில் பிரசுரமானபோது, அந்த இடைக்காலத்தில் சாந்தன் என்னுடைய அபிமான எழுத்தாள ராகவும் உயர்ந்த நண்பராகவும் ஆகிவிட்டிருந்தார். இந்த அரை நூற்றாண்டுக் காலத்தில் சாந்தனது இலக்கிய வாழ்வு, அவரது தனிப்பட்ட வாழ்வு, யாவற்றையும் அருகிருந்து பார்க்கும் ஒருவனாயும் அந்த இலக்கிய வாழ்வின் சக பயணியாயும் இருக்க வாய்த்திருக்கிறது.

இலங்கையில் அவ்வேளையில் டொமினிக் ஜீவாவின் *மல்லிகை* சஞ்சிகை இலக்கியத் தரத்துடன் ஒழுங்காக வெளிவந்துகொண்டிருந்தது. அதில் அடிக்கடி எழுதும் ஒருவராக சாந்தன் இருந்தார். அவருடைய எழுத்துக்கள் சிங்கள – தமிழ் உறவுகளைப் பேசுபவையாகவும் அவற்றை முன்னெடுப்பவையாகவும் அமைந்திருந்தன. 'என் நண்பன் பெயர் நாணயக்கார', 'பிரிப்பு', 'நம்பிக்கைகள் அழிய வேண்டியதில்லை' போன்ற பல கதைகள் இவ்வாறு அமைந்தவை. தொடர்ந்து மாறிக்கொண்டுவந்த இலங்கைச் சூழல்களில் சாந்தன் என்கிற மனிதர், குறிப்பாக அவருள் இருந்த எழுத்தாளன், பெரும் தர்மசங்கடத்திற்கும் வேதனைக்கும் உள்ளாக நேர்ந்தது.

ஏலவே 1974இல் ஓராண்டுப் பணிக்காகத் திருகோணமலைக்குச் சென்ற சாந்தன், அங்கு தமிழ் நிலத்தை ஆக்கிரமித்த சிங்களக் குடியேற்றங்களைக் கண்டு எழுதிய 'அந்நியமான உண்மைகள்' என்கிற கதை அவ்வேளையில் பெரும் பரபரப்பை இலங்கைத் தமிழ் இலக்கிய உலகில் உண்டாக்கியிருந்தது. அது வகுப்புவாதக் கதை என அவ்வேளையில் எதிர்ப்புக் குரல் எழுப்பிய பலரும் பின்னர் இனப் பிரச்சினை விவகாரங்களில் தீவிர நிலைப்பாடுகளை எடுத்தவர்களாய் ஆயினர். அதைப் பிரசுரித்தமைக்காக ஏறத்தாழ ஒரு கவலைக் குறிப்பை வெளியிட்ட *மல்லிகை* ஆசிரியர் பின்னர் பத்தாண்டுகள் கழித்து, "இனப் பிரச்சினை பற்றிய முன்னோடிக் கதையைத் தங்கள் சஞ்சிகையே வெளியிட்டது" என்கிற வாசகர் கடிதத்தைப் பிரசுரிக்கும் அளவுக்கு நிலைமை மாறிற்று. எனினும் சாந்தனின் நிலைப்பாட்டில் தீவிர மாற்றங்கள் ஏற்படவில்லை.

தமிழர்களின் வாழ்வியல் நெருக்கடிகளைத் தம் சொந்த அநுபவங்களூடாக உயிரோட்டத்துடன் வெளிப்படுத்திவந்த வேளைகளிலும் தம் சமநிலை வழுவாது சாந்தனது ஆக்கங்கள் அமைந்தமைக்கு, இந்நாவலின் பகுதிகளாக அமைந்துள்ள ஒவ்வொரு நெடுங்கதையுமே சான்று. சிங்கள இனத்தின் மேல் சினமற்ற, மாறாகச் சிநேகமே மிகுந்து நிற்கிற பண்பு, சாந்தனின் எல்லா எழுத்துக்களிலுமே காணக் கிடைக்கிறது. இந்த சிநேகம் ஒருதலையானதாய்ப் போய்விடக் கூடாதே என்ற ஆதங்கமே அவருடைய கதைகளில் வெளிப்பட்டது.

ஏறத்தாழ இதே 1974 காலகட்டத்தில் அவரது 'ஒட்டுமா' என்கிற நாவல் இலங்கையின் *தினகரன்* வார மஞ்சரியில் தொடராக வெளிவந்து, தொடர்ந்து நூலுருப் பெறுகிறது. இந்த நாவல் இனப் பிரச்சினை பற்றிய நாவலென்று பொதுவாகக் கூறப்படுகிறபோதிலும் அது அவ்வாறில்லை; தனிமனித உணர்வுகள், அத்துடன் துரதிருஷ்டவசமான சிங்கள – தமிழ் இன வேறுபாடு காரணமாக இணைய முடியாமல்போன ஒரு இளம் காதல் ஜோடியின் சோகக் கதை மட்டுமே என்பது என்னுடைய புரிதல். இதை இனப் பிரச்சினைக் கதையாகவும் ஆக்கியதற்கு நூலாக்கிய வேளையில் பதிப்பாளர் கொடுத்த அறிமுக வாக்கியங்களே காரணம். கதையைப் பார்க்கும் கோணத்தையே அவை மாற்றிவிட்டதாக நான் நம்புகிறேன். இனப் பிரச்சினைக்கான எந்தக் காரணமும் கதையில் அழுத்தப்படவில்லை. இன வேறுபாடு காரணமாக எழுதுகிற குடும்பப் பிரச்சினைகளுக்கும் நாட்டின் இனப் பிரச்சினைக்கும் வேறுபாடு உண்டு.

ஆனால் இதனைத் தொடர்ந்து வந்த 'கிருஷ்ணன் தூது,' அத்துடன் 'மனிதர்களும் மனிதர்களும்' இரண்டும் இனப் பிரச்சினை பற்றிய மிக முக்கியமான படைப்புகள். இரண்டும் இந்நாவலின் தொடக்கப் பகுதிகளாக இடம்பெறுகின்றன.

'கிருஷ்ணன் தூது' 1981இல், தமிழ்நாட்டில் மலர் மன்னனை ஆசிரியராகக் கொண்ட 1/4 என்னும் சஞ்சிகையில் முதலில் வெளியாகிற்று. அதுகால வரையிலான இலங்கை இனப் பிரச்சினையின் ஓர் அற்புதமான நுண்மாதிரி அப்படைப்பு. பாளையங்கோட்டையில் நான் வசித்துவந்த அக்காலத்தில் ஜோதி விநாயகம், வண்ணதாசன், சிவசு போன்ற நண்பர்கள் சிலர் சேர்ந்தமைத்த 'இலக்கியத் தேடல்' அமைப்பு வெளியிட்ட முதல் தொகுப்பின் தலைப்புக் கதையாக 'கிருஷ்ணன் தூது' இடம்பெற்றது.

"சிங்கள தமிழ் இனத்தவர் 60க்கு 40 என்கிற விகிதத்தில் வேலை செய்கிற 'கந்தோ'ரில் 'நலன்செய் சங்க'த்தின் லெட்டர் ஹெட் அடிக்கிற ஒரு சாதாரண விஷயத்தில்கூடத் தமிழரின் உரிமை எப்படி மறுக்கப்படுகிறது என்பதை 'கிருஷ்ணன் தூது' கதையில் சொல்கிறார் சாந்தன். அதே வேளை, லெட்டர் ஹெட்டை ஆங்கிலத்தில் அடித்துப் பிரச்சினையைத் தீர்த்துவிடலாம் என்ற பேச்சுக்கு விவே சொல்லுகிற பதில் மகத்துவமானது. 'நீங்கள் தனியா இங்கிலீஷ்ல அடிக்க வெளிக்கிட்டா அதை எதிர்க்கிற முதல் ஆளாக நான் இருப்பன் – இப்ப பாதிப் பேருக்கு உள்ள நட்டத்தை நீங்கள் முழுப் பேருக்கும் கொண்டுவாறன் எண்டு நிக்கிறியள்' என்று விவே சொல்வது எவ்வளவு பொறுப்பு மிக்க அறிவுபூர்வமான வார்த்தைகள்' என 'கிருஷ்ணன் தூது' தொகுப்பிற்கு அவ்வேளை நான் எழுதிய முன்னுரையில் குறிப்பிட்டேன்.

'கிருஷ்ணன் தூது' வெளியான அதே 1981இல், 'மனிதர்களும் மனிதர்களும்' வெளியானது. 1977இல் இடம்பெற்ற தமிழர்களுக்கெதிரான இனக் கலவரத்தில் தப்பிக் கொழும்பிலிருந்து யாழ்ப்பாணம் செல்கிறவர்களின் கதை அது. 1982இல் சென்னை என்சிபிஹெச் வெளியிட்ட 'முளைகள்' எனும் சாந்தனின் தொகுதியிலும் அது இடம்பெற்றது. அத்தொகுதிக்கு முன்னுரை எழுதிய பேராசிரியர் க. கைலாசபதி, "அநாயாசமாகப் பொருளை உணர்த்தும் கலைத்திறன் சாந்தனிடத்து அபரிமிதமாய்க் காணப்படுகிறது" என்றும், "இன்று தமிழில் விதந்து குறிப்பிடத்தக்க சிறுகதைகளை எழுதுவோரில் சாந்தனும் ஒருவர் என்பதை வாதிட்டு நிறுவ வேண்டிய தேவை இல்லை" என்றும் குறிப்பிடுகிற வேளையில்,

அக்கதை பற்றிப் பின்வருமாறு கூறுகிறார்: 'திரைப்படம் ஒன்றுக்கு உகந்த காட்சித் தொகுப்புபோல உயிர்க்களை வாய்ந்த ஓவியங்களினாலே நெருக்கடியான நிலைமை ஒன்றில் சிக்கித் தவிக்கும் மனிதர்களை நம்முன் நிலைநிறுத்துகிறார் சாந்தன். ஆயினும் வன்செயல்களை விவரிப்பதோ, உணர்ச்சி வசப்பட்டு அவற்றைக் கண்டித்துரைப்பதோ கதையின் பிரதான நோக்கமன்று. சித்தரிக்க எடுத்துக்கொண்ட நிலைமையிற் காணும் முரண்களைக் காட்டுவதன் மூலம் பலவற்றைக் கூறாமல் கூறிவிடுகிறார்.'

'மனிதர்களும் மனிதர்களும்' கதையில் தப்பிச் சொந்த ஊர் சென்றவர்கள், மீண்டும் ஆறு மாதத்தின் பின்னர் திரும்பிக் கொழும்பு வருகிறபோது எதிர்கொள்கிற வாழ்வையும், மீண்டும் அந்தச் சூழலோடு இசைந்துபோக முயல்வதையும் கூறுவது, 'ஆரைகள்'. உறவுகளாய்த் தெரிந்த மனிதர்கள் எதிரிகள் போலாவதும், எதிரிகளாய்ப்பட்டவர்கள் நெருங்கி வருவதும் மனித இயல்புகளே என்பதனை அழகாகக் காட்டுகிற பகுதி இது. பொதுவான பிரச்சினைகளை ஒட்டியே மனிதர்களின் உறவும் பகையும் நெருக்கமும் பிரிவும் ஏற்படுகின்றன. இனப் பிரச்சினை காலத்தில் அந்த அடிப்படையில் விலகியவர்கள், அது இல்லாத வேளையில் தொழில்ரீதியில் இணைவதை 'ஆரைகள்' காட்டுகிறது. எனினும் இன்னமும் அடி ஊற்றாய் ஓடிக்கொண்டிருக்கும் இன வேறுபாடு, வெறுப்பு, அவற்றின் விளைவான பயம் ஆகியன கிருஷ்ணனின் நண்பனான பஸ் கண்டக்டர் பாத்திரம் மூலம் வெளியாகின்றன. எழுபதுகளின் பிற்பகுதியில் ஒரே நாளில் இடம்பெறுகிற கதை. யாழ்ப்பாணத்தில் எண்பதுகளின் ஆரம்பத்தில் வரத்தொடங்கிய *ஈழமுரசு* வாரமலரில் தொடராக வெளியாயிற்று.

இனப் பாகுபாடும் ஒடுக்குதலும் எப்படியெல்லாம் இடம்பெற்றன என்பதைச் சற்றே வேறுபட்ட களத்தில் சித்திரிக்கிறது 'உறவுகள் ஆயிரம்.' *புதிய பார்வை* சஞ்சிகையின் இரு இதழ்களில் வெளியாகிய 'உறவுகள் ஆயிரம்', 1998இல் நான் வெளியிட்ட 'யாழ் இனிது' என்ற சாந்தன் கதைகளின் தொகுப்பில் பின்னர் இடம்பெற்றது. எண்பதுகளில் இலங்கையிலிருந்து மொழிப் பயிற்சிக்காக ருஷ்யாவுக்கு அழைக்கப்பட்ட யாழ்ப்பாணத்து இளைஞன் ஒருவனுக்கு, அவன் தமிழன் என்ற காரணத்தால் பயண அனுமதி தடைப்படுவதும், அங்கு போனபின்கூட, பயமின்றி நாடு திரும்ப முடியாத நிலைமைகளும் கதையில் கூறப்படுகின்றன. புதிய நாடு, புதிய மொழிச் சூழல், பல நாட்டுப் பாத்திரங்கள், அவனுக்கு வாய்க்கிற அழகான காதல், இவற்றுடன் ருஷ்யப் புரட்சி, இரண்டாம் உலகப் போர்

– இவை பற்றிய குறிப்புகள், எனக் கதை புதிய பரிமாணங்கள் கொள்கிறது.

கணையாழி நடத்திய தி.ஜா. நினைவுக் குறுநாவல் போட்டியில் தேர்வு பெற்று 1984இல் வெளியானது 'தேடல்.' போரில் தனது புத்தகத் தேட்டங்களை இழந்தாலும், இலக்கியத்திலும் வாசிப்பிலும் கொண்ட வேட்கை காரணமாக, விமானக் குண்டு வீச்சுக்கும், எறிகணை வீச்சுக்கும் நடுவிலும் நூல்களைத் தேடியலையும் ஒருவனின் கதை அது. கதைக்கு அப்பால் போரின் கொடுமையும் போர்க்கால வாழ்வும் இடப்பெயர்வின் அவலமும் மனத்தை உறுத்தும் விதமாகப் பதிவாகியுள்ளன.

அடுத்து வருகிற 'எழுதப்பட்ட அத்தியாயங்கள்' என்னைப் பொறுத்த அளவில், ஈழத்து இனப் பிரச்சினையின் வரலாற்றையும், அப்பிரச்சினைக்கான தீர்வையும் மிகத் தெளிவாக முன்வைக்கிற ஒரு வெற்றிகரமான அரசியல் படைப்பு. சாந்தனுக்கேயுரிய 'குறுக்கத்துள் அடக்கும்' *(Minimalist)* பண்புடனும் கலையழகுடனும் உருவாகியுள்ளது. கதைக்கான பின்னணியும் வாய்ப்பும் எல்லோர்க்கும் கிட்டியிருக்கவும் முடியாதவை. யாழ்ப்பாணத்தில் சாந்தனின் ஊர் சுதுமலை. இந்த ஊர் புலிகளின் முக்கியமான இடங்களில் ஒன்றாயிருந்தது. இங்குள்ள அம்மன் கோவில் முன்றலிலிருந்துதான் விடுதலைப் புலிகளின் தலைவரைப் புதுதில்லிக்குப் பேச்சுவார்த்தைக்கென இந்திய வான்படை ஹெலிக்காப்டர்கள் அழைத்துச் சென்றன. அவ்வேளையில் அவ்வழியால் போக நேர்ந்த கிருஷ்ணன், நடப்பதைப் பார்க்கக் காத்திருந்த வேளையில் அவனின் நனவோடையில் கதையின் பெரும் பகுதி நகர்கிறது. தன் அரசியல் நண்பருடனான வாதத்தில், "என்னைப் பொறுத்த அளவில் தமிழர்கள் ஒரு தனித் தேசிய இனம். அவர்களுடைய சுயநிர்ணய உரிமை மறுக்கப்பட முடியாதது..." என்று கூறுகிற கிருஷ்ணன், அதற்கான வழி, "ஒரு தமிழ் மாநிலமாக, சுயாட்சிப் பிரதேசத்திற்குரிய அதிகாரங்களோடு" என்பான். பதிலுக்கு அவர், "ஏன் அது தனி நாடாக இருந்தால் என்ன?" என்று கேட்கையில், "இருக்கலாம்; அதை நான் மறுக்கவில்லை. ஆனால் சாத்தியம், அகப்புறக் காரணிகளின் தாக்கம், சர்வதேச அரசியல் இதெல்லாம் நாங்கள் விரும்பியோ விரும்பாமலோ கவனத்தில் எடுக்க வேண்டியிருக்கு" எனப் போராளிகள் உச்ச பலத்துடனிருந்த அவ்வேளையிலேயே, அப்பாத்திரம் தெளிவாகக் கூறுவது குறிப்பிடத்தக்கது. முப்பத்தைந்தாண்டுகள் கழித்து, அதுதான் இன்று அரசியல்வாதிகளாலும் ஆய்வாளர்களாலும் முன்வைக்கப்படுகிற சாத்தியமான தீர்வாயுமுள்ளது.

‘எழுதப்பட்ட அத்தியாயங்க’ளின் நேரடித் தொடர்ச்சியாக அமைவது, ‘வேலிகளின் கதை’. தம்மைக் காக்கும் வேலிகளாக அமைவார்கள் என நம்பியிருந்த அமைதிப் படையினரே தமக்கெதிராகத் திரும்ப நேரும் என ஈழத் தமிழர்கள் எதிர்பார்த்திருக்கவில்லை. அப்பாவி ஊர் மக்களைச் சுற்றி வளைத்துப் பணயக் கைதிகளைப்போல் முகாமொன்றில் அடைத்துவைத்து மிரட்டிய கதை அது. இச்சம்பவத்தால் நேரடியாகப் பாதிக்கப்பட்ட சாந்தன், பின்னர் இக்கதையை இன்னும் விரிவாக ஆங்கிலத்தில் *The Whirlwind* என்ற பெயரில் எழுதி, அது சென்னையில் வெளியாயிற்று. ‘ஈழப் போராட்டத்தில் இந்திய அமைதிப் படையின் தலையீட்டையும் அது விளைவித்த பேரழிவையும் முன்வைத்து ஈழத்தவரால் எழுதப்பட்ட முதல் நாவலும் ஒரே ஒரு நாவலும் சாந்தனால் ஆங்கிலத்தில் எழுதப்பட்ட ‘விர்ல்விண்ட்’ என, 2016இல் தடம் இதழில் யமுனா ராஜேந்திரன் குறிப்பிட்டார்.

‘அடையாளம்’ கதையின் பிறப்பு ருசிகரமானது. 90களில், நான், நண்பர்கள் சங்கரநாராயணன், சாந்தன் (இலங்கை யிலிருந்தபடி), மூவரும் இணைந்து காலம்சென்ற நண்பர் ஜோதி விநாயகத்தின் நினைவாக நடத்திக்கொண்டிருந்த ‘ஜோதி விநாயகம் நினைவுச் சிறுகதைப் பரிசுத் திட்ட’த்தின் ஆண்டு விழாவில் மேலே குறிப்பிட்ட ‘யாழ் இனிது’ என்கிற சாந்தனின் கதைத்தொகுதியை வெளியிடத் தீர்மானித்து அதில் சாந்தனும் வந்து கலந்துகொள்ள வேண்டுமென்று பெரிதும் விரும்பினோம். அசோகமித்திரன் நூலை வெளியிட, பாலுமகேந்திரா முதல் பிரதியைப் பெற்றுக்கொண்டார். தொடர்ந்த போர்த் தாக்கத்தால் யாழ்ப்பாணத்திலிருந்து பத்தாண்டுகளுக்கு மேலாக வெளியே புறப்பட முடியாமல் இருந்த சாந்தன் மிகுந்த சிரமங்களுக் கிடையில்தான் வந்து விழாவில் கலந்துகொண்டார். அந்த ஆபத்து சாத்தியம் நிறைந்திருந்த நிலைமைகளின் கீழ் அவர் கொண்ட எச்சரிக்கையும் சஞ்சலங்களுமே ‘அடையாள’மாக உருவெடுத்தன.

இவை யாவும் சேர்ந்த இம்முழுமை, ஒடுக்குமுறைகள் வடிவமைக்க முயன்ற ஈழத்தமிழ் வாழ்வின் ஐம்பதாண்டு கால அற்புதச் சித்திரிப்பாய் இந்நாவலை அமைக்கிறது,

சென்னை – 95 **ஏ.ஏ.ஹெச்.கே. கோரி**
14.02.2023

முன்னீடு

எரிமலைக் குமுறலொன்றின் நடுவில் வாழத் துணிந்திருந்த சித்தனின் புறம் இது.

நெடுங்கதைகளாய் நீண்ட நெருக்கடிகளை யெல்லாம் – விவேகானந்தன், கிருஷ்ணன், ரமணன், என்றெல்லாம் பெயர் கொண்டு வாழ்ந்து – எதிர் கொண்டவன் அவன்.

கிருஷ்ணன் தூது

காலையில் வந்து கையெழுத்து வைக்கிறதுக்கு அடுத்த வேலை துடைக்கிறதுதான். லாச்சியைத் திறந்து டஸ்டரை எடுத்து வரைபலகையையும் 'ட்ராஃப்ரிங் மெஷி'னையும் அழுத்தித் துடைக்க வேண்டியிருக்கும். பியோன்மார் சாட்டுக்குக் கொடுத்து விட்டுப் போயிருக்கக் கூடிய இரண்டு தட்டுதல் போதாது. ஒரு சொட்டு ஊத்தை போதும் – படத்தைப் பாழாக்க.

வெள்ளிக்கிழமை இந்த வேலை பார்த்துக் கொண்டிருந்தபோதுதான் சேனாதி கூப்பிட்டான். துடைத்து முடித்து 'வாஷ்பேஸி'னில் கையையும் கழுவிவிட்டு சேனாதியடிக்குப் போனபோது அவன் அதைக் காட்டினான்.

"என்ன உது?"

ஒரு அச்சு புறூஃப். சின்னத் துண்டு. 'நலன் செய் சங்கம்' என்று போட்டு எதிரே கந்தோரின் பெயர் இருந்தது. பிறகு விலாசம், தொலைபேசி எண். கீழே, தலைவர், செயலாளர், பொருளாளர். ஒவ்வொன்றுக்கும் ஒவ்வொரு உப, உப, உப. சேனாதியின் பெயர் உப–செயலாளர் என்பதற்கு எதிரிலிருந்தது. எல்லாம் இரண்டு மொழிகளில். தமிழில்லை.

சினமாய் வந்தது.

"லெட்டர் ஹெட்தானே?"

சேனாதி தலையாட்டினான்.

"இங்கிலீஷிலை போட்டிருக்கிறதைத் தமிழிலை போட்டால் என்ன?"

"என்னவோ, அவங்கட வேலை..."

"ஆர் அடிப்பிக்கிறது?"

"காரியதரிசி – லயனல்..."

"கேட்கவா?"

கூப்பிட்டதும் லயனல் எழும்பி வந்தான்.

"விவே, இதுதான் எங்கட லெற்றர்... எப்படியிருக்கு?"

"எந்தப் பிரஸ், மச்சான்?" விவே கேட்டான்.

லயனல் சொன்ன அச்சுக்கூடம் அதிகமாகத் தமிழ் வேலை செய்கிற இடம்.

"லயனல், இதிலை தமிழையும் நீங்கள் போட்டிருக்கலாமே?"

"இடந்தானே மச்சான் பிரச்சினையாயிருக்கு" லயனல் ஒரு நிமிடந் தயங்கிவிட்டுப் பிறகு சொன்னான்:

"இப்பவே பார். பேப்பரிலை கால்வாசி போச்சு!"

"அப்ப அந்த ஆறுபேருடைய பெயரையும் எடுத்திடலாமே?"

"அது அவசியம்."

"சின்ன எழுத்தாகப் போடுகிறது?"

"கொஞ்சம் பளிச்சென்று இருக்க வேண்டாமா?"

ஒரு கூட்டம் கூடியிருந்தது. இன்னும், காமினி, கன்டொஸ், ரஞ்சித், சச்சி.

சேனாதியிடமிருந்து கன்டொஸ் அந்த புறூஃபை வாங்கிப் பார்த்துக்கொண்டிருந்தான்.

"சரி. இங்கிலீஷை எடுத்திட்டுப் போடுங்களேன்?"

"இங்கிலீஷா? எத்தினை கொம்பனிகளோட தொடர்பு கொள்ள வேண்டி வரும்? அதை எடுத்திட்டு?"

"எந்தக் கொம்பனியெண்டாலும், பருத்தித்துறைக்கும் டொன்ட்ராவுக்கும் இடையிலை உள்ளதுதானே?"

"எண்டாலும்..."

“இங்கிலீஷ் இங்கே எத்தினை பெயருடைய பாஷை? அதை எடுத்திட்டு அங்கத்தவர்களிலை நாற்பது வீதம் பேருடைய பாஷையைப் போட்டா என்ன?” சச்சி கேட்டான்.

“விவே, இதுக்கு முதல் ‘லெற்றர் ஹெட்’ இல்லை, ‘றபர் ஸ்ராம்ப்’தானே பாவிச்சது?” என்றான் ரஞ்சித்.

“ஓ?”

“அது தனிச் சிங்களத்தில்தானே இருந்தது? அதுக்கெல்லாம் ஒண்டும் பேசாம இருந்தீங்களே, இதுக்கு மாத்திரம் ஏன்?”

இந்த நேரத்திலும் சிரிப்பு வந்தது. ஒரு பிடி கிடைத்த மாதிரியும் இருந்தது விவேகானந்தனுக்கு.

“அந்த ஸ்ராம்பிலை தமிழையும் போடு எண்டு நாங்கள் கேட்டிருந்தா, அது நடைமுறைச் சாத்தியமில்லை. இந்த அளவு...” இடது உள்ளங்கையில் வலது சுட்டு விரலால் ஒரு சின்ன வட்டம் போட்டுக் காட்டினான்.

“இந்த அளவு வட்டத்துக்குள்ளை இரண்டு பாஷை போடு. மூண்டு பாஷை போடு எண்டு நாங்கள் கேட்டிருந்தா. அது முட்டாள்த்தனம்.”

“இது அப்படியில்லை. வடிவாப் போடலாந்தானே?” கன்டொஸ் கேட்டான்.

“இப்ப என்ன செய்யிறது மச்சான், அடிச்சாச்சே?”

“இல்லை. இது புறூஃப்தான். இப்பவும் வடிவாச் சேர்க்கலாம்.”

பிறகு விவே சொன்னான்:

“மச்சான், இதெல்லாம் நாங்கள் கேட்டு நீங்கள் போடுகிற விஷயமில்லை. நீங்களாகவே உணர்ந்து போடுகிறதுதான் அழகு. இது அரசியலில்லை, குடும்பம் மாதிரி. நல்லுறவுக்கும் சிநேகிதத்துக்கும் ஒரு பரஸ்பர மதிப்பு தேவையில்லையா? இப்படி சின்ன விஷயங்களில் கூட...”

முடிக்க முதல் மிஸ்டர் ஃபெர்னாண்டோ வந்துவிட்டார்.

“ஐஸே, இப்ப எத்தினை மணி? என்ன செய்யிறீங்கள் எல்லாரும் இங்கை?”

2

அரசமரம் சலசலத்தது. பென்னாம் பெரிய மரம். கந்தோரின் இந்தளவு பெரிய முற்றத்தில் ஒரு பொட்டு வெயில்பட விடாது.

காற்றடிக்கிற நேரங்களில் பாடும். இப்போது வைசாகம் முடிந்த கையோடு புதுப்பச்சை இலைகளும் வெள்ளைக் கடதாசிச் சோடனைகளுமாய்ப் பொலிந்து நிற்கிறது.

"எண்டாலும், நீர் அப்பிடி அவனோட பேசியிருக்கக் கூடாது," என்றான் சேனாதிராசா.

"எப்பிடி?"

"அவ்வளவு கடுமையா... சண்டை பிடிக்கிற மாதிரி."

"கடுமையா? சண்டையா?" விவே திகைத்துப் போனான்.

"அதை அவன் ஒரு சவாலாக நினைக்கலாம் – இப்படிக் கேட்டுப் போடவோ எண்டு..."

"கேளாமலே போட்டிருந்தால் வடிவுதான்."

"சச்சி, நீர் கொஞ்சம் பேசாம இரும்." சேனாதிக்குக் கோபம் வரப் பார்த்தது.

"நான் அவனை ஏச இல்லை... சிநேகிதன் எண்ட முறையிலை அதைக்கூடச் சொல்லக் கூடாதா?"

"இல்லை அண்ணை, நீங்கள் பேசினதிலை ஒரு பிழையு மில்லை. இனி என்ன கெஞ்சிறதா?" விவேயைப் பார்த்துத் திரும்பவும் சச்சி சொன்னான்.

"எண்டாலும்..." மெல்ல ஆறுதலாகத் தொடங்கினான். சித்திரவேல். சேனாதிக்குப் பக்கத்து மேசை. எல்லாம் வடிவாகக் கேட்டுக்கொண்டிருந்தவன்.

"தெரியாதே – இப்ப உள்ள நிலைமைகளில் நாங்கள் கொஞ்சம் பணிஞ்சுதான் நடக்க வேண்டியிருக்கு."

3

வெள்ளைச் சல்லி பெறாத விஷயம் இப்படியாகிவிட்டது. வேலையில் மனம் ஏவமாட்டேன் என்கிறது. அதுவும் முழுக்க கல்குலேஷன்கள்.

விசிறி சுழற்றிய காற்றின் வீச்சில் வரைபலகையுடன் பொருத்தியிருந்த கிளிப்பை மீற முடியாமல் படத்து முனை படபடத்தது. இந்தக் காற்றுப் பொல்லாதது – என்னதான் இறுக்கிப் பொருத்தியிருந்தாலும் படத்தாளை அசைத்துவிடும். இம்மி அசைந்தாலும் நுணுக்கம் போச்சு – என்ன செய்வது? புழுக்கம் தாள முடியாது. விசிறிக்கு றெகுலேற்றரும் இல்லை.

ட்ராஃப்ரிங் மெஷினை அரக்கி, தாள் கிளம்பாமல் வைத்தான்.

'என்னில்தான் பிழையா?' இரண்டு நாளாக இதே யோசனை.

ஆனால், யோசிக்க யோசிக்க, அப்படியில்லை என்று படுகிறது. நேற்றும் அப்படித்தான் பட்டது. சொல்லி முடித்த அடுத்த கணங்கூட ஒரு திருப்திதான் தெரிந்தது. சேனாதியும் சித்திரவேலும் தான் குழப்பிவிட்டார்கள்.

பென்சிலை உருட்டிக்கொண்டிருந்தபோது, சித்திரவேலுவே வந்தான். "எப்பிடி விவே?" அவன் நேரே விஷயத்தில் இறங்கினான்.

"நான் பிறகு – நேற்றும் முந்தநாளும் – இந்த விஷயத்தை நல்லா யோசிச்சுப் பாத்தன். நீர் சொன்னதிலை ஒரு பிழையுமில்லை எண்டுதான் படுது. சச்சி சொன்னதுபோல. இது கெஞ்சுகிற விசயமில்லைத்தான்."

பெருத்த ஆறுதலாயிருந்தது. சித்திரவேலு சொல்லிவிட்டுக் கொஞ்ச நேரம் மௌனமாயிருந்தான்.

"அப்ப இனி என்ன செய்யலாமெண்டு நினைக்கிறீர்?" விவே கேட்டான்.

"இனியோ? இத்தறுதிக்கு அடிச்சு முடிச்சிருப்பாங்களே?"

"இல்லை. அச்சுக் கூடத்திலையிருந்து வாற வெள்ளிக் கிழமைதான் எடுக்கலாம், இண்டைக்குத் திங்கள் தானே?"

"அப்ப நாங்கள் செயற் குழுவுக்கு ஒரு விண்ணப்பம் எழுதுவம். அண்டைக்கு சும்மா வாய்ப்பேச்சிலை கதைத்ததைவிட வேற ஒண்டுமில்லைத்தானே?"

"நீங்கள் எப்ப கேட்ட நீங்கள்? எண்டு பிறகு கேக்க இடம் வைக்கக் கூடாது."

"அது நல்ல யோசனைதான்."

"எழுதி, எல்லா அங்கத்தவர்களும் கையெழுத்து வைச்சுக் கொடுக்கலாம்."

4

"அய்யா நீங்கள் என்ன வேலை செய்திருக்கிறீங்கள்?" மூர்த்தி கேட்ட விதத்தில் சிவஜோதி கொஞ்சம் பயந்து போய்விட்டார். "ஏன் என்ன? என்ன செய்த நான்?"

"பின்னை என்ன? அந்த லெற்றர் ஹெட் 'திருப்தி' எண்டு கையெழுத்துப் போட்டுக் குடுத்திருக்கிறீங்களே... அதிலை ஒரு

வரி தமிழிலையும் போட்டால் குறைஞ்சா போகும்?" சிவஜோதி திடுக்கிடத்தான் செய்தார்.

"என்ன தம்பி, என்ன தம்பி, அதை ஆர் யோசிச்சது? அவன் உங்கட லயனல்தான் – கொண்டு வந்து சரியா எண்டு கேட்டான். அந்த லே–அவுட் அதுகளைப் பற்றிக் கேட்கிறானாக்கும் எண்டு நான் நினைச்சேன் ... எடடே ..."

"உங்கட கொமிற்றியிலை அதுகளைப் பற்றி ஒண்டுந் தீர்மானிக்க இல்லையா?"

"ஒரு ஐந்நூறு லெற்றர் ஹெட் அடிக்கிறது எண்டுதான் முடிவெடுத்ததொழிய விபரம் ஒண்டும் தீர்மானிக்கவில்லை. தீர்மானிக்கிறதெண்டா. நாங்களும் மூண்டு பேர் இருக்கிற மெல்லா? – நான், சேனாதி, மணியத்தார் ..."

5

"மணியத்தார் வாறார்" என்றான் கன்டொாஸ். சுருட்டுப் புகை முன்னால் வந்தது.

"தம்பியவை, இப்படி நீங்கள் மாத்திரம் தனித் தனிக் கூட்டமாக நிண்டு கதையாதயுங்கோடா. மற்றவைக்கு பார்க்க ஒரு மாதிரியாயிருக்கும்."

"அதுக்கு என்னய்யா செய்யிறது?"

"இனிமேல் ஒரு பிரச்சினையுமிராது. அடுத்து முறையிலையிருந்து தனிய இங்கிலீஷிலைதான் அடிக்கிறது எண்டு நாங்கள் தீர்மானிக்கப் போகிறோம்." சுப்பிரமணியம் ஆங்கிலத்தில் சொன்னார்.

விவேக்குப் பற்றிக்கொண்டு வந்தது.

"அய்யா அவங்களிலை சிலபேர் நினைக்கிற மாதிரித்தான் நீங்களும் நினைக்கிறீங்கள். சிங்களத்தில் போட்டது எங்களுக்குப் பிடிக்கேல்லை எண்டு! பிரச்சினை அதில்லை! தமிழிலை போடாமல் விட்டதுதான் எங்கட பிரச்சினை! நீங்கள் தனிய இங்கிலீஷிலை அடிக்க வெளிக்கிட்டா, அதை எதிர்க்கிற முதல் ஆளாக நானிருப்பன். இப்ப பாதிப் பேருக்கு உள்ள நட்டத்தை நீங்கள் முழுப் பேருக்கும் கொண்டுவாறன் எண்டு நிக்கிறியள்."

6

றொபேட்டைப் பற்றி விவேக்கு நல்ல அபிப்பிராயம் இருந்தது. பியோன் வேலைக்கு வந்துசேர்ந்தாலும் படித்தவன், அறிவானவன் என்று. அவனுடைய தொழிற் சங்கத்தில் தமிழர்களும் கனபேர்

அங்கத்தவர்களாயிருக்கிறார்களாம். அவனோடு ஒரு தரம் தனியாகக் கதைத்துப்பார்க்க வேண்டுமென்றிருந்தது. றொபேட், நலன்செய் சங்கத்திலும் செயற்குழு உறுப்பினன்.

சாப்பிட வெளிக்கிட்டுப் போனபோது, றொபேட் யாருடனோ பேசிக்கொண்டு நின்றான். அவ்வளவு சீரியஸான பேச்சாகத் தெரியவில்லை. கிட்டப் போனதும், "றொபட், வேலையா?" என்று மெல்லக் கேட்டான்.

"இல்லை, ஏன்?"

"ஒரு சின்னக் கதை."

தள்ளிப் போனார்கள்.

"இந்த விஷயம் என்ன, குழப்பமாகிப் போச்சு. றொபட் என்ன நினைக்கிறீர்?"

அவன் கொஞ்சம் அசட்டுத்தனம் தெரியச் சிரித்தான். பிறகு சொன்னான். "இடந்தான் பிரச்சினையாம். மூண்டு பாஷையிலும் போட அரைவாசி இடம் போயிடுமே."

"ஏன் மூண்டு? இங்கிலீஷை விடலாமே?"

"அதெப்படி? கொம்பனிகளுக்கு..."

7

மத்தியானம் பஸ்சுக்கு நின்றபோதுதான் திடீரென்று அந்த யோசனை வந்தது விவேகானந்தனுக்கு, 'வேண்டுகோள் கடிதத்தில தனிய நாங்கள் மட்டும் கையெழுத்து வைக்கக் கூடாது.'

கந்தோருக்கு வந்ததும் முதல் வேலையாக கனகசுந்தரத்தின் ஸெக்ஷனுக்குப் போனான்.

"அது நல்ல யோசனைதான், இன அடிப்படையிலை இரண்டு பிரிவாகப் பிரிஞ்சு நடக்கிறதைத் தவிர்க்கத்தான் வேணும்" கனக்ஸ் சொன்னார்.

"அதுதான் பாருங்கோ, இதிலை இரண்டு விஷயம். ஒண்டு, அப்படியான பிரிவைத் தவிர்க்க வேணும். மற்றது, பிரிவைத் தவிர்க்க வேண்டும் எண்டதற்காக மலிஞ்சு போகக் கூடாது."

"ஏன் நிக்கிறீர்? அவசரமே? இரும், இரும். இருந்து கதைப்பம்" கனக்ஸ், மேசையில் கிடந்த ஃபைல்களை ஒதுக்கிவைத்தார். விவே இருந்ததும் அவர் கேட்டார்.

நீர் சொல்லுறது சரி. ஆனா, கையெழுத்து வைக்கக்கூடிய ஆக்கள் இருக்கினமே? ஆரைக் கேக்கிறது?"

"அதுக்கு ஒரு வழி இருக்கு."

"என்ன?"

"எங்கட மிஸ்டர். ஃபெர்னாண்டோ இருக்கிறரெல்லோ?"

"உங்கட பொஸ்?"

"அந்தாள் நல்ல மனுஷன், இப்படியான வேற்றுமைகள் பார்க்கிறதில்லை, இடதுசாரி எண்டு சொல்லுறவங்கள்."

"அவர் மாத்திரம் வைச்சாப் போதுமே?"

"அந்தாள் வைச்சா, அதைப் பாத்திட்டு அதுக்காக வைக்கக் கூடிய ஏழெட்டுப் பேர் எங்கட செக்ஷனிலை இருக்கினம்."

8

"வணக்கம், எல்லாள மகாராஜா."

மூர்த்தி, ஆள் பகிடிக்காரன் என்றாலும் இந்தப் பகிடி அவ்வளவு உவப்பாகத் தெரியவில்லை.

"அலம்பாதையடா!" என்றான் விவே, கோபமாக.

"நான் என்ன செய்ய? உன்னை அப்பிடித்தான் நினைக்கிறாங்கள் போலிருக்கு."

"அப்பிடி நினைச்சாலும் ஆச்சரியமில்லை. அதுதான் வழக்கம். அப்படிப் பழக்கியிருக்கு." என்றான் கன்டொஸ்.

"முந்தி சின்னப் பெடியளாயிருந்த காலத்தில் எம்.ஜி.ஆரும் வீரப்பாவும் வாள்ச் சண்டை போடுறதென்று சொல்லி நாங்கள் பூவரசந்தடி சுழட்டுற மாதிரி..." விவே சிரித்தான்.

"உங்களுக்காவது இந்தியா இருக்கு. நாங்கள் எங்க போறது? எண்டு மிஸ் அத்தபத்து கேட்டா..." கன்டொஸ் சிரிப்பை அடக்கிச் சொன்னான்.

ஆண்டவா! இந்தக் குழப்பத்திலும், மன உளைச்சலிலும்கூட நல்ல பகிடிகள் சந்திக்கின்றன!

சிரித்து முடித்தபின் அழுதிருக்க வேண்டுமோ என்று பட்டது விவேக்கு.

"எப்ப கதைச்ச நீ? என்னெண்டு இந்தக் கதை வந்தது?"

"மத்தியானம் சாப்பிட்ட பிறகு கதைச்சுக் கொண்டிருக்கேக்கை."

சாந்தன்

"எல்லாம் அறியாத தன்மை. அதால் வந்த பயம். நாங்கள் விளங்கப் படுத்த வேணும்." என்றான் தொண்டர்.

"எவ்வளவு காலத்துக்கு என்னத்தையெண்டு விளங்கப் படுத்தப் போறீங்கள்? அதுக்கிடையிலை எங்கடபாடு முடிஞ்சிடும்" சச்சி சொன்னான் கோபமும் சிரிப்புமாய்.

"இங்கிலீஷ் போடுற இடத்திலை தமிழைப் போடுறதாலை பாதகமில்லை என்பதை விளங்கப்படுத்த வேண்டியிருக்கு."

"சரி, நாளை செவ்வாய்க்கிழமைக்கிடையிலை எங்கட கடிதத்தைக் குடுத்திட வேணும். இப்ப எத்தனை பேர் கையெழுத்து வைச்சிருக்கு?"

"இருபத்தொரு பேர். இன்னும் எட்டுப் பேர் வைக்க இருக்கு."

"கந்தையர்?"

"வைச்சிட்டார். ஆனா, சரியா யோசிக்கிறார். இப்பவே ஃபெர்னாண்டோவுக்குக் கொடுக்கிற மரியாதையிலை பாதியாவது அவங்கள் தனக்குத் தாறதில்லையாம். இதிலை கையெழுத்தும் வைச்சா இன்னும் நல்லாத்தானிருக்கும் எண்டார். எப்படியோ வைச்சுத் தந்திட்டார்."

"அந்தாள், பாவம், அவங்களுக்கும் பயப்பிடுகுது, எங்களுக்கும் பயப்பிடுகுது" என்றான் மூர்த்தி.

"சேனாதி?"

"பின்னேரம் சொல்லுறன் எண்டார். ஆனா, தான் கொமிற்றிக் கூட்டத்திலை இதைப் பற்றிக் கதைப்பாராம்."

"கதைச்சுத்தான் என்ன நடக்கப் போகுது? கொமிற்றியிலையுள்ள பதினோரு பேரிலை இவையள் மூண்டு பேர். தலையளை எண்ணிப் பார்க்கிறபோது என்ன செய்யேலும்?"

"சேனாதி ஏன் இப்பிடிப் பின்னடிக்குது?"

"அந்தாளுக்குப் பயம், புறூஃப்பை ஏன் மற்ற ஆட்களுக்குக் காட்டின நீ? எண்டு தன்னைக் கேட்பாங்களோ எண்டு."

9

கந்தோரால் வந்து கணவன் தேத்தண்ணி குடித்துக்கொண்டிருக்கும் போது கமலா கேட்டாள்.

"இன்னும் உங்கட அந்த இது அடிச்சு முடியேல்லையே?"

"எது?"

"அந்த லெற்றர் ஹெட்?"

"நீரும் ஒரு பக்கம் இதுக்குள்ளை" சேனாதி சீறினான். "அதிலை இப்ப என்ன காயிதம் எழுதப் போறீரே?"

கமலாவுக்குக் கண்கள் கலங்கிவிட்டன. "எனக் கென்னத்துக்கப்பா அதை? ஏதோ உங்கட பேரும் போட்டு அச்சடிக்கினம் எண்டு சொன்னீங்கள். அதைப் பார்க்க லாமெண்டுதான்..." அவள் பலகைத் தடுப்பைத் தாண்டி அடுப்படிக்குப் போனாள்.

10

"மிஸ்டர் ஃபெர்னாண்டோ, இதை ஒருக்காப் பார்க்கிறீங்களா?"

சுங்கான் புகை மணத்தை ரசித்தவாறு மரியாதையாகக் கேட்டான் கன்டொஸ்.

"என்ன அது?" நிமிர்ந்து சுங்கானை மேசையில் வைத்தபடி அதை வாங்கினார் ஃபெர்னாண்டோ.

நீள நீளமாகச் சுருட்டப்பட்ட பெரிய படங்கள் மேசை யில் ஒருபக்கம் முழுவதையும் பிடித்திருந்தன. தடித்த கண்ணாடிக்கடியில் கிடந்த வண்ண வண்ணமான வெளிநாட்டுத் தபால் முத்திரைகளைப் பார்த்துக்கொண்டு நின்றான் கன்டொஸ்.

ஃபெர்னாண்டோ படித்தார்.

"எங்கள் நலன்புரிச் சங்கத்தின் செயற்குழு, சங்கத்திற்காகக் கடிதத் தலைப்பு அச்சிடுவதென்று தீர்மானித்து அதற்கான வேலை தொடங்கியிருப்பதாய் அறிகிறோம். குறிப்பிட்ட கடிதத் தலைப்பில் தமிழ் இடம்பெறவில்லை என்பது எங்களை வருந்தச் செய்கிறது.

உறுப்பினர்களுக்கிடையில் நல்லுறவையும், ஒத்துழைப்பை யும் வளர்ப்பதற்கும் சங்கத்தின் சுமுகமான செயற்பாட் டிற்கும் இம்மாதிரியான விஷயங்களில் தமிழுக்கும் உரிய இடங்கொடுப்பது அவசியமென்பதை ஒத்துக்கொள்வீர்கள்.

இது விஷயமாக ஆவன செய்யும்படி அன்புடன் கேட்டுக் கொள்கிறோம்.

நன்றி."

"நல்லது. எழுதத்தான் வேணும்" என்றார் ஃபெர்னாண்டோ வாசித்து முடித்ததும்.

பிறகு பழையபடி சாய்ந்துகொண்டு கண்ணாடியை நெற்றியில் உயர்த்திவிட்டார்.

"இது கொஞ்சம் நுணுக்கமான விஷயம். உணர்ச்சிகளோடு சம்பந்தப்பட்ட சங்கதி."

"ஓமோம்" என்றான் கன்டொஸ்.

"ஆனா, உங்கட வேண்டுகோளை வடிவா எழுதியிருக்கிறீங்கள்... நல்ல மாதிரி."

கன்டொசுக்குச் சந்தோசமாயிருந்தது.

"அப்ப, இதிலை நீங்களும் கையெழுத்து வைக்கலாந்தானே?" என்றான்.

"நானா? நான் எதுக்கு?" அந்தாள் இதை எதிர்பார்க்கவில்லை.

"நாங்கள் மட்டுந்தான் இதிலை கையெழுத்து வைக்க வேணுமெண்டில்லையே – இந்தக் கடிதத்திலை உள்ள நியாயத்தை ஒப்புக்கொள்கிற எவரும் வைக்கலாந்தானே?"

"அதுசரி, அதுசரி" ஃபெர்னாண்டோ சமாளித்துக்கொண்டு சுங்கானைக் கையில் எடுத்தார்.

"அப்படியெண்டா, மிஸ்டர். கந்தசாமி, இதிலை இன்னுங் கொஞ்சம் மாத்தி, இன்னும் வடிவா எழுதி எல்லோரும் கையெழுத்து வைப்பம். இப்ப கொஞ்சம் வேலையிருக்கு. பிறகு ஆறுதலாகச் செய்வமா?"

கன்டொஸ் சிரித்துக்கொண்டு திரும்பி வந்தான்.

11

கன்ரீன் வழமைபோல் இருண்டு கிடந்தது. பிசுபிசுக்கிற மேசைகள். சிகரட் புகை. கிளாஸ்கள் அடிபடுகிற ஓசை. இலையான்கள்.

"நீ இந்தளவுக்கு மாறிப் போவாய் எண்டு நான் நினைச்சிருக்கேல்லை"காமினி சொன்னான்.

அந்தக் குரல் எவ்வளவு அந்நியப்பட்டு ஒலிக்கிறது!

விவேகானந்தனுக்கு வேதனையாயிருந்தது. ஒரு சின்னச் சிரிப்பும் வந்தது.

தேத்தண்ணிக் கிளாஸை வைத்துவிட்டுக் கேட்டான்.

"ஏன் அப்பிடிச் சொல்லுறாய், காமினி?"

"பின்னை என்ன, இண்டைக்கு இவ்வளவு கோளாறும் வந்திருக்கே. நீதான் அவ்வளவுக்கும் காரணம்."

பயங்கரமாய்த்தானிருந்தது. பிறகும் நானா?

"நானா?"

"நீ தான்" காமினி சிகரட்டை உறிஞ்சினான்.

"நீ தான். போன வெள்ளிக்கிழமை பகல், லயனல் புறூஃபைக் கொண்டுபோய்க் காட்டினபோது சரியெண்டு சொன்ன சிவசோதி, சுப்பிரமணியம் எல்லாருங்கூட இண்டைக்கு உங்கடை வேண்டுகோளிலை கையெழுத்து வைச்சிருக்கினம்."

"நான் போய் மேசை மேசையா கன்வஸ் பண்ணினேன் எண்டு நினைக்கிறியா?"

"அதைப் பிழையெண்டு பேச நீ முதலிலை புறப்பட்ட பிறகுதான் இவ்வளவும் நடக்குது. இதெல்லாம் என்ன தாக்கத்தை ஏற்படுத்தும் எண்டு... நினைச்சுப் பார்த்தீங்களா?"

"எங்களுக்கு எண்டும் ஒரு அடையாளம் இருக்கு எண்டதைக் காட்டினதும் ஏன் இப்படிக் குழம்புறீங்கள் மச்சான்?"

"நாங்கள் குழப்பேல்லை. நீதான் குழப்புகிறாய். பார், இண்டைக்கு செவ்வாய்க்கிழமை. வெள்ளிக்கிடையிலை பிரஸ்ஸிலையிருந்து அதுகளை எடுக்க வேணும். அதுக்கிடையிலை இது ஒரு குழப்பம்."

விவே சிரித்தான்.

12

கதவருகில் நின்று மெல்ல உள்ளே எட்டிப் பார்த்தார்கள், கல்தேராவும் ரஞ்சித்தும். ஃபெர்னாண்டோ தனது இடத்தில் இல்லை. எங்கோ வெளியில் போயிருக்க வேண்டும். ஹோலின் மற்றத் தொங்கலில் கந்தையர் இருந்தார். ஃபோனைக் காதில் வைத்தபடி.

"லெஃப்ற் றைற்... லெஃப்ற் றைற்..." ஆளுக்கொரு நீண்ட படச்சுருளைத் தோளில் துவக்காகச் சார்த்தி, நெஞ்சை நிமிர்த்திக் கொண்டு இரண்டு பேரும் 'டக்டக்' கென்று உள்ளே வந்தார்கள். மேசைகளில் படிந்திருந்த பார்வைகளெல்லாம் நிமிர்ந்து அவர்கள் மேல் பதிந்தன.

"லெஃப்ற் றைற்... லெஃப்ற்... றைற்..." அணிநடை நீளப் போனது.

"வம், தக்... வம், தக்..."

காமினியின் மேசையருகில் போய் காலை உதைத்து அற்றென்ஷனில் நின்றார்கள்.

முறுவலித்தபடி வரைபலகையின் மேலிருந்த படத்தில் மீண்டும் புலனைச் செலுத்தியபோது, சச்சி சொன்னான்.

“பாருங்கோ, அண்ணை. என்ன மாதிரி குழந்தைப் பிள்ளையள்போல விளையாடி முஸ்ப்பாத்தி பண்ணுறாங்கள்... ஆனா இந்த விஷயம் எண்டு வந்தவுடன எவ்வளவு பிடிவாதமும் முரட்டுத்தனமும்.”

தான் நினைத்ததையே சச்சி கேட்டுவிட்டதை விவே உணர்ந்தான்.

“ஒவ்வொருத்தன்ர இயல்பு என்ன மாதிரித்தானிருந்தாலும், இந்த உணர்ச்சி அநேகமா எல்லாரிலும் ஊறிப் போயிட்டுது.”

“இதுக்கு அந்த அரசியல்வாதிகள்தான் காரணம் எண்டு எனக்குப் படுகுது. முந்திச் சுகமா அதிகாரத்தைப் பிடிக்கிறதுக்காக சனங்களுக்கு வகுப்புவாதத்தை ஏத்திச்சினம். அது இப்ப நல்லாச் சுவறி விட்டுது. சொல்லிக் குடுத்தவையே வந்து வகுப்புவாதம் கூடாது எண்டு சொன்னாலும் அவையளை சனம் தூக்கி எறியிற அளவுக்கு!”

13

“இந்த பஸ் பெரிய தலையிடி” என்றான் சச்சி.

“அஞ்சரை மட்டும் இதிலை நிண்டு காயாமல் ஜங்ஷனுக்கு எல்லாரும் முசுப்பாத்தியா நடந்து போயிடலாம்”

நடக்கத் தொடங்கியபோது, பின்னால் யாரோ கூப்பிட்டார்கள். கனக்ஸ்!

“நானும் வாறன்.”

“இந்தாளோட நடந்தா ஜங்ஷனிலை முதல் பஸ் எடுக்கலாம், விடிய” என்றான் மூர்த்தி.

மரமுகடுகளை வாகையின் மஞ்சளும் காட்டுத்தீ மரத்தின் சிவப்பும் மூடியிருந்தன. அந்தக் கூடலுக்குள் போய்விட்டால் இந்தப் பாட்டு வெயில் முகத்தைச் சுடாது. நடந்தார்கள்.

“எப்பிடி, இண்டைக்கு அந்த லெற்றர் குடுத்திட்டீங்களா?” என்றார் கனக்ஸ்.

“ஓ... மத்தியானம் குடுத்தாச்சு.”

“மற்ற எல்லோரும் கையெழுத்து வைச்சிட்டினமே?”
“இருபத்தெட்டுப் பேர். இ.இ. சிங்கராயரைவிட. அவர் லீவிலை.”

“என்ன நடக்குதெண்டு பாப்பம்.”

“சீ! என்ன நிம்மதியில்லாத சீவியம். கொஞ்ச நாளா, கந்தோர் கூட நெருடலும் அந்தரமுமான இடமா ஆயிட்டுது. போதாக் குறைக்கு இப்ப இதுவும் ஒரு பிரச்சனை.”

“இதுகள் விளங்காம உபதேசம் பண்ணுகிற எங்கடை ஆக்கள் இன்னும் ஊர்வழிய இருக்கினம். இந்தச் சூடு குளிரிலை ஒரு எப்பனும் அறியாமல் – வெறும் தியறி... உபதேசம்...”

“ஆனா, அவங்கள் புத்திக்காரங்கள், எங்களைப் போலை இந்த இரண்டுங்கெட்டான் அவலச் சீவியம் இல்லை – எப்ப என்ன வருமோ எண்டு! வடிவா கதைச்சுக் கொண்டிருக்கலாந்தானே.”

14

தபாற் கந்தோர் எக்கச்சக்கமாக மினைக்கெடுத்திவிட்டது. சாப்பிட்டுவிட்டு, அப்படியே வீட்டுக்கு ஒரு மணி ஓடர் தபாலையும் ரெஜிஸ்ரர் பண்ணிவிட்டு வர, இவ்வளவு நேரமாயிருக்கிறது! இரண்டரை மணி.

அவதி ஒரு பக்கம். வெயில் ஒருபக்கமாக வியர்த்து வடிந்தது. விசிறியைத் தட்டிவிட்டுப் போய் மேசையில் குந்தியபோது சச்சி சொன்னான்.

“அட! இரண்டு வடையை மிஸ் பண்ணீட்டீங்கள், அண்ணை.”
“வடையா?”

“கந்தையர் கொண்டந்தது!” என்றான் கன்டோஸ் பின்னாலிருந்து.

“கந்தையரா? ஏன்?” விவே திரும்பிப் பார்த்துக் கேட்டான். இதற்கு மறுமொழி சொல்லாமல் கன்டோஸ் கண்களைச் சிமிட்டிச் சிரித்தான்.

“எல்லோருக்கும் குடுத்தவரா?”

“ஓ! ஸெக்ஷன் முழுக்க.”

“ஏன்? என்ன விசேஷம்?” திரும்பவும் கேட்டான்.

“சும்மா தானாம். வீட்டிலை செய்தது எண்டு சொன்னவர். ஆனா, உண்மையிலை, அண்டைக்கு அந்தக் கடிதத்திலை கையெழுத்து வைச்சதுக்குப் பிராயச்சித்தம்.”

இப்போது சச்சியும் சேர்ந்து சிரித்தான்.

15

"உங்கள் கடிதம் செயற்குழுவின் ஆலோசனைக்கு எடுத்துக் கொள்ளப்பட்டது. குறிப்பிட்ட கடிதத் தலைப்புகள் இப்போது அச்சிடப்பட்டுவிட்டதால், அதுபற்றி ஒன்றும் செய்ய முடியாத நிலையில் உள்ளோம். அச்சிடப்பட்டவை முழுவதும் முடிவடைந்ததும் உங்கள் வேண்டுகோளைப் பரிசீலனைக்கு எடுத்துக்கொள்வது என்று செயற்குழு முடிவெடுத்துள்ளது" – இந்தக் கடிதம். புதுக் கடிதத் தலைப்பில் ஆங்கிலத்தில் ரைப் செய்யப்பட்டிருந்தது. கீழே செயற்குழுவுக்காக என்று லயனலின் கையெழுத்து.

பதில் வரப் பிந்தியதால் ஓரளவு எதிர்பார்த்திருந்ததுதான்! பிறகு சேனாதி ஆட்கள் மூன்று பேரும் வந்து சொன்ன சேதிதான் என்றாலும், எழுத்தில், அச்சிடப்பட்ட ஒற்றையில், பார்க்கப் பார்க்கக் கவலையும் கோபமும் சேர்ந்து படருகின்றன.

"முடிந்ததன் பிறகு சேர்த்து அடிக்கிறோம் என்றாலும் பரவாயில்லை. முடியுமட்டும் – எவ்வளவு நாளானாலும் – பொறுக்க நாங்கள் தயார். ஆனால், முடிந்ததன் பிறகு யோசிக்கப் போகினமாம்!"

இ.இ. சிங்கராயர் அதைப் படித்து முடித்ததும் கொஞ்ச நேரம் பேசாமலிருந்தார். பிறகு சொன்னார்.

"றிசைன் பண்ணுறது வலு சுகமான வேலை. இப்ப நாங்கள் அதைச் செய்யிறதாலை பிரச்சினை தீர்ந்திடாது. எங்கட வேண்டுகோளும் நிறைவேறாது."

"இன்னொரு சந்தர்ப்பம் குடுத்துப் பார்ப்பம். சில சமயம் உண்மையிலேயே எங்கட வேண்டுகோள் பிந்தியிருக்கலாம்."

"இன்னொரு சந்தர்ப்பமோ?" விவேயும் கனக்சும் இதை எதிர்பார்க்கவில்லை.

ராஜினாமாக் கடிதத்தில் சிங்கராயரின் கையெழுத்தை வாங்க வராமல் விட்டிருக்கலாம் என்று கனகசுந்தரம் நினைத்தார்.

"உந்த லெற்றரை இப்ப குடுக்காமல். அதுக்கு முதல் இன்னொரு வேண்டுகோள் விட்டுப் பார்ப்பம்."

"எப்பிடி?"

"திருப்பி அடிக்கச் சொல்லி..."

"உது சரி வராது, சேர்." விவே சிரித்தான், "காசில்லை எண்டு மறுமொழி சொல்லலாம் – சுகமா."

"அதுக்குத்தான் ஒரு வழி இருக்கு..."

"என்ன?"

"செலவழிச்ச காசை நாங்கள் தாறம் எண்டு சொல்லி..."

இருவரும் குறுக்கிட்டார்கள்.

விவே சொன்னான்.

"வெட்கங்கெட்ட வேலை! உதிலும் பார்க்க, தமிழைப் போடச் சொல்லிக் கேளாமல் இருக்கலாம்."

சிங்கராயர் நிதானமிழக்கவில்லை.

"பொறும், தம்பி. றிசைன் பண்ணுறதாலை எங்கட வேண்டுகோள் நிறைவேறிவிடுமா? – சொல்லும்..."

"நிறைவேறாது – ஆனா வேற வழி இல்லை."

"கந்தோர் கன்ரீனை நடத்துறது ஆர்? இந்தச் சங்கந்தானே?"

இவர்களிரண்டு பேரும் தலையாட்டினார்கள்.

"சங்கத்தாலை றிசைன் பண்ணிப் போட்டு, கன்ரீனிலை ஒரு தேத்தண்ணி கூடக் குடிக்க முடியாது."

"தேத்தண்ணி பெரிசில்லை, சேர்..." விவேயால் தன்னைக் கட்டுப்படுத்த முடியவில்லை .

"அதுதான்" என்றார் கனக்சும்.

"அதை நான் பெரிசு எண்டு சொல்லலேல்லை. ஆனா, அதைத் தானும் ஏன் இழக்க வேணும்? இந்த வேண்டுகோளுக்கு எந்த ஒரு மறுமொழியும் சொல்ல முடியாது. திருப்பி அடிக்கிறதைவிட! ஆனபடியால்தான் இவ்வளவு சொல்லுறன்... இதுக்கும் மாட்டோம் என்று சொன்னால், றெஸிக்னேஷன் கடிதத்திலை முதல் கையெழுத்து வைக்கிற ஆளாக நானிருக்கிறன்."

16

"எங்கள் வேண்டுகோளைச் செயற்குழு ஆராய்ந்து முடிவை அறிவித்தமைக்கு நன்றி பாராட்டுகிறோம். எனினும், பரஸ்பர நல்லெண்ணத்திற்கும் ஒத்துழைப்பிற்கும் மதிப்புக் கொடுக்கும் விதமாக கடிதத் தலைப்பில் தமிழும் சேர்க்கப்பட வேண்டும் என்பதை வலியுறுத்திச் சொல்ல விரும்புகிறோம்.

இதன் கீழ் கையொப்பம் இட்டிருக்கும் உறுப்பினர்களாகிய நாம் ஏற்கெனவே அச்சிடப்பட்ட கடிதத் தலைப்பிற்கான செலவைச் சங்கத்திற்குத் தந்து அத்தலைப்புகளைப் பெற்றுக்

கொள்ளச் சித்தமாய் உள்ளோம். ஆகவே தமிழையும் சேர்த்துப் புதுக் கடிதத் தலைப்புகளை அச்சிடுமாறு செயற்குழுவை மீண்டும் தயவாகக் கேட்டுக்கொள்கிறோம்."

17

"உங்கள் வேண்டுகோள், செயற்குழுவின் பரிசீலனைக்கு எடுத்துக் கொள்ளப்பட்டது. அந்த ஆலோசனைக்கு நன்றி தெரிவிக்கிற அதே நேரத்தில், தன் முன்னிலையில் அநேக பொறுப்புகள் இருப்பதால் கடிதத் தலைப்பு விஷயத்தில் இன்னும் சில நாட்களைச் செலவிட முடியாத நிலையிலிருப்பதனை செயற்குழு வருத்தத்துடன் தெரியப்படுத்துகிறது.

முன்னர் அறிவித்ததுபோலக் கைவசமுள்ள கடிதத் தலைப்புகள் முடிவடைந்ததும், தமிழையும் சேர்ப்பது பற்றிய உங்கள் வேண்டுகோள் பரிசீலனைக்கு எடுத்துக் கொள்ளப்படும் என்பதைக் குறிப்பிட விரும்புகிறோம்."

18

"தங்கள் பதில், நிரம்பிய துயரத்தையும் திருப்தியீனத்தையும் எமக்குத் தந்தது. செயற்குழுவின் இத்தீர்மானத்தால் நலன்செய் சங்கத்திலிருந்து விலகுவதைவிட வேறெந்த முடிவுக்கும் வர எம்மால் இயலவில்லை. எமது ராஜினாமாக்களை ஏற்றுக் கொள்ளும்படி வேண்டுகிறோம்."

இந்தக் கடிதத்தின் கீழ் இருபத்தொன்பது கையொப்பங்களும் இருந்தன.

¼ (1981)

மனிதர்களும் மனிதர்களும்

அந்த அமைதியான அழகிய கிராமத்தின் மக்கள் இப்படி இருப்பார்கள் என்று நினைக்க முடிந்ததில்லை. ஆறும் தெருவும் ரெயில்வே லைனும் ஒன்றுக்கொன்று சமாந்தரமாக அந்தக் கிராமம் முழுவதையுமே ஊடறுத்துப் போகின்றன. ஆற்றைத் தாண்டிப்போன கையோடு தெரு தானும் செங்கோணமாய்த் திரும்பித் தண்டவாளத்தைக் கடக்கிற இடத்தில், இரண்டிற்கும் நடுவில் பாரிய அரசமரமொன்றின் கீழே இருக்கிற புத்தகோவில். அந்தப் பசுமைப் பின்னணியில் சரியாய்ப் பொருந்துகிற சின்ன வெள்ளைக் கோவில். அந்தக் கிராமத்தை நினைக்கிறபோதெல்லாம் நினைவு வருகிற கோவில். ரயிலில் போகிறபோதிலும் பார்க்க, பஸ்ஸில் போகிறபோதுதான் ஊரின் அழகு தெரிகிறது. அங்கேயே இருந்துவிட முடியுமானால் நல்லது என்று ஒவ்வொரு தரமும் அந்த ஊரைக் கடக்கும்போது மனதில் பட்டிருக்கிறது.

வயலின் நடுவில், ரோட்டிலிருந்து கமுகமர வரிசைகளுக்கிடையில் ஓடுகிற பாதைகள் தொடுக்கிற இடங்களில் ஊரின் அமைதியில் தோய்ந்துபோய் இருக்கிறவையும், தெரு வளைவுகளில் பெயர் தெரியா மலர்ச்செடிகளின் பற்றைகளுக்குள்ளிருந்து எட்டிப் பார்க்கிறவையும். தென்னஞ் சோலை வளவுகளில் எங்கோ ஓரிடத்தில் சிவப்பாய்க் கூரையைக் காட்டிக் கொண்டிருக்கிறவையுமான வீடுகளில் குடியிருக்கிற அந்த ஊர் மக்களில் எப்போதுதான் பொறாமை வராமலிந்திருக்கிறது?

என்றாலும், இந்த மனிதர்கள்தாம் அதைச் செய்தார்கள்.

ஒரு நல்ல முழு நிலவு நாளில் இந்த ஊரும் ஆறும் வயல்களும் கோவிலும் எப்படி மினிரும் என்கிற எண்ணம் எப்போதும் – ஒவ்வொரு போதும் – மனதில் தோன்றியிருக்கிறது. ஆனால் இப்போது, அந்த ஒரு காலைப்பொழுதின் இளம் வெளிச்சத்தில் – சிவப்புக் கொடி காட்டி யாழ்ப்பாணம் போன ரயிலை இடையில் நிறுத்தி இவர்கள் ஆட்டம் போட்டபோது எப்படி இருந்திருக்கும் என்று யோசித்துப்பார்க்க முடியாமலிருக்கிறது.

வண்டியிலிருந்த பெண்களெல்லோரும் குழறி அழத் தொடங்கிவிட்டதாகப் பரம் சொன்னார்.

“அழுகை வராம என்ன செய்யும்? அவங்கள் கத்தியும் பொல்லுமாய் வந்து ரயிலை அடிக்கேக்கை?”

ரயில் எப்படியோ தப்பி, திரும்பிக் கொழும்பிற்கே வந்து விட்டது. பிற்பகல் மூன்று நாலு மணிக்கு அது திரும்பி வந்து சேர்ந்தபின் ஸ்ரேஷனில் தேடுவாரில்லாமல் நாலைந்து சூட்கேஸ்கள் அநாதையாய்க் கிடந்ததாகப் பேசிக்கொண்டார்கள்.

2

‘இன்றைக்கும் அந்த வழியாகத்தான் ரயில் போகப் போகிறது. அந்த ரயிலில்தான் போகப்போகிறோம்.’ மனம் சிலிர்த்தது.

அது, அன்றைக்கு – கலம்பகம் தொடங்கிய நாட்களில். இன்று எல்லாம் முற்றி உச்சத்திலிருக்கும்போது, ஊரடங்குச் சட்டமும் கொலை கொள்ளைகளுமாகச் சேதிகள் காதில் விழுந்து கொண்டிருக்கும்போது – என்ன நடக்குமோ…

ஆனால் வேறு வழியில்லை.

ஏதோ ஒரு விதத்தில் ‘றிஸ்க்’ எடுத்துத்தானாக வேண்டி யிருக்கிறது.

மெல்ல எழுந்து எலாம் மணிக்கூட்டுக்கு ரோச்சை அடித்துப் பார்த்தான். மூன்று ஐம்பது. இனி எழும்பலாம். நாலு மணிக்கு வைத்திருந்த எலாமை அழுத்தித் தவிர்த்தான். பன்னிரண்டு மணிக்குப் படுத்த நேரத்திலிருந்து மொத்தமாக ஒரு மணித்தியாலமாவது நித்திரை வந்திருக்குமா என்பது ஐமிச்சம். இன்று மட்டுமில்லை – இந்த ஒரு கிழமையாக இரவெல்லாம் இப்படித்தான் கழிகிறது – பயமும் பதற்றமுமாய்.

எங்காவது ஆர்ப்பாட்டக் கூச்சல் கேட்கிறதா, வெடிச் சத்தம் கேட்கிறதா என்று காது விழித்துக்கொண்டிருக்கிறது. ஊரடங்கு நேரத்தில் அடிக்கொரு தரம் – கணநேரத்துக்கு மட்டும் காதில் விழக் கூடியதாய் உறுமிவிட்டு – தெருவில் பறக்கிற ஆயுதப் படையினரின் வாகனங்கள் ஏதாவது தெருத் தொங்கலில்

றிவேஸ் செய்யும் சப்தமோ, அல்லது நிறுத்தும் – காவலுக்கு நிற்கிற வீரர்களருகில் நிறுத்துகிறார்களாயிருக்கும் – சப்தமோ, இதயத்தைப் படபடக்க வைக்கிறது, கலகக் கும்பல்தான் வந்து இறங்குகிறதோ என்று. இரவில் பெட்றூம் பல்ப்பைக் கூடப் போட முடிகிறதில்லை. கண்ணாடி ஜன்னல் மூலமாய்க் கசிகிற ஒளி, வருகிற குண்டர்களுக்கு உள்ளே ஆட்களிருப்பதைக் காட்டிக் கொடுத்துவிடும். முற்றத்திலிருந்து மேலே வருகிற படிக்கட்டில் நாய் ஏறுகிற ஒலிகூட எழுந்து உட்காரச் செய்கிறது. வீட்டுச் சொந்தக்காரரின் பகுதிக்கும் இவர்களின் அனெக்ஸுக்கும் இடையில் நிரந்தரமாய்ப் பூட்டப்பட்டிருந்த கதவு இப்போது – பரஸ்பர உதவிக்காகவும் தைரியத்திற்காகவும் – திறந்து சாத்தி வைக்கப்பட்டிருந்தது. முக்கியமானதும் பெறுமதியானதுமான சாமான்களை – சேட்டிஃபிக்கற்றுகள், பத்திரங்கள், நகைகள், ரேப் றெக்கோடர், நல்ல துணிமணிகள் எல்லாம் பத்திரமாய்ப் பார்சல் செய்து பழைய காட்போட் பெட்டியொன்றில் திணித்துக் கட்டி, அடுப்படியில் ஒரு மூலையில் தட்டுமுட்டுச் சாமான்களுக்கிடையில் வைத்திருந்தார்கள். படுக்கையிலிருந்த சூட்கேஸ்களில் பாவித்த பழைய உடுப்புகளையும் புத்தகங்களையும் அழகாக அடுக்கி மூடினார்கள்.

எந்த நேரமும் தாக்குதல் நடக்கலாம். எந்த நேரமும் கொள்ளையர், குண்டர்களை எதிர்பார்க்கலாம்...

இந்த அவதி – எந்த நேரமும் ஆபத்தை எதிர்நோக்கியிருக்கிற இந்த அவதி – அந்தப் பதற்றமும் பயமும் கலந்த உணர்வு – தாங்காமல், அவனும் சாம்பசிவமுமாக நேற்றுப் பின்னேரம் தீர்மானம் பண்ணினார்கள்: மனைவிமாரையும் அழைத்துக் கொண்டு இன்றைய ரயிலில் எப்படியும் யாழ்ப்பாணம் போய் விடுவதென்று.

“வாறது வரட்டும்”. என்றான் சாம்பன், முடிவாக.

“அது சரி. எப்பிடியும் ஏதோ ஒரு விதத்திலை ‘றிஸ்க்’ எடுக்கத்தான் வேணும். இங்க இருக்கிறதும் றிஸ்க், ரயிலிலை போறதும் றிஸ்க்... ரயிலிலை போற றிஸ்க்கை எடுப்பம். தப்பிப் போய்ச் சேர்ந்திட்டா. நாளைப் பின்னேரத்தோட இந்த அந்தரம் இராது” என்றான் இவனும்.

தேவையான சாமான்களைப் பார்சல் கட்டி வைத்திருந்தது இப்போ நன்மையாகப் போயிற்று. இப்படியே தூக்கிக் கொண்டு போய் விடலாம். அதிர்ஷ்டமிருந்தால் கொண்டுபோய்ச் சேர்க்கவும் சேர்க்கலாம்.

நேரமாகிறது. எழுந்திருந்து பக்கத்தில் அயர்ந்து போய்க்கிடந்த மனைவியை மெல்லத் தட்டினான். வேணி திடுக்கிட்டு விழித்தாள்.

3

பாத்ரூமுக்குப் போகும்போது இந்த நேரத்திலுங்கூட வீட்டுக்காரரும் அவர் மனைவியும் பேசிக்கொள்கிற சப்தம் லேசாகக் கேட்டது. நித்திரை கொள்ளாமல் இரவு முழுவதும் இப்படித்தான் பேசிக்கொண்டிருக்கிறார்கள் போலிருக்கிறது. எப்படி நித்திரை வரும்? இது அவர்களுக்குச் சொந்த வீடு. இவர்களைப்போல உதறிவிட்டு ஊருக்கு ஓடிவிட முடியாது. அவனுக்குப் பாவமாயிருந்தது. ஆனாலும் கூடவே. 'ஐம்பத்தெட்டாம் ஆண்டுக்குப் பிறகும் தெற்கில் இப்படி வீடுகள் வாங்கின, கட்டின, எங்கள் ஆட்களுக்கு மூளையில்லை' என்ற எண்ணமும் வந்தது.

நேற்று மாலை ஊருக்குப் போகிற முடிவை எடுத்ததும் முதல் காரியமாக வீட்டுச் சொந்தக்காரரிடம் வந்து சொன்னான்.

"நாளைக் காலைமையா? பிளேனிலையா?" முகத்தில் வியப்புடன் அவர் கேட்டார்.

"இல்லை. ரயிலிலை."

"ரயிலா?" அவர் மனைவி வெளியே வந்தா. "அவவையுங் கூட்டிக்கொண்டு ரயிலிலையா போறீங்கள்? நீங்கள் தனிய எண்டாலும் பரவாயில்லை," உண்மையான கவலையுடன் சொன்னா.

"இல்லைப் பாருங்கோ. பிளேன் ரிக்கற் இப்போதைக்குக் கிடையாதாம். நான் இப்ப இரண்டு நாளாத் தெண்டிச்சுப் பாத்திட்டன். இன்னும் மூண்டு நாளைக்கு புக்கிங் ஃபுல். அதுவும் இப்ப அகதி முகாமிலை இருக்கிற ஆக்களுக்குத்தான் முதலிலை இடம் குடுக்கினம் – அது நியாயந்தானே!"

வீட்டுக்காரர் குறுக்கிட்டார்.

"ஓ... இப்ப, நேற்றும் முந்த நாளும் இங்கயிருந்து வெளிக்கிட்ட ரயிலுகள் இரண்டும் பத்திரமாய்ப் போய்ச் சேர்ந்திருக்குந்தானே காவல் போட்டுத்தானே ரயிலும் போகுது."

"காவல் போட்டு என்ன செய்கிறது? தண்டவாளத்தை யாராவது வழியில் கழட்டிவிட்டிருந்தா என்ன செய்யேலும்?" அவர் மனைவி பயப்பட்டா.

"இந்த ரயிலுக்கு அரை மணித்தியாலத்துக்கு முதல் பைலற் ட்றெயின் ஒண்டு போகுதாம்." கூட நின்ற சாம்பன் சொன்னான்.

"சரி, தீர்மானிச்சிட்டிங்கள். பத்திரமாய்ப் போய்ட்டு வாங்கோ" வீட்டுக்காரர் ஆசீர்வதிப்பதுபோலச் சொன்னார்.

அவன் சற்றுத் தயங்கினான். அவர் புரிந்துகொண்டவராக மேலே தொடர்ந்தார்.

"எங்களைப் பற்றி யோசியாதையுங்கோ. என்ன நடந்தாலும் இங்கயிருந்து ஏற்றுக்கொள்ளூறதெண்டு தீர்மானிச்சிட்டம்."

அந்த உறுதி அவனுக்கு வியப்பை அளித்தது.

"தம்பி, முந்தி உமக்குச் சொன்னதுபோலை, எனக்கு வேற வழியில்லை ... இது என்ர சொந்த சம்பாத்தியத்திலை – நான் உழைச்சு உழைச்சு – மாதச் சம்பளக்காரன் நான் – வாங்கின வீடு. இதை விட்டிட்டுப் போக என்னாலை முடியாது. இனி விட்டிட்டுப் போயுந்தான், அங்க என்ன செய்ய ஏலும்? இந்த உத்தியோகமில்லையெண்டா எங்களை நாயும் மதியாது. கொத்தித் தின்னுறதுக்கு ஊரிலை நிலபுலம் இருந்தாலும் பரவாயில்லை..."

அவர் சொன்னதிலுள்ள நியாயத்தை உணர்ந்து தன் சமூகத்திற்காக இரக்கப்பட்டவனாயும், அவர் உறுதியை மாற்ற முடியாதென்பதை அறிந்தவனாயும் அவன் சொன்னான்.

"என்னதானிருந்தாலும் இந்த நிலைமையிலை உங்களை விட்டிட்டுப் போக எங்களுக்கு ஒரு மாதிரியாய்த் தானிருக்கு."

"அதை யோசியாதையும், எங்களைப்போல இல்லை நீங்கள் ... எங்களுக்கு எது நடந்தாலும் யோசிக்க ஒருத்தரும் இல்லை. எங்கட குடும்பத்திலை நாலு பேர். நாலுபேரும் இங்கேயே இருக்கிறம். எது விதி வந்தாலும் எங்களுக்கு ஒண்டாத்தான் வரும். ஆனா உங்களுக்கு ஊரிலை அப்பா அம்மா நாளும் பொழுதும் இதே கவலையாய்த் தானிருப்பினம்... அவயவளின்ர நிம்மதிக்காக ஆவது நீங்கள் போகத்தான் வேணும்."

அந்த மனிதரில் பாசம் மிக்கவனாய் திரும்பும்போது அவன் சொன்னான்:

"எதுக்கும் உங்கட தீர்மானத்தை இன்னொரு தரம் திரும்ப யோசிச்சுப் பாருங்கோ. உங்கட மனதைக் குழப்புறதாகத் தயவுசெய்து நினைக்க வேண்டாம்..."

4

குளியலறையிலிருந்து வந்தபோது நாலேகால் ஆகியிருந்தது. சாம்பன் ஐந்தரைக்கு வருவதாகச் சொல்லியிருந்தான்.

"நீர் பாத்ரூமுக்குப் போயிட்டு வாரும்..." என்று வேணியிடம் சொல்லிவிட்டு மளமளவென்று மீதமிருந்த சாமான்கள் ஒதுக்கும் வேலையில் ஈடுபட்டான்.

வழக்கமான ஐந்தேமுக்கால் 'யாழ்தேவி' கொஞ்ச நாட்கள் ஓடாமல் நின்றுவிட்டு இப்போது இரண்டு நாட்களாகத்தான் ஆறேமுக்காலுக்கு ஓடத் தொடங்கியிருக்கிறது. ஆறு மணிக்குக் கோட்டை ஸ்ரேஷனில் நிற்க வேண்டுமென்றால் இங்கிருந்து ஐந்தரைக்காவது வெளிக்கிட்டாக வேண்டும். ஊரடங்குச் சட்டம் ஐந்து மணிவரைதான் என்பதால் ஐந்தரைக்கு வருவதில் சாம்பனுக்குக் கரைச்சல் இராது. வீடு பக்கத்தில்தான்.

சாம்பன் இருக்கிற வீட்டுக்காரரும் இங்கேயே நின்று பார்க்கப் போவதாகத்தான் சொல்லிக்கொண்டிருந்தார். அவருக்கும் சொந்த வீடு. இனி என்ன யோசிக்கிறாரோ? குஞ்சு குருமனாக நாலைந்து பிள்ளைகள்... அவனுக்குப் பாவமாயிருந்தது.

'ஆருக்கு ஆர் அநுதாபப்பட முடியும்? பட்டுத்தான் என்ன செய்ய முடியும்,' என்று மனதை ஆற்றப் பார்த்தான்.

வேணி திரும்பி வந்தபோது உடுப்புப் போட ஆயத்தமா யிருந்தான். அவள் ஃபிளாஸ்கில் தேநீரை ஊற்றி வைத்துவிட்டு, நேற்று வாங்கி வைத்திருந்த பாணை வெட்டத் தொடங்கினாள்.

அவளருகே மெல்லப் போய் நின்று, "இண்டைக்கு இப்பிடி இந்த ரயிலிலை போறது உமக்குப் பயமில்லையே? பயமாயிருந்தா இப்ப எண்டாலும் சொல்லும் – இந்த யோசனையை விட்டிட்டு அகதி முகாமிலை போய் நிண்டு பிளேனுக்குத் தெண்டிச்சுப் பாப்பம்." என்றான்.

"இப்பிடி நெடுக யோசிச்சு மனம் குழம்பாமல் எடுத்த முடிவுப்படி வெளிக்கிடுவம். எது நடந்தாலும் இரண்டு பேருக்கும் ஒண்டாய்த்தானே நடக்கும்?"

அவள் குரலில் தொனித்த உறுதி அவனுக்குத் திருப்தியா யிருந்தது.

வெளிக்கிட்டு முடிந்ததும் யன்னல்களைப் பூட்டிவிட்டு எல்லாம் சரியாக இருக்கிறதா என்று சுற்றிப் பார்த்தான். வெளியே வந்தபோதுதான் விறாந்தையிலிருந்த மீன் தொட்டியும் பூச்சட்டிகளும் கண்ணிற்பட்டன.

காசித்தும்பைச் செடிகளிரண்டிலும் இப்போதுதான் மொட்டுக் கட்டியிருக்கிறது. சட்டியில் வைத்துத் தண்ணீரும் உரமுமாய் ஊட்டிக் காத்ததற்கு இந்த மொட்டுத்தான் – கணுக்களில் திரண்டு, குருத்தல்ல என்று அடையாளம் காட்டுகிற மொட்டுக்கள்தான் – வரவு. இது றோஸ் நிறக் காசித்தும்பை. அடுக்கு இதழ். றோசாப்பூ மாதிரி இருக்குமென்று சொன்னார்கள். வேணி வலு ஆவலாக இது பூக்கப்போகும் நாளைப் பார்த்திருந்தாள். இப்போது பூக்கும் நேரத்தில் அதை

விட்டுப்போக வேண்டி வந்துவிட்டது. திரும்பி வரும்போது – வந்தால் – கருகித்தான் போயிருக்கும் – அதோடு இந்தப் பெயர் தெரியாத செடியும்.

பாதி முறிந்து, வெயிலில் வாடிப்போய்த் தெருக்கரையில் கிடந்த இதன் முளையைக் கந்தோரால் வரும்போது – ஒருநாள் கண்டெடுத்து வந்தான். வெள்ளையும் பச்சையுமான பெரிய இலைகள். நட்டதுதான் தாமதம், கிழமைக்கு ஒரு இலையாய் எறிந்து எழும்பிவிட்டது.

மீன்தொட்டிகூட வற்றித்தான் விடும். ஒரு கப்பீஸ் குட்டியும் நாலு பிளேட்டீஸுமாக ஐந்து மீன்கள். கடந்த ஐந்து மாதமாகச் சேர்ந்து வாழ்ந்து வருகிற மீன்கள். இந்தக் கப்பீஸ் குட்டி இங்கேயே, இந்த வீட்டில்தான் பிறந்தது. இதன் தாய் ஒரு நாள் – ஒரே நாளில் – மளமளவென்று போட்ட பதினெட்டுக் குட்டிகளில் மிஞ்சி வாழ்கிற குட்டி அது. இந்த ஐந்து மாதமும் தாண்டிவிட்டது. இனி, தப்புகிற பருவம். வால் வர்ணங்களாக மினுங்கத் தொடங்கி விட்டது. கப்பீஸில் வால்தான் அழகு – அதிலும் ஆண்மீன் – மயில் தோகையாய் மின்னுகிற வால்.

பிளேட்டீஸ் அப்படியில்லை. முருக்கம் பூ நிறத்தில் பாதிவிரல் நீளத்தில் பளபளக்கும். பத்து ஆக இருந்தவை. போனமுறை ஊருக்குப் போய் இரண்டு கிழமை நின்றுவிட்டு வந்தபோது நாலாகிவிட்டிருந்தன.

திரும்பி வருகிறபோது – வந்தால் – தொட்டியின் தண்ணீரெல்லாம் வற்றி இதுகளெல்லாம் செத்துக் கருவாடாகி – உண்மையான கருவாடாகவே – ஆகியிருக்கும்.

இந்த நேரத்தில் மீனும் பூஞ்செடியும் சாகப்போகிறதுக்காகக் கவலைப்பட முடியாது என்று நன்றாக உணர முடிகிறது. மனிதர்களே ஒன்றும் பத்துமாய் அங்குமிங்கும் அநியாயமாய் வெட்டியும் சுட்டும் கொல்லப்படுவதாகச் சேதிகள் காதில் விழும்போது!

பூச்சட்டிகள் மூன்றையும் மழை பெய்கிறபோது பிடிக்கக் கூடிய இடமாக – வெயில் கருக்காதபடி – பல்கணியில் தோதான இடம் பார்த்து வைத்தான். பெய்கிறபோது நனைந்து கொள்ளட்டும். மீன்தொட்டியை ஸிங்கின் குழாய்க்குக் கீழே வைத்துத் தண்ணீர் சொட்டுச் சொட்டாக விழும்படி குழாயை மெல்ல இளக்கி விட்டான்.

இந்த அவதியில் இவற்றுடன் இவ்வளவு நேரம் மினைக்கெட்டதே பெரிது. கதவுகளிரண்டையும் அவசரமாகப்

பூட்டித் தள்ளிப் பார்த்துக்கொண்டார்கள். வெளியே எடுத்து வைத்திருந்த அந்தக் காட்போட் பெட்டியையும் சூட்கேஸையும் தூக்கிக்கொண்டு கீழே இறங்கினார்கள்.

5

சாம்பன் வந்து, கீழே வீட்டுக்காரருடன் பேசிக்கொண்டு நின்றான்.

முதலில் இறங்கிய வேணியைக் கண்டதும் வீட்டுக்காரரின் மனைவி வெளியே வந்தா.

"நீர் இதிலை நில்லும்." என்று வேணியிடம் சொல்லிவிட்டு சாம்பனைப் பார்த்து,

"போவமா ?" என்றான்.

"ரக்ஸிதானே ?" வீட்டுக்காரர் கேட்டார்.

"அது சரியான ஆபத்தெல்லா ? ரக்ஸிக்காரனை எப்பிடி நம்புறது ?" என்றார் அவர் மனைவி.

"பஸ்ஸிலை போறது இன்னும் ஆபத்து. நாங்கள் இரண்டு பேர் – ஆம்பிளையள் இருக்கிறந்தானே ..." சாம்பன் சொன்னான்.

இவர்கள் வீடிருந்த ஒழுங்கையிலிருந்து தெருவுக்கு வந்தபோது இன்னும் தெரு விளக்குகள் எரிந்துகொண்டிருந்தன. முடக்கில் இரண்டு ஆமிக்காரர்கள் துவக்குகளுடன் நின்றார்கள். இவர்களைக் கூர்ந்து பார்த்தார்கள். அப்பாவித் தமிழர்கள் என்பது பட்டிருக்கும். நெருங்கித் தாண்டியபோது உயரமாய் முறுக்கு மீசையுடன் நின்றவன் இவனைப் பார்த்து மெல்லப் புன்னகை செய்தான். நேற்றுப் பகல் இதே இடத்தில் நின்ற ஸெண்ட்ரி.இரண்டு மூன்று தடவை ஆளை ஆள் பார்த்திருந்தார்கள். பதிலுக்குப் புன்னகைத்தான்.

'இந்த ஆளும் சிங்கள ஆள்தானே !' என்ற எண்ணம் வந்தபோது

"என்ன கூட்டாளியா ..." என்று சாம்பன் சிரித்தான்.

ஐம்பது யார் தள்ளித் தபாற் கந்தோரடியில் இன்னும் இரண்டு ஆமிக்காரர்கள் இதேபோல நின்றார்கள். இந்த இடத்தில் தமிழர் வீடுகள் அதிகம்.

வழக்கமாக ரக்ஸிகள் நிற்கும் இடத்தில் ஒன்றையும் காணவில்லை.

"தியேட்டருக்கு முன்னாலை பாப்பம்" என்றான்.

பேப்பர் கடையிலிருந்தும் பால் வாங்கிக்கொண்டும் போன ஒன்றிரண்டு பேர் இவர்களை உற்றுப் பார்த்தபடி போனார்கள்.

"இவங்கள் எங்களைப் பார்க்கிற மாதிரியைப் பாரடா..." என்றான் சாம்பன்.

"இப்ப கொஞ்ச நாளா இப்பிடித்தான் பார்க்கிறாங்கள். வேடிக்கை பார்க்கிறவை, நக்கலாப் பார்க்கிறவை, அநுதாபத்தோட பார்க்கிறவை, துணிஞ்சு தெருவிலை போறாங்களே எண்டு ஆச்சரியத்தோட பார்க்கிறவை – எல்லாரும் இருக்கினம்."

தியேட்டருக்கு முன்னால் ஒரு ரக்ஸிதான் நின்றது. தூரத்திலிருந்து நோட்டம் விட்டபோதே ட்ரைவர் திருப்தியளிப்பவனாக, இவர்கள் விரும்பியதுபோல் வயதானவனாக, அமைதியானவனாகத் தெரியவில்லை.

'முரடன்' போலத்தான் இருந்தான்.

"வேற வழியில்லை..." அவனிடம் போனார்கள்.

6

காலி வீதியில் ரக்ஸி ஏறியபோது மற்ற எல்லாத் தமிழ்க் கடைகளையும் போலவே, எதிரே 'வேல்முருகன் கஃபே'வும் பூட்டிக் கிடந்தது.

போன செவ்வாய்க் கிழமை இந்த இடத்தில்தான் இந்தக் கலம்பகச் சேதி முதலில் காதில் விழுந்தது.

நிச்சிந்தையாய் புத்தகக் கடைக்குப் போய்விட்டுத் திரும்பிய போது பிரேமராஜன் எதிர்ப்பட்டான். ஆளைச் சந்தித்து இரண்டு வருடமாவது இருக்கும். 'வேல் முருகன் கஃபே' முன்னால் யாருடனோ பேசிக்கொண்டு நின்றவன் இவனைக் கண்டதும் ஓடிவந்து, ஸீரியஸான மெல்லிய குரலில் "யாழ்ப்பாணமெல்லாம் பெரிய கலாட்டாவாம் ஐஸே... பொலீஸ்காரருக்கும் சனங்களும் சண்டையாம்" என்றான்.

திடுக்கிட்டுப்போய் "ஏன்? எப்ப? உண்மையா?" என்றவன், அதே வேகத்தில் தொடர்ந்து, "அப்பிடியெண்டா இனி அது ஒரு கொம்யூனல் ரேண் எடுக்காமலிருக்க வேணுமே!" என்றான்.

"பொலீஸ், மாக்கற்றையும் எரிச்சு, இரண்டு மூண்டு பேரைச் சுட்டும் போட்டாங்களாம்."

"இது எப்ப நடந்தது?"

"நேற்றும் இண்டுமாம். நான் இப்ப பின்னேரம் ஒரு 'ட்றங்கோல்' எடுத்தனான், ஒரு விஷயமாய்... அப்பதான் இது தெரிஞ்சுது!"

"உம்மட குடும்பம் எங்கை?"

"யாழ்ப்பாணத்திலைதான் ... உம்மடை?"

"இங்கதான்! அதுதான் யோசிக்க வேண்டியிருக்கு . . ." என்றவன் தொடர்ந்து, "ஆ! பயந்து என்ன செய்கிறது! எத்தினை ஆயிரம் குழந்தை குட்டியள், வயது போனதுகள், சுகமில்லாததுகள், எல்லாம் இஞ்ச இருக்கு! நாங்களேன் பயப்படுவான்?" என்று தன்னைத்தானே சமாதானப்படுத்துவதுபோலக் கூறினான்.

இப்படித்தான் அவளும் போன மாதம் சொன்னாள். தேர்தல் அமளிகளுடனேயே ஒரு குழப்பத்தைப் பலபேர் எதிர்பார்த்துப் பயந்திருந்தார்கள்.

"வாரும், உம்மையாவது யாழ்ப்பாணத்திலை கொண்டு போய் விட்டிட்டு நான் திரும்பி வந்து நிற்கிறன்." என்றபோது வேணி மறுத்துவிட்டாள்.

"உப்பிடிப் பயந்து என்ன செய்யிறது! கொழும்பிலை எத்தினை ஆயிரந் தமிழர் இருக்கினம் . . . எல்லாருக்கும் வாற விதிதானே எங்களுக்கும்!"

அந்தக் குழப்பம் இப்போது ஒரு மாதம் பிந்தித் தொடங்கியிருக்கிறதுபோலத் தெரிகிறது. கொழும்பிலை இருக்கிற 'எத்தினை ஆயிரந் தமிழருக்கு' மட்டுமன்றி இலங்கையிலே இருக்கிற எல்லாத் தமிழர்களுக்குமே அமைதி போய்விடலாம்.

இந்த நேரம் பார்த்து – கையில் அரும் பொட்டாகக் கிடந்த காசில் – பதினைந்து ரூபாய்க்குப் புத்தகம் வாங்கியிருக்கக் கூடாது என்று பட்டது.

7

"பாத்தீரா! பீற்றேஸ் கொலிஜ் அகதிமுகாம்." – சாம்பன் தன் மனைவிக்குக் காட்டினான்.

அது தாண்டுவதற்குள் கதிரேசன் கோவில் முகாம் வந்து விட்டது.

"இப்ப எல்லாமாக எத்தனை முகாம்கள் இருக்கு?" வேணி கேட்டாள்.

"நாலு" என்றான் இவன். "முதல் தொடங்கியது ஹின்டுக் கொலிஜ், பிறகு கதிரேசன் கோயில், பிறகு கதிரேசன் மண்டபம், கடைசியா பீற்றேஸ் கொலிஜ்."

"எல்லாத்திலையுமா சேர்த்து ஐயாயிரத்துக்கு மேலை அகதியள் இருக்கினமாம்" என்றான் சாம்பன்.

கோயிலைத் தாண்டும்போது வேணியும் சாம்பனின் மனைவியும் குனிந்து கும்பிட்டார்கள்.

கதைப் பராக்கில் ட்ரைவரைக் கவனிப்பதை விட்டு விடக் கூடாது என்று தனக்குள் ஞாபகப்படுத்திக்கொண்டான்.

"இத்தனை பேரையும் கப்பலிலைதானே யாழ்ப்பாணம் அனுப்பப் போகினம்?" என்று சாம்பனின் மனைவி கேட்டாள்.

"பிளேனிலையும் போகினம்."

"இன்னும் ஆக்கள் வந்தபடிதான் இருக்கு. பீற்றேஸ் கொலிஜ் நிரம்பினா அடுத்த முகாம் திறக்க ஆயத்தமாயிருக்கினம் ..."

பெண்களின் பதற்றம் குறைந்திருப்பதுபோலப் பட்டது. சாம்பனின் மனைவியும் வேணியும் பேசிக்கொள்ள ஆரம்பித்திருந்தார்கள்.

8

"நீங்கள் ஏன் அகதி முகாமுக்குப் போக வேணும்?" என்று அன்றைக்குக் கேட்டவன் அத்தநாயக்க. ஒரு சிரிப்புடன் கேட்டான்.

திங்கட்கிழமை பகல் கந்தோருக்குப் போனபோதே அந்த வித்தியாசம் மனதிற் பட்டது. பிரதமரின் பேச்சை வெள்ளி இரவு ரேடியோவில் கேட்டபோது ஏற்பட்ட பய உணர்வு இப்போதும் வந்ததுபோல. கோபாலின் மேசையைச் சுற்றி எட்டுப் பத்துப்பேர், மதநுவரவின் மேசையைச் சுற்றி மீதிப்பேர் என்று நின்றார்கள்; இவனை ஒருவரும் ஒன்றுங் கேட்கவில்லை. சிங்கள நண்பர்கள் எல்லாரும் தலையைக் கண்டதும் ஓடிவந்து விசாரிப்பார்கள் என்ற யோசித்திருந்தான். ஆனால் அவர்கள் எல்லோரும் மதநுவரவின் மேசையைச் சுற்றி நின்றபடி பேசிக் கொண்டிருந்தார்கள். கண்டபிறகும்கூட வெகு சாதாரணமாய்க் கதையைத் தொடர்ந்தார்கள். அப்போதுதான் அது – அந்த ஏமாற்றம், வெறுமை, பயம் – மனதில் உறைத்தது.

மணி பத்தாயிருந்தாலும்கூட ரெஜிஸ்ரர் மூடப்படாமல் இருந்தது. எட்டு மணி போட்டுக் கையெழுத்து வைத்தான். வீட்டிலிருந்து வெளிக்கிட்டபோதே ஒன்பதரை – வழக்கமான நேரத்திலும் இரண்டு மணித்தியாலம் பிந்தி. தொடர்ச்சியாய் முப்பத்தாறு மணிநேரம் ஊரடங்குச் சட்டம் அமலிலிருந்து முடிந்து மூன்று மணித்தியாலங்கூட ஆவதற்குள் வெளியே புறப்படுவது முட்டாள்த்தனம் – அதிலும் தமிழர்கள் ஆபத்தை எதிர்நோக்குகையில். வேண்டுமென்றே பிந்திப் புறப்பட்டான்.

கோபாலின் மேசையடிக்குப் போனபோது "கப்பல் போகுதாம்! போகேல்லையே?" என்றான் சிவஞானம்.

"பகிடி விடாதையுங்கோ... உண்மையாகக் கப்பலிலைதான் போகப்போறம் எல்லாரும்."

"பகிடி இல்லை, உண்மையாத்தான்" என்றான் கந்தசாமி. அது செய்தியாகத் தானிருந்தது.

"மூண்டு கப்பல் ஒழுங்குபடுத்தியிருக்காம். எல்லா முகாமிலையும் சேர்த்து ஐயாயிரத்துக்கு மேலை ஆட்கள் வந்திருக்கினமாம்."

சேதிகள் தொடர்ந்தன.

இவ்வளவும் எப்போ நடந்தன? இவர்கள் எப்படி அறிந்தார்கள்? உலகம் தன்னைத் தனியே விட்டு முன்னே போய்விட்டதைப் போல உணர்ந்தான்.

முழு விபரமுங் கேட்டறியப் பதினைந்து நிமிஷமானது.

நுகேகொடை, கிரிலப்பனை, இரத்மலானை போன்ற இடங்களிலிருந்து நேற்றைக்கே ஆமிக்காரர் ஆட்களைக் கூட்டிக் கொண்டு வந்து காம்ப்பில் விட்டுவிட்டார்களாம்.

"இன்னும் சனம் வந்தபடி இருக்கு." என்றான் சிவஞானம்.

"அடுத்தது வெள்ளவத்தைதான்." என்று சொல்லிச் சிரித்தான் சாம்பன். கலவரம் கலந்த சிரிப்பு.

மதநுவரவின் மேசையைக் காட்டி அவன் கேட்டான், "இவர்களொருதரும் வந்து உங்களை ஒண்டுங் கேக்கேல்லையே?"

"ம்ஹூம்!"

"ஒருத்தரையும்?"

"இல்லை."

"இருக்கிறீங்களா, செத்தீங்களா? ஆராவது அடிக்க வந்தாங்களா? வீட்டுக்குக் கல்லெறிஞ்சாங்களா? பயப்படுறீங்களா எண்டு கூட?"

...ரக்ஸி திடீரென்று வேகக் குறைவது போலிருந்தது. திடுக்கிட்டு உஷாரானான்.

9

பம்பலப்பிட்டி சந்தி வந்துகொண்டிருந்தது. சாம்பனைப் பார்த்தான். அவன் நேரே பார்த்துக்கொண்டிராமல், அரைவாசி திரும்பி, ட்ரைவரும் பின் ஸீற்றில் உள்ளவர்களும் தன் பார்வையில் விழக்கூடிய விதமாக ஒரு கோணத்தில் உட்கார்ந்திருந்தான். சாம்பன் கவனமாகத்தானிருக்கிறான்.

ரக்ஸியில்தான் ஸ்ரேசனுக்குப் போவது என்று தீர்மானித்த போதே ஒரு ஆள் ட்ரைவருக்குப் பக்கத்திலும் மற்றவன் நேரே பின்னாலும் எச்சரிக்கையாய் இருந்துகொள்ள வேண்டுமென்று யோசித்திருந்தார்கள். ரக்ஸியில் ஏறி முதலில் சாம்பன் வீட்டுக்குப் போய் அவன் மனைவியையும் பிறகு வந்து வேணியையும் ஏற்றிக்கொண்டு புறப்பட்டபோது அது சரியாயிருந்தது.

'என்ன?' என்பதாகப் புருவத்தை நெரித்தான்.

'ஒன்றுமில்லை.' என்று சாம்பன் சமிக்ஞை காட்டினான். பெண்களிருவரும் தெருவைப் பார்த்துக்கொண்டிருந்தார்கள். தெரு அமைதியாய்க் கிடந்தது. அசாதாரணமான அமைதி. சந்தியில் சிக்னல் விளக்குகள் எரியாமல் நின்றன.

இந்த இடத்தில் நின்று இடித்துத் தள்ளிக்கொண்டு ஏறிய கூட்டந்தான் அன்று ஒஃபீஸுக்குப் போனபோது பதற்றத்தைத் தந்தது. கொழும்பில் வாழ்ந்த இந்தப் பத்து வருடத்திலும் இப்படி ஒரு கூட்டத்தை இந்த இடத்தில் அந்த நேரத்தில் பார்த்தது அதுதான் முதல் தடவை. ஆனால் அது கந்தோருக்குப் போகிற சனந்தான். பஸ்கள் வெகுவாகக் குறைந்திருந்தன.

அந்த நெரிசலில் நிற்கவே பயமாயிருந்தது. தப்பித்தவறி யாருடனாவது மோதிக்கொண்டால், காலை மிதித்துவிட்டால், இதுதான் சாட்டென்று பஸ்ஸுக்குள்ளேயே வைத்து மொங்கிவிடக் கூடும் என்று பட்டது. மூச்சைப் பிடித்துக்கொண்டு பத்திரமாக நின்றான். தமிழ் முகங்களாக அல்லது தெரிந்த முகங்களாகத் தன்னும் ஒன்றையும் காணவில்லை.

பஸ் தும்முல்லைச் சந்தியில் பென்னாம்பெரிய வெள்ளைப் புத்தர் சிலையைத் தாண்டியபோது சிலபேர் பயபக்தியாக எழும்பி விட்டுக் குந்தினார்கள்.

அன்றைக்குக் கந்தோரும் வழமைக்கு மாறாகத்தானிருந்தது. பதினோரு மணிக்குப் பிறகு கோபாலின் மேசையைச் சுற்றி நின்ற எல்லோரும் வீட்டுக்குப் போக வெளிக்கிட்டபோது, "நாளைக்கு என்ன மாதிரி?" என்று கேட்டான் சத்தியசீலன்.

"நிலைமையைப் பொறுத்து வருவம் ... இருக்கிறமோ, சாகிறமோ ..."

அப்போதுதான் அத்தநாயக்க வந்தான், "என்ன யோசிக்கிறீங்கள்?" இந்தக் கேள்வியே சரியில்லை.

"எப்படி உங்கள் பக்கம்?" சாம்பன் அத்தநாயக்காவைக் கேட்டான்.

"எங்கள் பக்கம் ஒன்றுமில்லை. நாங்கள் தமிழர்களைப் பத்திரமாகக் காப்பாற்றுவோம். ஒருத்தருக்கும் ஒரு அடிகூட விழாது! ஆனால் எல்லோரும் பயந்து போய்விட்டார்கள்." அத்தநாயக்க சிரித்தான்.

அவனிடம் அந்தக் கேள்வியைக் கேட்டதற்காக சாம்பன் வருந்துவதுபோலத் தெரிந்தது.

அத்தநாயக்க இவனிடம் திரும்பிக் கேட்டான்: "என்ன கிருஷ்ணன்? பேசாமலிருக்கிறாய்?"

"ஒன்றுமில்லை."

"இன்றுதான் சவ அடக்கம்" அத்தநாயக்க சொன்னான். "யாருடையது?"

"யாழ்ப்பாணத்தில் கொல்லப்பட்ட சிங்கள ஆளுடையது."

"அங்கே யாழ்ப்பாணத்தில் சிங்களவர் ஒருவரும் கொல்லப்பட வில்லை. தமிழர்தான் செத்தார்களாம்."

"பொய் சொல்ல வேணாம்." அத்தநாயக்க அரைகுறைத் தமிழில் உறுக்கிச் சொல்லிவிட்டுப் பிறகு பழையபடி இங்கிலீஷில் சொன்னான்.

"எங்களுக்கு எல்லாந் தெரியும். ஆனால் நாங்கள் அப்படிச் செய்ய மாட்டோம். உங்களைப் பாதுகாப்போம்."

"வீண் வதந்திகளைத் தயவுசெய்து நம்ப வேண்டாம்."

"நீங்கள் ஏன் தனிநாடு கேட்கிறீர்கள்?"

"அது வேறு கதை. தனி நாடு கேட்டதற்கும் இந்தக் கலவரங் களுக்கும் சம்பந்தமில்லை. யாழ்ப்பாணத்தில் பொலிசுக்கும் பொதுமக்களுக்குமிடையில் ஏற்பட்ட கோளாறு இனக்கலவர மாகி இந்தளவுக்கு வந்திருக்கிறது. முன்பு பேரதெனியாவிலோ, புத்தளத்திலோ நடந்த கலவரங்களைப் போலத்தான் இதுவும்."

10

'ரக்ஸி' சட்டென்று நின்றது; கிருஷ்ணன் திடுக்கிட்டான். இதயம் படபடத்தது. வயிற்றுக்குள் புகைந்தது. முன்சீற்றில் கையை வைத்து உஷாரானான்.

"என்னது?"

சாம்பன் முற்றாக ட்ரைவர் பக்கம் திரும்பினான்.

"டிக்கி மூடி கழன்றுவிட்டது, மாத்தயா." ட்ரைவர் இறங்கி னான். சாம்பனும் கதவைத் திறந்தான்.

"நீ இறங்காமல் இருந்துகொள்."

தலையைத் திருப்பிக் கண்ணாடிக்குள்ளால் பார்த்தபடி, "உண்மையாய்த்தான் டிக்கி கழண்டிருக்கு, பயப்படாதையுங்கோ" என்றான் கிருஷ்ணன்.

பெண்கள் பெருமூச்சு விட்டார்கள்.

சாம்பன் கதவருகில் வந்து, "டிக்கிதான்." என்றபோதே டக்கு டக்கென்று திருப்பித் திருப்பி டிக்கிக் கதவை அடிக்கும் சப்தம் கேட்டது.

பிறகு ட்ரைவர் வந்தான் "இப்ப சரி."

பெரிதாகப் பெருமூச்சு வந்தது.

கொஞ்சத் தூரம் போனதும், "இந்த ஆள் 'ஐயா' எண்டதைக் கவனிச்சியா?" என்று கிருஷ்ணன் கேட்டான்.

"எப்ப?" சாம்பனுக்குப் புரியவில்லை.

"டிக்கி மூடி கழண்டு போச்சு ஐயா! எண்டானே..."

"நான் கவனிக்கேல்லை."

"இந்த நேரத்திலும் இப்பிடிச் சொன்னது எனக்குப் பெரிய ஆச்சரியமாயிருக்கு. வாய்ப் பழக்கமாயிருக்கும்..." சாம்பனும் பெண்களும் மெல்லச் சிரித்தார்கள்.

தேசிய சேமிப்பு வங்கி, பிரிட்டிஷ் கௌன்ஸில், ஒபரோய் ஹோட்டல் என்று ஒவ்வொன்றாகப் பின்னால் ஓடின. அந்த வங்கியில் கிருஷ்ணனுக்குக் கணக்கு இருந்தது. பிரிட்டிஷ் கௌன்ஸில் லைப்ரரியில் அவன் மெம்பர் – நல்ல காலமாக இப்போது புத்தகம் ஒன்றும் இரவல் வாங்கியிருக்கவில்லை. வெளிநாட்டிலிருந்து நண்பரொருவர் வந்துநின்றபோதுதான் 'ஒபரோய்'க்குள் முதன்முதலில் போகச் சந்தர்ப்பம் கிட்டிற்று. அன்பிற்குரிய அந்த நண்பரின் நினைவும் அந்த மாளிகையின் நினைவும் ஒன்றாகிவிட்டிருந்தன; அவரை நினைத்தால் அதுவும் அதை நினைத்தால் அவரும் நினைவுக்கு வருகிற மாதிரி.

கோல்ஃபேஸின் குளிர்காற்று முகத்திலடித்தது. துறைமுகப் பக்கமாக நாலைந்து கப்பல்கள் தெரிந்தன. கடல் அமைதியாய் விரிந்து கிடந்தது. "உந்தக் கப்பல்களிலைதான் எங்கட ஆக்களை அனுப்புவினமோ?" என்றான் சாம்பன்.

"இருக்கும்..."

‘சிலிங்கோ’ உச்சி, ‘ஆகாசக் கடை’, பாராளுமன்றக் கட்டிடம். செக்ரடேரியட்; ஒவ்வொன்றுக்கும் ஒவ்வொரு தொடர்பிருந்தது. ஒவ்வொரு நினைவிருந்தது.

இனிமேல் வாழ்க்கையில் இவற்றைக் காணுகிற சந்தர்ப்பமே இல்லாமற் போகலாம்...

11

ரக்ஸியிலிருந்து இறங்கியபோது, ஒரு கண்டத்திலிருந்து தப்பிய உணர்வு உண்டாயிற்று – நல்ல காலமாக ரக்ஸிக்காரன் எங்கும் கடத்திக்கொண்டு போய்விடவில்லை!

இறங்கிப் பின்புறமாகச் சுற்றிக்கொண்டு மற்றப் பக்கம் வந்தபோதுதான் சூட்கேஸை மடியில் வைத்துக்கொண்டு வேணி இறங்க முடியாமல் தத்தளிப்பதைக் கண்டான். சாம்பனின் மனைவி இறங்கிவிட்டிருந்தாள். கையையூன்றி உள்ளே குனிந்து சூட்கேஸை எடுத்தபோது, “ஐயோ...” என்று குழறினான்.

முன் கதவைச் சாம்பன் சாத்தியிருக்க வேண்டும். இடதுகைச் சின்னி விரல் அறுந்து விழுந்ததுபோல வலித்தது. கதவைத் திறந்து கையை எடுத்தபோது, விரல் நுனி சப்பளிந்துபோய் இரத்தம் வடிந்தது.

“ஐயோ...” என்றான் சாம்பனும் பதறிப்போய். “...ஸொறி, ஸொறி... நான் கவனிக்கேல்லை.”

“விரலைச் சூப்புங்கோ.” என்றாள் சாம்பனின் மனைவி.

வேணி ஓடிவந்து கையைத் தூக்கி விரலை வருடினாள். தெறிப்பதுபோல வலித்தது. டிக்கி மூடியோடு போராடிக் கொண்டிருந்த ட்ரைவரும் ஓடிவந்தான்.

“என்ன மாத்தயா?” என்றவன், “அணே!” என்றான்.

தனது ஷேட் பொக்கற்றுக்குள்ளிருந்த லேஞ்சியை எடுத்து இரண்டாகக் கிழித்துக்கொண்டு மூன்று நிரை தெருக்களையுந் தாண்டி, முன்னால் தெரிந்த கடைகளை நோக்கி ஓடினான்.

சூப்பச் சூப்ப இரத்தம், வாய் புளித்தது கிருஷ்ணனுக்கு. அவன் பொக்கற்றுக்குள்ளிருந்த கைக்குட்டையை இழுத்துக் காயத்தின் மேல் பொத்தினாள் வேணி.

ட்ரைவர் திரும்பி வந்தபோது, கிழித்த பாதி லேஞ்சி தண்ணீரில் நனைத்திருந்தது. கையைப் பிடித்திழுத்துக் கைக்குட்டையை எடுத்துவிட்டு, அந்த ஈரத் துணியை இறுகச் சுற்றினான். குளிர்ச்சியில் வலி குறைந்தது.

“இனி இரத்தம் நிண்டிடும்.” என்றான் ட்ரைவர் சுற்றி முடித்ததும்.

“பயப்படாதையுங்க மாத்தயா. சின்னக் காயந்தான்” அவன் புன்னகைத்தான்.

இருபது ரூபாய் கேட்டான். ஆளுக்குப் பத்தாய் அவனும் சாம்பனும் கொடுத்தார்கள். ஏதோ நினைத்தவனாய் உடனேயே பொக்கற்றுக்குள் கையை விட்டு இன்னொரு ஐந்து ரூபாயையும் எடுத்தான் கிருஷ்ணன்.

“வேண்டாம் மாத்தயா, கூடுதலாக வாங்கிறது சரியில்லை.” அந்த மனிதன் கதவைத் திறந்து தன் ஸீற்றில் அமர்ந்தான்.

“நான் போறன் . . . பத்திரமாய்ப் போய் வாங்கோ.”

“வாருமன்.” என்று வேணி கூப்பிடும் வரையில், அந்த ரக்ஸி போன திசையைப் பார்த்தவாறு நின்றான் கிருஷ்ணன்.

“ஒரு உண்மையான மனுசன்!” என்றான் சாம்பன் நெகிழ்ந்து போய்.

போய் ரிக்கற் கியூவில் நின்றார்கள்.

12

திரும்பிப் போய் அகதி முகாமில் நின்று, கப்பலில் அல்லது பிளேனில் போகலாமா என்ற எண்ணம் திரும்பவும் ஒரு கணம் வந்தது. வேணியைப் பார்த்தான். அவள் எல்லாவற்றையும் இவன் கையில் ஒப்படைத்துவிட்ட நிம்மதியோடு – எது நடந்தாலும் இருவருக்குந்தானே என்ற நிதானமாயிருக்கலாம் – சாம்பனின் மனைவி சொன்ன எதையோ கேட்டுக்கொண்டிருந்தாள். என்றாலும் முகம் மாறித்தானிருந்தது. உள்ளூறைந்த பயத்தின் வெளிப்பாடான வெளிறல் – சாம்பனின் முகமும் அவன் மனைவியின் முகமுங்கூட அப்படித்தானிருந்தன. தன் முகமும் அப்படித்தானிருக்கும் என நினைத்துக்கொண்டான்.

அரைவாசியில் மனதைக் குழப்பி, முன்வைத்த காலைப் பின்வைக்கக் கூடாது என்று பட்டது. வருவது வரட்டும் என்று வந்தாயிற்று – இரண்டு மூன்று நாட்களாக யோசித்து யோசித்து எடுத்த முடிவு. இனிக் குழப்ப வேண்டாம்.

இருந்திருந்துவிட்டு நினைக்கும்போது இதெல்லாம் – இந்த ஐந்தாறு நாட்களாக நடப்பதெல்லாம் – ஏதோ திடீரென வந்து கவிந்த இருள்போல உணர முடிகிறது. தார்ஸி வித்தாச்சியின்

'எமர்ஜென்ஸி–58' என்ற புத்தகத்தைப் படித்தபோது கற்பனை பண்ணிப் பார்க்கக்கூடப் பயமாயிருந்த விஷயங்களெல்லாம் இப்போது தன்னைச் சுற்றி உண்மையாகவே மீண்டும் – இடையில் ஒரு இருபது வருடம் – நடக்கின்றன என்பதை நம்ப முடியாமலிருந்தது.

கிருஷ்ணன் மணிக்கூட்டைப் பார்த்தான். ஆறேகால். ரயில் இன்னமும் மேடைக்கு வரவில்லை. ஸ்ரேசன் வழமைபோல இருப்பதாகத்தான் பட்டது – அதிகரிக்கப்பட்டிருந்த காவலைத் தவிர.

ரிக்கற்றுகளை வாங்கிக்கொண்டு உள்ளே போனபோது யாழ்ப்பாண ரயிலுக்கு எதிர்பார்த்ததிலும் அதிகமான கும்பல் நிற்பதை உணர முடிந்தது. வழக்கமான பயணத்தின்போது எரிச்சலையும் பயத்தையும் தந்திருக்கக்கூடிய இந்த நெரிசல் இன்றைக்கு ஒரு ஆறுதலாயிருந்தது.

"இவ்வளவு கிறவுட் இருக்குமெண்டு நான் நினைக்கேல்லை" என்று சாம்பன் வியப்புடன் சொன்னான்.

"ஹலோ... கிருஷ்ணன்..." யாரோ முதுகில் தட்டினார்கள். திரும்பிப் பார்த்தான்.

ஜெயதேவன்.

"ஹலோ..." என்றான் பதிலுக்கு. "என்ன பயணமா?"

"ம்." என்று சொல்லி ஜெயதேவன் சிரித்தான். "கப்பலிலிலை சந்திப்பமெண்டு அண்டைக்குச் சொல்லிப்போட்டுப் போனன், இண்டைக்கு ரயிலிலை சந்திக்கிறம்..."

கிருஷ்ணனும் சிரித்தான், கசந்து.

"ஃபமிலி?"

"அந்தா, அதிலை நிக்கினம். நான் உங்களைக் கண்டிட்டுத்தான் வந்தனான். போய் அவயளை இதிலை கூட்டிக்கொண்டு வரட்டா? எல்லோரும் ஒண்டாயிருந்து ஆளுக்காள் துணையாய்ப் போயிடலாம்."

"ஓமோம். அதுதான் நல்லது."

"இவர் உன்ர ஃபிரண்டா?" ஜெயதேவன் திரும்பியதும் சாம்பன் கேட்டான்

"கிளாஸ்மேற்... கனகாலம் ஒண்டாய்ப் படிச்சவர். இப்ப இங்கதான் வேலை செய்யிறார்."

13

ஜெயதேவனை முந்தநாளும் – செவ்வாய்க்கிழமை, கலம்பகந் தொடங்கிய பிறகு கந்தோருக்குப் போன இரண்டாவது நாள் – சந்தித்திருந்தான். பஸ் ஹோல்ற்றுக்கு வந்தபோது வழமையான கியூவில் கால்வாசிகூட இல்லை.

"இவையள் பாவம் – பயந்து பொட்டுக்கூட வைக்காமல் போகினம்..." வெறு நெற்றியும் பயக்களை படர்ந்த முகமுமாய் முன்னால் நின்ற இரு பெண்களையும் காட்டிச் சொன்னான் ஜெயதேவன். தமிழ்ப் பெண்கள்.

"இண்டைக்கு வேலைக்குப் போகாமல் நிண்டா என்ன குறைஞ்சு போகும்?" என்ற கிருஷ்ணன் தொடர்ந்து, "பாவம், என்ன நிர்ப்பந்தமோ?" என்றான்.

"அங்கை பார்த்தீரா?" எதிர்ச்சாரியில் ஒரு கடையின் கதவெல்லாம் எரிந்து கிடந்தது.

சனிக்கிழமை மத்தியானம் ஊரடங்குச் சட்டம் அறிவிக்கப் பட்டவுடன் அலைமோதிய சனத்திரளில் முண்டியடித்து அவனும் அக்கடையில் சாமான் வாங்கியிருந்தான்.

"எப்ப நடந்தது?"

"முந்தா நாளாம்!"

"முந்தா நாளா? ஊரடங்குச் சட்டம்?"

ஜெயதேவன் சிரித்தான். ஆற்றாமையுடன் பயமும் அதில் கலந்திருந்தது.

நேற்றையிலும் பார்க்க இன்று கொஞ்சம் உசாராயிருந்தது. இனி எல்லாங் குறைந்து விடுமென்பதுபோல ஓர் உணர்ச்சி. ஜெயதேவனிடம் சொன்னான்.

"உதெல்லாம் சொல்லேலாது" என்றான் அவன்.

கந்தோருக்குப் போனதும் முதல் வேலையாக அத்தநாயக்காவைத் தேடிப் போனான். வழமையான சிரிப்புடன் வரவேற்றான் அவன்.

அதைப் பொருட்படுத்தாமல் கிருஷ்ணன் கேட்டான்.

"நேற்றிரவு ரேடியோ கேட்டாயா?"

"ஏன்?"

"யாழ்ப்பாணத்துப் பிக்கு என்ன சொன்னார்?"

அத்தநாயக்கா பிறகும் சிரித்தான்.

"ஏன் சிரிக்கிறாய் மச்சான்?" கிருஷ்ணனுக்கு எரிச்சல் வந்தது.

அத்தநாயக்கா சிரிக்கும்போது விமல் பெரேரா வந்தான்.

"ஏன் சிரிக்கிறாய்?" என்று அவனும் கேட்டான்.

"நேற்று இராத்திரி ரேடியோப் பேச்சைக் கேட்கவில்லையா என்று கிருஷ்ணன் கேட்கிறான்!"

நேற்றிரவு அந்த ரேடியோப் பேச்சை – யாழ்ப்பாணத்தில் எந்த ஒரு சிங்கள மகனுக்கும் எந்தவிதமான சிறு பாதிப்புங்கூட ஏற்படவில்லை என்று ஒரு பௌத்த குரு சிங்கள மக்களுக்கு உறுதியாய்க் கூறி, வதந்திகளை நம்பித் தமிழருக்கு ஹிம்சை செய்ய வேண்டாம் என்று கேட்டுக்கொண்ட அந்தப் பேச்சைக் கேட்டதிலிருந்து அவன் நிம்மதி கொண்டிருந்தான்; வதந்திகள் ஒழிந்து உண்மை வெளிக்குமென. ஆனால் இப்போது?

"அதை நம்பச் சொல்கிறாயா?"

அப்படி ஒரு நிம்மதி இருந்துவிட முடியாது என்பதுபோல் அவர்கள் சிரித்துக்கொண்டிருந்தார்கள்.

14

"ஆறரையாகப் போகுது ... இன்னுங் கோபால் ஆக்களைக் காணேல்லை?" என்றான் சாம்பன்.

"வந்திருப்பாங்கள் ... இந்தச் சனத்துக்கை எப்பிடிக் கண்டுபிடிக்கிறது?"

"நான் போய் ஒருக்கா தேடிக்கொண்டு வரட்டா?"

"நீ நில்... நான் போயிட்டு வாறன்" கிருஷ்ணன் வேணியிடமும் சொல்லிவிட்டுப் புறப்பட்டான்.

தண்டவாளங்களுக்கு மேலால் மேடைகளைத் தொடுக்கிற பாலத்தில் ஏறினான். பழக்கமான படிகள். கோட்டை அலுவலகத்தில் வேலைசெய்த அந்த மூன்றாண்டுக் காலமும் அநேகமாகத் தினசரி சந்தித்துவந்த பாலம். ஒவ்வொரு மாலையும் ரயிலைப் பார்த்திருக்கையில் ஏறி நிற்பது இந்தப் பாலத்தில்தான். முழு ஸ்ரேஷனுமே பார்வையில் படும். கூட்டமாய் நெளிகிற மனிதர்கள். உலகத்தின் ஒரு முழுமையான சிறு பின்னம் கீழே இயங்குவதைப் பார்த்திருப்பதில், காத்திருக்கிற அலுப்பே தெரியாது.

நாலாம் மேடைக்கு மேலே பாலம் இறங்கத் தொடங்குகிற இடம். இரண்டு பக்கங்களிலும் படிகள். வலப்பக்க மூலையில் போய் நின்றான். கிராதி விளிம்பில் கைகளைப் பொறுக்க

வைத்து, ஒற்றைக் காலைத் தூக்கிக் கம்பியில் ஊன்றி நின்று பார்த்தபோது இப்போதும் அந்தக் காலம் திரும்பி விட்டாற் போலிருந்தது. இடையில் இத்தனை இடைவெளியா? ஐந்து வருடம் ஓடிவிட்டது என்பதை நம்ப முடியவில்லை.

வழுவழுத்த கைப்பிடிப் பலகையில் வெளிப்பக்க மூலையில் அப்போது ஒரு சிறு ஆணி இருந்தது. பார்க்க முடியாது. ஆனால் கைகளுக்குத் தட்டுப்படும். இப்போதும் – இன்னமும் – அது இருந்தது. நீண்ட இடைவெளிக்குப் பின் சந்திக்கிற நண்பனை விசாரிப்பதுபோல அதனை வருடிப் பார்த்தான். அதைக் கடைசித் தடவையாக ஸ்பரிசித்த நாளுக்கும் இன்றைக்குமிடையில் எத்தனை காரியங்கள் நடந்துவிட்டன – கனவுபோல! இந்த ஆணி மட்டும், இந்த அசைகிற உலகில் – அதுவும் வினாடிக்குக் கோடி அசைவுகள் நடக்கிற இந்த ரயில்வே ஸ்ரேஷனில் – அந்தப் படியே ஐந்து வருஷம் இருந்திருக்கிறது...

நேரே முன்னால் – கொஞ்சம் பதிவாக– தொங்கிய ஒலிபரப்பி கரகரக்கவும் அவனுக்குக் கோபாலின் ஞாபகம் வந்தது.

இறங்கிக் கூட்டத்தைப் பிளந்து நடந்தபோது எதிரே ஓரிடத்தில் ஸோமாஸ் நின்றுகொண்டிருந்தார். கூட, பெண்சாதி பிள்ளைகள். கண்டதும் “என்ன கிருஷ்ணன், பயணமா?” என்றார்.

தலையாட்டியபடியே, “நீங்களுமா?” என்று கேட்டான்.

அவசரத்தில் சுருக்கமாகப் பேச்சை முடித்துவிட்டு நகர்ந்த போதுதான் “நீங்களுமா?” என்று கேட்டிருக்கக் கூடாது என்று பட்டது. ஸோமாஸ், கொஞ்சம் அசாதாரணமான மனிதர், அரசியல் சமூகப் பிரக்ஞைகள் உள்ள மனிதர். தேசிய ஒருமைப்பாடு, ஒற்றுமை என்று பாடுபட்டுக்கொண்டிருந்தவர்.

15

திடீரென்று கூட்டத்தில் ஒரு பரபரப்பு ஏற்பட்டது.

“ரயில் வருகுது...” என்றான் கோபால்.

“நாங்கள் முதல் ஏறி இடம் பிடிக்கிறம், நீங்கள் பிறகு ஆறுதலாக ஏறலாம்.” என்று கிருஷ்ணன் வேணியிடம் சொன்னான்.

“தள்ளி நில், பிள்ளை... சனம் உன்னைக் குழந்தையோட இடிச்சு விழுத்திப் போடும்” ஜெயதேவனின் தாய் பேரப்பிள்ளையைத்தூக்கி வைத்திருந்த மருமகளைக் கையில் பிடித்துக்கொண்டா.

ரயில் நிற்குமுன்பே தொப்புத் தொப்பென்று ஆட்கள் பாய்ந்தார்கள். இடித்துத் தள்ளிக்கொண்டு நுழைந்தார்கள்.

கிருஷ்ணனுக்கு முன்னால் இரண்டு ஸீற்றுகள் காலியாகக் கிடந்தன. எதில் குந்தலாம் என்று யோசிப்பதற்கிடையில் ஒரு ஆள் பாய்ந்து முன் ஸீற்றில் இருந்தான். மற்றத்தில் இருக்கப்போன கிருஷ்ணனிடம் அவன் கத்தினான்.

"இவ்வளவும் எங்களுக்கு!" கைகள் இரண்டு ஸீற்றுகளையும் மறைத்துப் பரந்திருந்தன.

இரண்டு ஸீற்றுகள். ஆறு பேர் இருக்கலாம். கிருஷ்ணனுக்கு ஆத்திரம் பொங்கியது.

"ஆருக்கு?"

"எங்களுக்கு... அங்க வருகினம் ஆக்கள் – என்ர ஃபிரண்ட்ஸ்." கிருஷ்ணன் ஆளைப் பார்த்தான். இளைஞன், கறுவல். முரட்டுத் தனமாய்த் தெரிந்தான்.

கிருஷ்ணன் கோபாலிடம் சொன்னான்.

"நீ இதிலை இரு... நான் போய்ப் பொம்பிளையளைக் கூட்டிக்கொண்டு வாறன்."

"வேண்டாம்."

அந்த இளைஞன் கோபாலைத் தடுத்தான்.

"இவ்வளவும் எங்களுக்கு!"

வந்த ஆத்திரத்தை அடக்கிக்கொண்டு கிருஷ்ணன் நிதான மாகச் சொன்னான்.

"ஐஸே, வழக்கமான நாள் எண்டாலும் பரவாயில்லை. இண்டைக்கு இந்த ரிசர்வேஷன் விளையாட்டு வேண்டாம். அடி வாங்கி ஓடுகிற நாங்கள் எங்களுக்குள்ளை சண்டை பிடியாமல் ஒற்றுமையாகப் போவம்."

"ஒரு ஸீற்றை எடுத்துக்கொண்டு மற்றதை விடுமன்?" கோபால் கேட்டான்.

"ஏலாது... நாங்களெல்லாரும் ஒண்டாயிருந்து போக இவ்வளவும் வேணும்." இருக்கப் போன கோபாலை அவன் தடுத்தான்.

கிருஷ்ணனுக்குக் கண்மண் தெரியாமல் வந்தது. அவன் மேல் பாய்ந்தான், மறித்த கைகளைத் தட்டிவிட்டு.

"தள்ளி இர்றா!" நசிந்த விரல் தட்டுப்பட்டு லேசாக நொந்தது. "கிருஷ்ணன், பொறு பொறு" என்றான் கோபால்.

அதைக் கவனியாமல் கிருஷ்ணன் சொன்னான். "கோபால், நீ போய் அவயளைக் கூட்டிக்கொண்டா."

இரண்டு வரிசை தள்ளியிருந்த இடத்திலிருந்து ஒரு நடுத்தர வயது மனிதர் ஓடிவந்தார். கிருஷ்ணனைப் பார்த்துக் கையைக் கூப்பிக்கொண்டே,

"தம்பி! சண்டை பிடியாதையுங்கோ ராசா... நாங்கள் நல்லா அனுபவிச்சுப் போட்டு வாறம்... இனியாவது ஒற்றுமையா நிம்மதியாப் போவம்" என்றார்.

கிருஷ்ணன் கரைந்து போனான். அவர் எங்கோ இன்னும் தெற்கிலிருந்து வந்தவர் போலப்பட்டார்.

"மன்னிச்சுக் கொள்ளுங்கோ ஐயா, இனிச் சண்டை பிடிக்கேல்லை..."

16

ஏழே முக்காலுக்கு மணி அடித்தது.

"ஒரு படியா வெளிக்கிடப்போகுது." என்றார்கள் யாரோ.

"கதிரமலையானே, பத்திரமாக் கொண்டு போய்ச் சேர்த்துவிடு, அப்பு..." ஜெயதேவனின் தாய் கைகளை விரித்தா.

"கதிரைமலையானும் இங்காலதானே இருக்கிறார்... இனி நல்லூரானே, சந்நதியானே எண்டு கும்பிடுங்கோ..." கோபால் மெல்லச் சொன்னான்.

ரயில் கூவியது.

"இனித்தான் இருக்குது பயணம்."

மீண்டும் அந்த அறிந்திராப் புதுக்குரல்.

இவ்வளவு அவதிப்பட்டு வெளிக்கிட்டிருக்கத் தேவையில்லை என்றும் கிருஷ்ணனுக்குப் பட்டது.

***சமர்* – 1981**

ஆரைகள்

நேரம் ஆறரையாவது இருக்கும் போலிருந்தது. வேணி அடுப்படியில் அலுவலாயிருக்கிற அரவம் கேட்டது. மெல்ல விழித்த கண்களை மூடிக் கொண்டான். கண்களும் தலையும் லேசாக நொந்தன. உடம்பில் சூடாயிருக்கலாம். நேற்றிரவு நித்திரை வேறு குறைவு. சாப்பாடில்லாமலும் இரண்டு நாளைக்கு அவனால் இருக்க முடியும். ஆனால் ஒரு நாளைக்கு நித்திரை எட்டு மணித்தியாலத்திற்குக் குறைந்தாலும் அவனால் தாங்க முடியாது. அடுத்த நாள் பகல் ஒன்றும் ஓடாது. ஒரே அலுப்பாயிருக்கும். சில நேரம் காய்ச்சல் மாதிரியிருக்கும்.

படுத்தால் தூங்கிவிடுவான். அதேபோல் இத்தனை மணிக்கு எழும்ப வேண்டும் என்று நினைத்துப் படுத்தால் எலாம் வைத்தது மாதிரி எழும்பிவிட முடிகிறது. பத்துப் பதினைந்து நிமிஷம் முந்திப் பிந்தியிருக்கலாம். இது எப்படியென்று அவனுக்கு நெடுக ஆச்சரியமாயிருந்தது. என்றாலும் அப்படித்தான் நடக்கிறது.

இரவில் மாத்திரம் இடை நடுவில் நித்திரை குழம்பினால் பிறகு கண்களை மூடுவது பெரும்பாடாகி விடும். அந்த நேரம் பார்த்து இரவின் அமைதியில் எல்லா யோசனைகளும் தலை தூக்குகின்றன. வீட்டுக் கஷ்டம், வேலைக் கஷ்டம், நண்பர்கள் உறவினர்கள் அவ்வப்போது ஏற்படுத்தி விடுகிற நோக்காடுகள் – எல்லாம் அந்த நேரம் பார்த்து நினைவுக்கு வருகின்றன.

ஆனாலும் இந்த வேளைகளில் சில அருமையான யோசனைகளும் அவனுக்குள் தெறித்திருக்கின்றன. ஒரு பகல்பொழுதில் அல்லது சாதாரண இயந்திர முடுகலான நாளாந்த ஓட்டமொன்றின்போது இப்படியான சிந்தனைகள் பொறி தட்டியிருக்குமா என்பது ஐமிச்சமே. அலுவலக வேலை ஒன்றில், குடும்பப் பிரச்சனை ஒன்றில் – இப்படி இரண்டு சந்தர்ப்பங்களில். அவை அவனை வழி நடத்தின. தடைக்கற்களைப் படிக்கற்களாக்க முடிந்தது. இவ்விரண்டையும் யோசிக்கையில் சாமத்து விழிப்பைச் சகித்துக் கொள்ளலாமென்பது மட்டுமன்றி வரவேற்கலாம் போலவும் இருக்கும். ஆனால் தொல்லை அடுத்த நாள் விடிய எழும்பும்போதுதான். அவனறியாமலே அரை அல்லது முக்கால் மணித்தியாலம் கூடுதலாகத் தூங்கியிருப்பான். நேரத்திற்கு விழிப்புக் கொண்டால் அசதி வரும். நேற்றிரவு இப்படி இடையில் விழிப்புத் தட்டவில்லைத்தான். என்றாலும் படுக்கைக்குப் போக நேரமாகிவிட்டது.

கண்களை மீண்டும் மெல்லத் திறந்தான். இனித் தூக்கம் வராது. ஆனால் எழும்பவும் மனமில்லாதிருந்தது. ஆறரைமணிச் செய்திக்கான முன்னிசை பின்வீட்டு றேடியோவிலிருந்து மெல்லக் கேட்டது. கண்ணாடி யன்னல்களால் பழுப்பு ஒளி கசியத் தொடங்கியிருந்தது. இந்த யன்னல்கள்தாம் இந்த அறைக்கு அழகு. அது மட்டுமல்ல. அவைதாம் அறையை வாழ்விடமென்ற தகுதிக்கானதாக்குகின்றன. இந்த அறை, முன்னால் நாலடி அகலப் பல்கனி. இடப்பக்கத்தில் சின்ன சமையலறை, கீழே இறங்கினால் குளியலறை – இதற்கு வாடகை இருநூற்றைம்பது ரூபா. இந்த யன்னல்கள், தனியான கீழறை, பால்கனி மட்டத்திற் கெழுந்து உரசி ஆடுகிற வாழைத் தோகைகளின் கீழே மறைந்து விடுகிற கொழும்பு நகரின் வறட்டுத்தனம். இந்த மூன்றையும் கருதியே அவன் இந்த வாடகைக்கு ஒத்துக்கொண்டான். அவன் சம்பளத்துடன் பார்க்கும்போது அது கொஞ்சம் அதிகப்படிதான்.

யன்னல்கள் இரண்டடி இரண்டடியாக நாலு, தொடர்ந்தாற் போல. ஐந்தடி உயரம். கிழக்கே பார்த்தவை. நிலா இராக்களில் பின் வீட்டுக் கூரைக்கும் மேலாக நிலவொளியை உள்ளே வர அனுமதிப்பவை.

இந்த வாழையிலைகளெல்லாம் அலையலையாகப் படர்ந்து ஏதோ நிலவுலகத்திற்கு மேலே வான மண்டல வாழ்வு சித்தித்திருக்கின்ற பிரமை தருவன. ஆனைவாழை, கதலி, மொந்தன் எல்லாமிருந்தன. வீட்டுச் சொந்தக்காரரின் ஓய்வு நேரங்களும் இந்த மண்ணும் அவற்றை மதர்க்கவிட்டிருந்தன. அடிமரங்கள் இங்கிருந்து இலேசில் தெரியமாட்டா. தெரிந்தால்

தென்னை மாதிரியிருக்கும். இந்த இலைகளில் குறுக்கும் நெடுக்கும் ஓடித்திரிகிற அணிற்பிள்ளைகள், இருந்திருந்துவிட்டு வந்து ஒளிந்து கொள்கிற குயில்கள் – இவையெல்லாம் இந்தக் கொங்றீற்காட்டை மறக்கச் செய்வதில் அவனுக்கு எவ்வளவோ உதவி செய்கின்றன.

பக்கத்து வீட்டுக் கூரை முகட்டிலிருந்து மைனா பேசத் தொடங்கிவிட்டது. இவர்களுடைய இப்போதைய வாழ்வில் அழகு சேர்ப்பதில் இந்த மைனாக்களுக்கும் பெரும் பங்குண்டு. இதன் இணை, தெற்கே நிற்கிற இலவ மரத்தின் உச்சியிலிருந்து பதில் கொடுக்கும். இப்போதும் கொடுக்கலாம். எழுந்து பால்கனியில் நின்று பார்த்தால், வாழையின் பச்சை இலைகளின் மேல் – சுவரின் பிறைவளைவுச் சாளரத்தினடியில் – சித்திரம்போல இலவங் கொப்புகளும் அதன் ஒரு மூலையில் இலையோடோ காயோடோ மறைந்து மைனாவும் தெரியக்கூடும்.

இப்படியே கிடந்து மைனாவையும் வானத்தையும் வாழை இலைகளையும் அணிற்பிள்ளைகளையும் பார்த்துக்கொண்டு நாளைக் கழித்துவிட முடியாது. அன்றைய வேலைகள் நினைவுக்கு வந்தன. அலுப்பாயிருந்தது, எரிச்சலாயிருந்தது. நாளாந்தம் இதேபடிதான். ஆறே முக்காலுக்கு எழும்பினால் ஏழேமுக்காலுக்குள் வெளிக்கிடலாம். அரைமைல் நடந்தால் எட்டுமணிக்கு பஸ் – எட்டு மணியென்றால், பஸ் எட்டுக்கு வந்துவிட வேண்டுமென்றில்லை. எட்டேகாலும் ஆகலாம். அடைத்து நெரித்துக்கொண்டு வரும். ஏறமுடிந்தால் பெரிய அதிர்ஷ்டம். ஏறுதழுவலை நினைவூட்டும். குளிப்பது, துவைத்த துணி அணிவது என்பனவற்றையெல்லாம் இந்த பஸ் பயணம் அர்த்தமற்றதாக்கி விடுகிறது. எட்டே முக்காலுக்குள்ளாவது போய் இறங்கிவிட்டால் போதும். பிறகும் பத்து நிமிட நடை இருந்தது. அவன் வேலை ஒன்பது மணிக்கு. வேலையென்றால் ஒரே வேலை. நாள் முழுதும். மாத முழுதும் வருட முழுவதும் – வேலையில் சேர்ந்த நாளிலிருந்தே ஒரே வேலை. ஒரே மாதிரியான வேலை.

சகாக்கள், தொழிற் சங்கம், இவைதாம் அந்த அலுவலகத்தை அவனளவில் உயிர்த் துடிப்புள்ளதாக ஆக்குபவை. பின்னேரம். ஐந்துக்குப் புறப்பட்டால் வீடு வர ஐந்தரையாகும். தேநீரின் பின் குளித்து மீண்டும் வேணியுடன் புறப்பட்டால். சாமான் வாங்குகிற வேலைகளும் முடிந்த மாதிரியுமிருக்கும், உலவியது மாதிரியுமிருக்கும் – கார் பஸ் புகைகளில், தெருவின் நெரிபாட்டில், எதிரே கண்ணைக் கூசப்பண்ணி வருகிற வாகனங்களில், மோதிவிடுகிறமாதிரி வருகிற சைக்கிள்களில், இந்த 'உலவுகிற' என்பதன் அர்த்தம் அடிபட்டுப் போனாலும். மழை நாட்களில் இதுவும் கிட்டாது – வருடத்தில் பாதி, மாலை மழை.

எட்டுமணிக்குப் பிறகு வீடு வந்தால் அப்பாடா என்று கையைக் காலை நீட்ட முடிகிறது. வாடகையின் கடூரத்தையும் வீட்டுக்கார ஆட்களின் சில்லுண்டித் தனங்களையும், கொழும்பின் வறட்சியையும் மீறி, அவர்களுக்கு நல்லதொரு இல்லமாய் இந்த அனெக்ஸ் அமைந்தது. இதுதான் ஆறுதல். இது, இந்த இல்வாழ்வு. எட்டு வருடமாய் அவனை அவளும் அவளை அவனும் பார்க்கிற வாழ்வாய்த்தானிருந்தாலும் – அவர்கள் இருப்பிற்கு ஒரு பரிமாணம் கொடுத்தது.

இந்த எட்டிற்குப் பிற்பட்ட வேளைகளே அவன் விரும்புவன. அவளுக்கும் அப்படியாய்த்தானிருக்கும். அமைதி, ஓய்வு, புத்தகங்கள். படுக்க முன் ஒரு மணிநேரமாவது படித்தால்தான். தின்றது செமித்தது போலிருக்கும். அன்றைய தினம் ஒழுங்காய் முடிந்த உணர்ச்சி வரும் நகரிலிருந்த நான்கு முக்கிய நூலகங்களில் அவன் சேர்ந்திருந்தான்.

இந்த வாழ்வில் அழகுகளைச் சேர்க்க அவர்கள் முயன்றார்கள். இந்த இல்லம், யன்னலிற் படரவிட்ட 'மணிப் பிளான்ற்' கொடி, சின்ன மீன்தொட்டி, பல்கனி, ஆகாயத்து நீலமும் வாழைப் பச்சையும், ஈர்த்துக்கொள்கிற புத்தக ஈடுபாடு, எட்டு மணிக்குப் பிற்பட்ட வேளை – இவையெல்லாம் அவர்கள் தேடியவையே.

வேணி வருகிற ஓசை கேட்டது. கண்களைத் திறக்காமலே கிடந்தான். அருகே வந்து மெல்லத் தட்டினாள்.

கண்களைத் திறந்தான்.

"எழும்புங்கோ . . ." என்றாள் வேணி. "ஏழு மணியாகப் போகுது."

"ம் . . ."

அவள் திரும்ப சமையலறைக்குப் போனாள்.

இன்று காலையில், இந்த நேரத்தில் அவன் வித்தியாசமான வனாயிருந்தான். எல்லாம் வீண் என்று பட்டது. எதனாலென்று தெரியவில்லை . திரும்பத் திரும்ப இதே நாட்கள். இதே மாதிரி. ஒரு கிழமை லீவு போட்டுவிட்டு இருவருமாக யாழ்ப்பாணம் போய் வந்தாலென்ன என்று யோசனை வந்தது. ஆனால் இந்த மாதம் முடியும்வரை இன்னும் மூன்று வாரங்களுக்கு லீவெடுப்பது சிக்கலான காரியம் என்பதும் கூடவே நினைவு வந்தது. மண்ணாங்கட்டி வேலையும், மண்ணாங்கட்டி சீவியமும்.

ஆறேமுக்கால் இருக்கலாம். நிமிர்ந்து படுத்தான். குளிர் இன்னமும் பலமிழக்கவில்லை. மைனா தன்பாட்டில்

பேசிக்கொண்டிருந்தது. அவனுக்கு இன்றைய வேலைகளெல்லாம் நடைமுறை வரிசையில் நினைவுக்கு வந்தன. கோப்பி, பிரஷ். – குளியலறை. சாப்பாடு. உடுப்பு. நடை. பஸ். புழுதி. புழுக்கம். அவதி... தன்மேலேயே ஆத்திரமாயிருந்தது. நான் ஒரு முட்டாள். இந்த முப்பத்திரண்டு வருடமாக வெட்டிக் கிழித்தது என்ன? இப்போது நேரமாகிறது என்று அவதிப்பட்டுத்தான் எதைக் காணப்போகிறேன்?

வேணி திரும்ப வந்தாள்.

"எழும்பியாச்சா? என்ன... ஏதும் சுகமில்லையே?"

"ம்ம்..."

தனக்கு இரண்டு தடவையும் பதிலில்லாமல் போனதில் அவள் பாதிக்கப்பட்டிருக்க வேண்டும். பேசாமல் போனாள்.

எழும்பினான். ஏழு ஐந்து. படத்தருகில் ஒரு நிமிஷம் கண்மூடி நின்றுவிட்டுச் சமையலறைக்குப் போனான். கோப்பியுடன் பல்கனிக்கு வந்தபோது மைனா கூரையில் தானிருந்தது. ஆனால் பேசவில்லை.

கழுத்தை இடுக்கி மேற்கே தலையைச் சாய்த்து ஏதோ கவலை மாதிரிக் குந்தியிருந்தது. தெற்கே இலவமரம் தெரிந்தது. அதன் பின்னால் கருமேகங்கள் அணிவகுத்திருந்தன. மேகமூட்டம் மேற்கிலும் அடர்ந்து தெரிந்தது. இந்த மந்தாரம் அவனை மேலும் வெறுமை கொள்ளச் செய்தது.

இன்றாவது லீவு போடலாமா என்று யோசித்தான். முடியாது என்று பட்டது.

2

இந்தப் படிகள் சுருள் படிகள். இரண்டடி அகலம் வரும். கொங்கிறீட்டில் கட்டி வெள்ளை அடித்திருந்தது. வீட்டில் ஒரு பகுதியைத் தனியாக வாடகைக்கு விட வசதியாகப் பின்னர் கட்டியிருக்க வேண்டும். ஏறும்போது எவருக்கும் மூச்சு வாங்கும். இறங்கும்போது அடி அடியாய் வைக்க வேண்டும். கீழே முற்றம் அழகாயிருந்தது. வெள்ளை மணல் – விளக்குமாற்றுக் கோலம். வரம்பெல்லாம் பூஞ்செடிகள். வீட்டைச் சுற்றிக்கொண்டு முன்புறம் வருகிற இந்தப் பாதை இவர்களுக்கானது. இதுகூட இரண்டடிதான். நடந்தான்.

சடபடவென்று சத்தம் கேட்டது. வாழைப் பாத்திக்குள் எங்கோ சுருட்டிக்கொண்டு கிடந்த வீட்டுக்காரரின் நாய் இவனைக் கண்டதும் உடம்பைச் சிலிர்த்துக்கொண்டு எழுந்து

அவசரமாய் வந்தது. செம்மஞ்சள். ஏதோ கலவனாம். அவனுக்கு நாய்களைப் பிடிப்பதில்லை. அதிலும் வேலை வினைகெட்டு வளர்க்கிறவர்களின் செல்லங்களாகி விளையாடுகிற இந்தப் பிராணிகளில் வெறுப்பே வருகிறது. இதற்கும் இந்த வீட்டில் நடவாத நடப்பு. கிட்ட வந்தாலே ஒரு சிணியும் இறைச்சி மணமும் எப்போதும் அடிக்கின்றன. இப்போதும் அடித்தன.

இந்தக் கழுதைக்கு நான் கேற்றைத் திறக்கப் போகிற சங்கதி எப்படி எப்போதும் விளங்கிவிடுகிறது? ஒவ்வொரு தரமும் இதை வெளியில் விட்டுவிடாமல் கேற்றைத் திறந்து சார்த்துவது பெரும்பாடு. கிடைக்கிற நீக்கலில் தலையை நுழைத்துவிடும். போதாக்குறைக்கு அதன் உடம்பெல்லாம்கூடக் காற்சட்டையில் தேய்த்துவிடுகிறது. அதற்கு இப்போது குட்டைவேறு பிடிக்கத் தொடங்கியிருக்க வேண்டும் என அவன் நம்பினான்.

தெரு அளப்பதில், ஒழுங்கை முகப்பிலிருந்த குப்பைத் தொட்டியை அளைவதில், தெருக்கரைப் புற்களை அவசரமாக மோப்பம் பிடிப்பதில், ஓடி ஓடி ஒவ்வொரு மரமாகப் பார்த்துப் பின்னங்காலைத் தூக்குவதில், அடுத்தடுத்த வீட்டு அல்சேஷன்களின் குரல்களில் வெருண்டோடுவதில் – எல்லாம் இதற்குப் பரமானந்தம் ஒன்று கிடைப்பது நன்றாகத் தெரிகிறது. அல்லது அதன் மட்டில் இதுதான் சுதந்திரமோ? எக்காரணம் கொண்டும் இதை வெளியில் வரவிடக் கூடாது என்பது முதலில் வேண்டுதலாகவும் பிறகு வெருட்டலாகவும் வீட்டுக்காரரால் அவனுக்கு விடப்பட்டிருக்கிறது.

பாதை முடிகிற இடத்தில் புற்றரை. பத்தடிக்குப் பத்தடி சதுரமாக வளர்ந்த புல். அதைத் தாண்டினால் கேற். இவ்வளவு நேரமும் பின்னால் வந்துகொண்டிருந்த நாய். இப்போது முந்திக்கொண்டு கேற்றடிக்கு ஓடியது. கொழுக்கியில் அவன் கை வைக்கு முன்பே மூக்கை நுழைத்தது. மேலிற் பட்டு விடாமல் விலகி நின்று கொழுக்கியைக் கழற்றினான். கேற்றை மெல்ல நீக்கினான். ப்றூணோ விழுந்தடித்து நுழைந்து அவன் மறிப்பதற்குள் ஒழுங்கையில் பாய்ந்தது...

இப்போது பயப்படாமல் கேற்றைத் திறந்தான். வெளியே வந்து கொழுக்கியை மாட்டினான்.

“மிஸ்டர்...” என்று காரமான குரல் கேட்டது.

வீட்டுக்காரரின் மனைவி முன் கதவடியில் நின்றா.

“என்ன, எங்கட நாயை நீங்கள் வெளியாலை விட்டிட்டுப் போறீங்கள்?”

மனுசியின் முகம் கோபத்தில் கோணியிலிருந்தது. உள்ளுக்கிருந்து பார்த்துவிட்டு வந்திருக்க வேண்டும். அந்தக் கேள்விக்கு என்ன சொல்வதென்று புரியவில்லை.

"ஓம்..." என்றான்.

மிஸிஸ். பஞ்சாட்சரத்திற்கு ஆத்திரம் உச்சிக்கு ஏறியிருக்கலாம். "இனி அதைப் பிடிக்கிறது ஆர்?"

"நான் போக விடேல்லை. தானாகத்தான் ஓடினது."

"அதை வெளியாலை விடாமல் போகத் தெரியாதா?"

"அதெப்படி? எனக்கு முதல் அது ஓடுதே..."

"வேணுமெண்டு போகவிட்டிட்டு இப்ப சொல்றீர்" வயதுக்கு எவ்வளவோ மூத்த மனுசிதானென்றாலும், 'ங்கள்' இப்போது 'ர்' க்கு இறங்கிவிட்டதில் அவனுக்கும் சினம் கனன்றது.

"அதை நீங்கள் கட்டி வைக்க வேணும்..."

"கட்டிக்கொண்டிருக்க வேற வேலை இல்லையா?"

"எனக்கும் நாய் பிடிக்கிற வேலை இல்லை."

மனுசி கோபத்தில் ஒரு நிமிடம் குழம்பி நின்றது தெரிந்தது.

"பின்னேரம் அவர் வரட்டும்... நீங்கள் கெதியா வேற இடம் பாருங்கோ."

"அவர் வரட்டும். கதைப்பம்..." அவன் சொன்னான்.

"ஆனால் கெதியா வேற இடம் பார்க்கேலாது... மூன்றுமாத நோட்டீஸ் நீங்கள் தரவேணும். அது, முந்தி ஒப்புக்கொண்ட விஷயம்."

இது அமைதியான தனி ஒழுங்கையாயிருப்பதில் ஒரு நன்மை. இந்தச் சண்டையை அதிகம்பேர் பார்த்திருக்க முடியாது. மிஞ்சிப் போனால் பக்கத்து வீட்டுக்கும் முன் வீட்டுக்கும் கேட்டிருக்கலாம். ஆனால் அவர்களுக்கு அவனிலும் பார்க்க அதிகமாக இந்த மனுசியைத் தெரிந்திருக்கும்.

வேணிக்கு நிச்சயமாகக் கேட்டிராது. ஆனபடியால் போய் விளங்கப்படுத்தத் தேவையில்லை. பின்னேரம் வந்து சொல்லிக் கொள்ளலாம்.

இந்தப் பிரச்சினையில் ஐந்து நிமிஷம் வீணாகிவிட்டது. காலையின் புத்துணர்வும் கெட்டுவிட்ட மாதிரியிருந்தது. அவன் நடக்கத் தொடங்கினான்.

3

ஒழுங்கை அமைதியாக இருந்தது, அந்த அமைதியே அழகாகவும். எதிரே ஐம்பது யார் தூரத்தில் கொழும்பு பரபரத்துப் பறந்து கொண்டிருந்தது. ஒரு ராட்சத ரீ.வி.யில் மாதிரித் தெரு தெரிந்தது. ஒழுங்கை வந்து மிதக்கிற இடத்தில் இடப்புறம் தபாற்பெட்டியும் வலப்புறம் குப்பைத் தொட்டியும் காவல். கிழக்கே திரும்பி நடந்தான். வெயில் முகத்திலடித்து எரிந்தது. அதிலும் கூடுதலாக மனம்!

எழிய குணம் – என்னதான் பெரிய மனுஷ வேஷம் போட்டாலும் உள்ளேயிருக்கிறது சூத்தைதான்.

வேணி, பாவம். இப்படியான ஆட்களுக்கு நடுவில் நாள் முழுவதையும் கழிக்க வேண்டியிருக்கிறது. அவன் திரும்பி வருகிறவரை ரேடியோவும் புத்தகங்களுமே கதி. சில நேரம் மைனாக்களும் வரலாம். ஆனால் மைனாக்கள் மத்தியானத்தில் வருமா என்பது அவனுக்கு நிச்சயமாய்த் தெரியவில்லை.

யாழ்ப்பாணத்துச் சனங்களென்று நம்பி வந்ததெல்லாம் பிரயோசனமில்லை. வாடகைக்கு அனெக்ஸ் தேடுகிறபோதெல்லாம் வீட்டுக்காரர்களும் யாழ்ப்பாணத்து ஆட்களில் வாரப்பாடு காட்டுவதை அவன் கண்டிருந்தான். ஆரம்பத்தில் இது ஒரு பெருமை தரக்கூடிய விஷயமாகவும் பட்டது.

பிறகு இந்தத் 'தேடல்' அனுபவ முதிர்ச்சியின் பின்தான் விஷயம் புரிந்தது. யாழ்ப்பாணத்து ஆட்களை 'எழுப்புவது' சுலபம். சண்டை சச்சரவு, கோடு, முறைப்பாடெல்லாமிராது. பயந்து உடனே விட்டுவிடுவார்கள். இதுதான் அந்தப் பரவலான பிரியத்தைக் கொடுக்கிறது.

இந்த அனெக்சுக்கு வந்து இரண்டு வருஷமாகிவிட்டது. முதல் வருஷத்தில் பிரச்சினைகளேயில்லை. இப்பொழுது இலேசு இலேசாகத் தலை தூக்குகின்றன. இன்று கொஞ்சம் அதிகம்தான். இனி அனேகமாக அடுத்த வருஷத்துக்குள் விட்டுவிட வேண்டிய நிலை வரலாம். அப்படி விடச் செய்வதில் வீட்டுக்காரர்களுகக் ஆதாயமுண்டு. இந்த ஒரே பகுதி தொடர்ந்து இருந்தால் வாடகையெல்லாம் ஒப்புக்கொண்ட தொகைதான் வரும். கூட்டுவது கஷ்டம். ஒரு 'பிடி' வேறு. இவையெல்லாம் இந்தக் கூடியபட்ச மூன்றாண்டு விதிகளால் தகர்க்கப்பட்டு விடுகின்றன. அடுத்த வருஷம் புதிய ஆட்கள் வரும்போது வாடகை முந்நூற்றைம்பதோ நானூறோ என்று ஆக்கலாம். ஏற்கெனவே இருப்பவர்களிடமெல்லாம் இப்படி அதிகரித்துவிட முடியாது.

இந்த இடத்தை விட்டால் பிறகு எங்கே போக வேண்டி யிருக்கும்? அதெல்லாம் தெரியாது. சொல்ல முடியாது. மூன்று மாத நோட்டீஸ் கிடைத்தவுடன் தெரிந்தவர்களிடம் சொல்லி வைக்க வேண்டும். இரண்டு மாதமே மீதி என்றிருக்கும் போது தரகர்களைத் தேட வேண்டும். கடைசி மாதத்தில் ஒவ்வொரு ஞாயிறும் விடிய விடிய எலாம் வைத்தெழும்பி ஒப்ஸேவரும் கையுமாய் – கடனோ உடனோ பட்டு – பொக்கற்றில் சில ஆயிர அட்வான்சும் கொண்டு கொழும்பைச் சுற்றிப் பறக்க வேண்டும். மூலைக்கு மூலை. 'அந்த லேன் எங்கே,' 'இந்த மாவத்தை எங்கே,' 'இது என்ன நம்பர், எத்தனை அறை, எது பாதை, எவ்வளவு அட்வான்ஸ்.' இதெல்லாம் ஒரு சடங்காகவே நடக்கும்.

அநேகமான இடங்களில் சொல்வார்கள் – முக்கியமாகத் தமிழ் வீடுகளில் – 'எங்களுக்குக் காசு முக்கியமில்லை. ஆட்கள் தான் முக்கியம். துணை, துணைதான் தேவை. நல்ல ஆட்கள். யாழ்ப்பாணமா? மிக நல்லது. உங்களைப் பார்க்கத் தொல்லை இல்லாதவர்களாகவே படுகிறது. அட்வான்ஸை உடனே தர வேண்டும். வாடகையெல்லாம் முதலாம் திகதியே தந்துவிட வேண்டும். விளக்குகளெல்லம் பத்து மணிக்குள் நூர்த்துவிட வேண்டும். விருந்தாளிகள் வரப்படாது. விறகு அடுப்பு எரிக்கப் படாது.'

இந்தத் 'துணை' என்கிற சங்கதி சுவாரஸ்யமானது. அது எப்போதும் ஒருவழிப் பாதை. முக்கியமாக வீட்டுக்காரர்கள் வெளியூருக்குப் போகும்போது வீட்டைப் பார்த்துக்கொள்ள வேண்டும். இரவில் குறிப்பிட்ட நேரத்திற்கு எல்லா விளக்கு களையும் போட்டு அணைக்க வேண்டும். அல்லது கள்வர்களுக்கு வீட்டில் ஆட்களில்லாதது தெரிந்துவிடும். இனி, இப்படி நாய்களுள்ள வீடென்றால் பாண் வாங்கிப் போட வேண்டும். இதெல்லாம் உதவி – இதைச் செய்பவர்கள் துணைகள்.

இந்தக் கண்றாவியையெல்லாம் பார்க்கும்போது, கல்யாணமாகிக் கொழும்பிற்கு வந்தபோதே சின்னதாக ஒரு வீட்டை வாங்கியிருக்கலாம் என்றுபடும். அப்பொழுதெல்லாம் விலை இப்படி ஏறியிருக்கவில்லை. பலபேர் செய்தது மாதிரி ஊரிலிருந்த காணியை – வீட்டை விற்றுவிட்டு இங்கே வாங்கி யிருக்கலாம். ஆனால் அவன் அதை விரும்பவில்லை. முட்டாள் வேலை, வேணியும் நினைத்தாள். ஐம்பத்தெட்டுக்குப் பிறகு கொழும்பில் வீடு வாங்கியவர்கள் மூளையில்லாத வேலை செய்தவர்கள் என அவன் முடிவு. இதை எழுபத்தேழும் நிரூபித்தது.

எழுபத்தேழு கலவரத்தில் இந்த இடத்திற்கு வந்தாயிற்று. அந்த நாட்களை நினைத்தாலே வயிற்றுக்குள் ஏதோ செய்கிறது.

அசோகவனம் அல்லது வேலிகளின் கதை

இங்கே இருக்கவும் முடியாமல் அகதி முகாம் நெரிசலும் பிடியாமல், வருவது வரட்டுமென அவனும் வேணியும் ரயிலில் போனார்கள். வேணி துணிச்சல்காரிதான். கடவுள் புண்ணியத்தில் பத்திரமாகப் போய்ச் சேர்ந்தார்கள். இத்தனைக்கும் பஞ்சாட்சரம் குடும்பம் அங்கே போக்கிடமில்லாமல் இந்த வீட்டை விட்டு வரவும் முடியாமல் இங்கேதானிருந்தார்கள்.

திரும்பிவர மூன்றோ நாலோ மாதங்களாயின. ஊரிலிருந்து ஒரு காலை ரயிலில் புறப்பட்டுப் பிற்பகலில் இங்கே வந்து வீடெல்லாம் துடைத்துத் துப்புரவாக்கிக் குளிக்க இரவு பத்து மணியானது. கொழும்புடன் மீண்டும் ஒட்டிக்கொள்ளக் கொஞ்ச நாட்களாயின.

அந்த நாட்களில் பஞ்சாட்சரம் குடும்பம் அண்ணையோ, தம்பியோ என்றிருந்தார்கள். கலவர நினைவுகள் மங்க மங்க, உறவும் தூரப் போனது. 'நீ குடியிருப்பாளன். நான் வீட்டுக்காரன்.'

இன்னொரு எழுபத்தேழு வருமா? நினைக்கவே பயமாயிருந்தது.

சந்தி திரும்பியதும் பஸ் தரிப்புத் தெரிந்தது. முகத்தில் சுட்ட வெயில் இப்போது இடக் கன்னத்தைப் பதம் பார்த்தது. தரிப்பில் வழமையான கூட்டம் இல்லை. இப்போதுதான் பஸ்ஸோ, பஸ்களோ போயிருக்க வேண்டும். நேரத்தைப் பார்த்தான். சரியாக ஐந்து நிமிஷம், வழமையான நேரத்திலும் பிந்தியிருந்தது. நஷனல்காரச் சிவலை மனிதர். நரைத் தலை, சூட்கேஸ்காரர். சளசளக்கிற மூன்று பெண்கள் இவனுடன் பழக்கமாகிவிட்ட சிங்கள இளைஞன் – பெயர்கூட இன்னும் தெரியாது – இவர்களைக் காணவில்லை. வழக்கமான சக பிரயாணிகள். அந்த பஸ் போய்த்தானிருக்க வேண்டும். அவன் கொஞ்சம் பிந்த, பஸ் கொஞ்சம் முந்தியிருக்கிறது. அவ்வளவுதான்.

4

இன்றைக்கு எழுந்ததிலிருந்து பட்ட கஷ்டமெல்லாவற்றிற்கும் ஈடு மாதிரி எதிரே தெரிந்தது. நன்றாகப் பார்த்தான். தூரத் திருப்பத்திலிருந்து மேலேறி இரைந்து வருகிறது. அவன் பஸ்தான். போதாக்குறைக்கு நெரிசல் இல்லாமல் வருவது மாதிரியும் இருக்கிறது.

தெரு விளக்குத் தூண் நிழலிலிருந்து வெளிவந்து கையை நீட்டினான். அவன்தான் ஒரே ஆள், இதில் ஏற. பஸ் லீவாக இருந்தது. வாசலுக்கு நேர் இருக்கையில் உட்கார்ந்தான். எல்லாமாக ஏழெட்டுப் பேர்கூட இல்லை. இந்த நேரத்திற்கு இப்படி ஒரு பஸ் வருகிறது இவ்வளவு நாளும் எப்படித் தெரியாமல் போயிற்று?

ஸீஸன் ரிக்கற்றை எடுத்துக்கொண்டிருந்தபோது, "ஹலோ கிருஷ்ணா . . ." என்று அருகில் கேட்டது. யார்? பையை மூடிக்கொண்டு நிமிர்ந்தான்.

கொண்டக்டர், சிவா!

"ஹலோ சிவா." ஆச்சரியமாய் இருந்தது. சந்தோஷமா யிருந்தது. சிவாவை இங்கே இந்த நேரத்தில். இந்த வெறும் பஸ்ஸில் சந்தித்தது வலு சந்தோஷமான சங்கதிதான்.

ஊரவன், பால்யகால நண்பன். எவ்வளவு காலத்திற்குப் பின் – கிட்டத்தட்ட ஒரு வருஷத்துக்கு முன்பாக ஒரு நாள், இதே இடத்தில், இதே ரூட் பஸ்ஸில் – சிவாவைச் சந்தித்தான். ஆனால் அப்போது மத்தியானம். பஸ் நிரம்பி வழிந்தது. இருவரும் பேசமுடியாதிருந்தது. போதாக்குறைக்கு அன்றைக்கு இந்த சிவா புதிரொன்றை வேறு போட்டுவிட்டுப் போயிருந்தான். இன்றைக்குக் கேட்கலாம்.

"எப்படி கிருஷ்ணா, அண்டைக்கும் கதைக்க முடியாமல் போச்சு." சிவா ஸீற்றில் இவனைப் பார்த்தபடி குந்தினான். ஸீஸன் ரிக்கற்றை நீட்டிய கையைப் பிடித்துக்கொண்டான். "இங்கை கிட்டத்தானா இருக்கிறீர்?"

கிருஷ்ணன் இடத்தைச் சொன்னான். சிவா ரிக்கற்றில் அடையாளம் பண்ணிக் கொடுக்குமட்டும் பார்த்திருந்தான்.

"நீர் இந்த ரூட் தானா? எவ்வளவு காலம்?"

"இல்லை நான் பிலியந்தலை. இண்டைக்கு மட்டும் இந்த ரூட்... இந்த பஸ்ஸையும் அரைவாசியிலை திருப்பி விட்டிருக்கு."

"இண்டைக்கு மட்டுந்தானா?" கிருஷ்ணனுக்கு ஏமாற்றமா யிருந்தது.

"சரி. பிறகெப்படி? சொல்லும்..." சிவா கேட்டான்.

"நீர்தான் சொல்ல வேணும். உம்மட்டத்தான் முக்கியமான ஒரு விஷயம் கேட்க வேணும்."

"அதென்ன?" சிவாவுக்கு ஆச்சரியம் வந்திருக்கும்.

பஸ் அடுத்த தரிப்பில் நின்றது. இரண்டு பேர் ஏறினார்கள். சிவா எழுந்து மணியை அடித்துவிட்டு அவர்களுக்கு ரிக்கெற் கொடுக்கப் போனான். கிருஷ்ணனுக்கு ஏமாற்றமாயிருந்தது. போனமுறை போலத்தான் இம்முறையும் நடக்கப் போகிறது போலிருக்கிறது. கதைக்க நேரம் கிடைக்கப் போவதில்லை.

சிவாவுக்கு முன்வழுக்கை பளபளத்தது. தாடியும் மீசையும் அடர்ந்திருந்த சிவந்த முகத்திற்கு இந்த வழுக்கை நன்றாய்த் தானிருக்கிறது. சிவா சரளமாகச் சிங்களம் பேசுகிறான். இவ்வளவு வேகமாக அவன் தமிழிற்கூடச் சின்னவயதில் பேசிய ஞாபகமில்லை. இதைத்தான் போன தடவை கேட்க முடியாமல் போனது. சிவா ஏன் தமிழ்ப் பிரயாணிகளுடன்கூடச் சிங்களத்தில் பேசுகிறான்? தமிழர்கள் என்று நிச்சயமாகத் தம்மை அடையாளங் காட்டுகிறவர்களிடம்கூட?

அவனுக்குக் காது குத்தியிருக்கிற துவாரம் தெரிகிறதா என்று கிருஷ்ணன் பார்த்தான். இங்கிருந்து வடிவாகத் தெரியவில்லை. பஸ் அடுத்த முடக்கில் திரும்பியது. கைபிடிக் கம்பிகளைப் பற்றாமலே சிவா அநாயாசமாக இவனை நோக்கி வந்தான். "தள்ளியிரும்," இவன் பக்கத்திலேயே உட்கார்ந்தான். காது குத்தியிருக்கவில்லைத்தான்.

"என்ன கேட்கப் போறதெண்டு சொன்னீர்?" சிவாவின் குரல் கொஞ்சம் சப்தம் குறைந்திருந்ததாக இப்போது பட்டது.

"நீர் ஏன் தமிழ் ஆட்களோடுகூட சிங்களத்திலை பேசுறீர்?"

"இவையள் தமிழ் ஆட்களா?" சிவா ஒரு சீற் தள்ளியிருந்த அந்த இருவரையும் பார்த்தான்.

"இல்லை. அவையில்லை. ஆனா, போன முறை கவனிச்சன்." சிவா சிரித்தான்.

"இது என்ன கிருஷ்ணா... உமக்குத் தெரியாதா?"

"என்ன?"

"நான் எந்தெந்தத் தொங்கலெல்லாம் போய்வர வேண்டியவன்... இன்னாரெண்டு தெரிஞ்சால் சிக்கல்தானே?"

கிருஷ்ணனுக்குக் கோபம் வந்தது. "உமக்குத் தாழ்வு மனப்பான்மை."

சிவா இப்போதும் சிரித்தான்.

"இருக்கலாம்... எனக்கு மட்டுமில்லை. அது எங்கட சனத்துக்கே நல்லா ஏற்படுத்தப்பட்டிருக்கு. ஆனா என்னைப் பொறுத்தளவில் இன்னொரு காரணமும் இருக்கு."

"என்னது?"

"பயம்!"

கிருஷ்ணன் ஒரு நிமிஷம் பேசாமல் சிவாவைப் பார்த்தான்.

"ஸொறி, சிவா." கிருஷ்ணன் சொன்னான்.

"நீர் சொல்றது சரிதான். நான் கேட்டதுக்குக் கோபியாதையும்."

"இதுக்கென்ன கோபம்? ஒரு நாளைக்கு எத்தனையோ தரம் இந்தக் கேள்வி எனக்குள்ளையே வருகுதுதானே?"

சிவா மீண்டும் கிருஷ்ணனின் கைகளைப் பிடித்தான்.

பஸ் தடங்கலில்லாமல் ஓடிக்கொண்டிருந்தது. உள்ள சனத்தையெல்லாம் முன்னால் போனது அள்ளிக்கொண்டு போயிருக்கும்.

கிருஷ்ணனின் இடம் நெருங்கிக்கொண்டு வந்தது.

"நான் இறங்க வேணும், சிவா இனி இந்த ரூட்டிலை எப்ப வருவீர்?"

"அது சொல்லேலாது."

"அப்ப... வீட்டை வாருமன் ஒரு நாளைக்கு... விலாசம் இப்ப தெரியுந்தானே?"

"கட்டாயம்." சிவா தானே எழும்பி மணியடித்தான்.

5

வழமையான நேரத்திற்கே வந்து இறங்கியாயிற்று. இந்த பஸ் இப்படி ஒவ்வொரு நாளும் வந்தால் எவ்வளவு நன்றாயிருக்கும்!

இப்போது ஆறுதலாகவே நடக்கலாம். அவதிப்படத் தேவையில்லை. வெயில் இன்னமும் சுட்டது. தலையைத் திருப்பி அண்ணாந்து பார்த்தான். மேகங்கள் இங்குமிருந்தன. மைனாக்களின் நினைவு வந்தது. வேணிக்கு அப்போது நான் போட்ட சத்தம் கேட்டிருக்குமா? கேட்டிருந்தால் தவித்துக் கொண்டிருப்பாள்.

பஞ்சாட்சரம் குடும்பங்கூட பாவமென்றுதான் இப்போது படுகிறது. ஒரு நாய்க்காக இவ்வளவு கத்தியிருக்க வேண்டிய தில்லை. அவர்கள் செய்த முட்டாள் வேலை, ஊரைவிட்டு இங்கு வேரூன்ற முயன்றது. ஆனால் ஒரு விதத்தில் பார்க்கும்போது அதைக்கூடப் பிழையென்று சொல்ல முடியாது. இதுதான் தலைநகரென்றிருக்கிறபோது எங்களுக்கும் இங்கே உரித்து இருக்கிறதுதான்.

நடைபாதைகள் என்று இந்தத் தெருவில் இல்லை. இரண்டு பக்கங்களிலும் புடைத்துப் பருத்த வாகைகள். இன்னும், காட்டுத் தீ மரங்கள். மஞ்சளும் சிவப்புமான இதழ்கள் உதிர்ந்து கிடந்தன.

அசோகவனம் அல்லது வேலிகளின் கதை

அடுத்த மரத்தடியில் விலகி நடக்க வேண்டும். கொக்குகளுக்கும் காகங்களுக்கும் விருப்பமான இடமாக அது திகழ்கிறது. கீழே தார் ரோட்டெல்லாம் வெள்ளையடித்த மாதிரி இருந்தது. நாற்றம் மூச்சு விடச் சங்கடப்படுத்தியது. அவசரமாகத் தாண்டினான். மாலைகளிலென்றால் இப்படிக் கீழே நடப்பதுகூட ஆபத்து. மழை நாட்களில் இன்னும் மோசம்.

இந்த இடத்தோடும் இந்தத் தெருக்களோடும் பத்து வருடங்களுக்கு மேலாகப் பரிச்சயம். ஆனாலும் எழுபத்தேழுக்கு முன்னிருந்த ஒட்டுதல் இப்போதில்லை என உணர முடிகிறது. ஒரு அந்நியம் தெரிகிறது. யாரோ பின்னால் விரைந்து வரும் சப்தம் கேட்டது. திரும்பிப் பார்த்தான். நல்லலிங்கம்.

"வரட்டா, தம்பி? நேரமாச்சு."

"ஓமோம்..." என்று விடை கொடுத்தான். ஓடாத குறையாகத் தாண்டிப் போனார். அடுத்த கந்தோரில் வேலை செய்கிறவர். எட்டே முக்காலுக்கு இங்கு நிற்கவேண்டிய ஆள். வத்தளையிலிருந்து வர வேண்டும். குடும்பம் மட்டக்களப்பில். தனியாகச் சமைத்துச் சாப்பாடு கட்டிக்கொண்டு பஸ்ஸையும் பிடித்து இவ்வளவு தூரம் வருவதென்றால் கஷ்டந்தான். உழைப்புக்காக ஊரைவிட்டு வந்து இப்படி அல்லல்படுகிற எங்கள் ஆட்கள் எல்லோருமே பாவந்தான். இது ஏன் இப்படியானது?

சிவா சொன்ன பதில்கூடச் சின்ன விஷயமில்லை என்றுதான் படுகிறது. தான் என்ன செய்யலாம் – இந்த இழுவையில் அகப்பட்டுப் போகிற ஒரு துரும்பு?

எதிரே பதுர்தீனின் வண்டிக்கடை நின்றது. தள்ளுவண்டியில் சோடா, சிகரட், வெற்றிலை, இனிப்புகள், எல்லாம் வைத்துக் கொண்டு பதுர்தீன் வியாபாரம் செய்கிறார். இதுதான் அவர் இடம். இந்த வாகை மரத்தடி. வண்டிக்குச் சில்லுகளிலிருந்தாலும் வேறிடத்தில் கண்ட ஞாபகமில்லை. வீட்டுக்குத் தள்ளிப் போய்வர மட்டும் பாவிக்கிறாராயிருக்கும். கொம்பனித் தெருவிலிருக்கிறார். வெள்ளி பகல் தவிர்ந்த எல்லா நாட்களிலும் எல்லா நேரங்களிலும் பதுர்தீன் கடையை இங்கே காண முடிகிறது.

"வாங்க தொரே" என்றார் பதுர்தீன்.

"எத்தனை? மூணு தானா?"

எப்படியும் ஐம்பது வயதுக்கு மேல் மதிக்கக்கூடிய பதுர்தீன் – 'தொரே' என்கிறபோதெல்லாம் அவனுக்குக் கஷ்டமாயிருந்தது.

"மூண்டுதான்" என்றான். கந்தோர் கன்ரீனில் சிகரட் கிடைப்பதில்லை.

ஒரு வெறும் பெட்டியில் போட்டுக் கொடுத்துவிட்டுச் சில்லறையை வாங்கினார்.

"மழை வர்ற மாதிரியிருக்கே... குடை இல்லாம வாறீங்களே!"

இவருக்கு எப்படி உரத்துப் பேச முடிகிறது?

"வரட்டும்... வரட்டும்..." அண்ணாந்து பார்த்தான். "நான் வரட்டா?"

"சரி, வாங்க."

கிருஷ்ணனுக்கு இந்த மனிதரை நன்றாகப் பிடிக்கிறது. எப்போதும் சிரித்துக்கொண்டிருக்கிறார். இரண்டு பாஷையும் தண்ணிபட்ட பாடாக வருகிறது. தமிழிலும் உரத்துப் பேசுகிறார்.

சிவாவின் பதிலையும் பதுர்தீனையும் எந்தளவுக்குச் சேர்த்துப் பார்ப்பது சரி?

கந்தோர் வாசல் இங்கிருந்து தெரிந்தது. வளைந்த முதுகும் – விரைந்த நடையுமாய் ஐஸ்ரின் எதிர்ப் பக்கத்திலிருந்து வந்து உள்ளே நுழைகின்றான். இன்றைக்கு எவ்வளவாக வேலையிருக்கும்? கையிலிருப்பதை அரை மணித்தியாலத்திற்குள் முடித்துக் கொடுத்துவிடலாம். அது இன்று சரிபார்க்கப்பட்டுப் பிழை ஏதுமிருந்தால் திருத்த வேண்டி வரும். மற்றும்படி புதிதாக ஏதும் வந்தாலொழிய நேரம் கிடைக்கும். வீட்டிற்குக் கடிதமெழுதலாம், எப்போது வருகிறோம் என்றெழுதுவது? மாதவன் தன் லீவு முடிந்து திரும்புகிற வரைக்கும் லீவு கிடைக்கப் போவதில்லை. அவன் வர இன்னும் ஒரு கிழமைக்கு மேலாகும். 'மாதம் முடிய வருகிறோம்' என்றுதான் எழுத முடியும்.

தன் மேசைக்கு வந்தபோது எட்டு ஐம்பத்தைந்து. பையை வைத்துவிட்டு லாச்சியைத் திறந்து பேனையை எடுத்துக்கொண்டு போனான். கையெழுத்து வைத்துவிட்டு வரும்போது, ஜி.பி. எழுந்து கூட வந்தான். "உன்னோடு ஒரு கதை."

"என்ன அது?"

கிருஷ்ணனுக்குப் பக்கத்தில் இன்னொரு கதிரையை இழுத்துப் போட்டுக்கொண்டு ஜி.பி. உட்கார்ந்தான்.

"சொல்லு" என்றான் கிருஷ்ணன் லாச்சியைத் திறந்தபடி.

"நான் வந்தது அரை மணித்தியாலத்துக்கு முந்தி..." என்றான் ஜி.பி. சிங்களத்தில்.

"பக்கத்துக் கந்தோர் ரைப்பிஸ்ட் பெட்டை எட்டரைக்கு வருமட்டும் நீ அப்படித்தான் வருவாய்!"

அசோகவனம் அல்லது வேலிகளின் கதை ❋ 73 ❋

"பகிடி வேண்டாம் மச்சான். எங்கட அப்ளிகேஷன்கள் போட்டோமில்லையா?"

"இந்தா ஜி.பி., நீ அரை மணித்தியாலம் முந்தி வாறதுக்கும் எங்கட அப்ளிகேஷன்களுக்கும் என்ன சம்பந்தம்?"

"சுமதிபால தெரியுந்தானே உனக்கு?"

"என்ன மூண்டாவது கொப்புக்குப் பாய்கிறாய்?"

"சுமதியைத் தெரியாதா உனக்கு?" ஜி.பி. மீண்டும் கேட்டான்.

"எந்த? 'எம்' செக்ஷன்?"

"அவனேதான்... அவனை வரும்போது ரயிலில் சந்தித்தேன்."

"ம்ம்?" இனி அடுத்தது எங்கே இவன் பாயப்போகின்றான் என்று கிருஷ்ணன் யோசித்தான்.

"எங்கட அப்ளிகேஷன் கதை எல்லாம் முடிந்தது!" ஜி.பி. சொன்னான்.

"என்ன அது? பேய்க்கதை!"

"வருத்தம் தெரிவித்துப் பதிலும் ரைப் பண்ணியாச்சாம். பெரியவர் கையெழுத்துப் போட வேண்டியதுதான் மிச்சம்..."

"உண்மைதானா?"

"உண்மைதான்... சுமதி பொய் சொல்ல மாட்டான்."

"என்னத்துக்காம்? என்ன காரணம்!"

"ஃபெர்னாண்டோ, இங்க வா" ஜி.பி. இவனை விட்டுவிட்டு ஃபெர்னாண்டோவைக் கூப்பிட்டான். அவனும் வந்த பிறகுதான் இனி இவன் பதில் சொல்வான். கிருஷ்ணன் பையை லாச்சிக்குள் வைத்து மூடினான்.

ஃபெர்னாண்டோ தனியே வரவில்லை. பின்னால் நந்தவும் அநுலாவும்.

"உங்களுக்குத் தெரியுமா சங்கதி?" ஜி.பி. அந்த மூவரையும் பார்த்துக் கேட்டான்.

"எல்லோருக்கும் சொல்லு, விஷயத்தை." கிருஷ்ணன் எழுந்து ஃபோனிடம் போனான்.

சுமதிபால தன் இடத்தில் தானிருந்தான். ஜி.பி. சொன்னது சரி. அவ்வளவையும் சுமதி இவனுக்குச் சொன்னான்.

"ஏ.டி.க்கு என்ன ஆட்சேபம்?"

"ஒண்டல்ல... இரண்டு."

"என்ன வாம்?"

"முதலாவது, உங்கட ஸேவிசிலை ஆட்கள் குறையத் தொடங்கி விடுமாம். மற்றது, வெளிக்கள ஆட்கள் தங்களுக்குப் போட்டி என்று எதிர்க்கக் கூடும்."

"அது அவருடைய ஊகந்தானே?"

"நீர்தானே உங்கட யூனியன் காரியதரிசி?" சுமதி கேட்டான்.

"ஓம்..."

"ஒரு தரம் அவரை நேரிலை கண்டு பேசுமேன்?"

"அதுதான் செய்ய வேணும். இதுக்கிடையிலை சரியான நிலவரம் அறிய உம்மட்ட ஒருக்கா வரலாமா?"

"வாரும்."

கிருஷ்ணன் தன் இடத்திற்குத் திரும்பியபோது ஒரு கும்பல் நின்றது.

"என்னவாம்?"

"யாருக்குப் ஃபோன் பண்ணினாய்?"

அவன் பதில் சொல்வதற்குள் பெரேரா வந்தார்.

"ஐஸே, என்ன இது? என்ன பிரச்சினை?"

"இல்லை மிஸ்டர் பெரேரா..." ஜி.பி. மூன்றாவது தடவையாக ஆரம்பித்தான்.

"அப்போ, என்ன செய்யப் போகிறீர்கள்?" கதை முடிந்ததும் பெரேரா கிருஷ்ணனிடம் திரும்பிக் கேட்டார்.

"வேறென்ன? ஏ.டி.யைத்தான் காண வேணும்."

"கோட்டைக்கெல்லா போக வேணும்... இப்பவே போகப் போறீரா?"

"போகத்தான் வேணும். ஆனா கையிலை ஒரு சின்ன வேலை இருக்கு."

"நீ போ, மச்சான். நான் செய்துகொடுக்கிறேன். அதை..." என்றான் ஃபெர்னாண்டோ.

"அப்ப, பிரச்சினையே இல்லை" பெரேரா சொன்னார்.

பையை எடுத்து வெளியே வைத்தான். யூனியன் ஃபைலை எடுத்துப் பைக்குள் திணித்துக்கொண்டு லாச்சியைச் சாத்தியபோது ஒரு யோசனை வந்தது. ஏ.டி.க்காகக் காத்திருக்கிறபோதாவது வீட்டுக்குக் கடிதமெழுத முடியலாம். லாச்சியை மீண்டும் திறந்து ஒரு ஒற்றை, முத்திரை – என்வலப் எடுத்துப் பைக்குள் வைத்தான்.

"அந்தக் கிழவனுக்கு வடிவாச் சொல்லு" பூட்டிக்கொண் டிருந்தபோது நந்த சொன்னான்.

கதிரையைத் தள்ளிவிட்டு எழுந்தான்.

"வெற்றிக்கு வாழ்த்துக்கள்!" அநுலா சிரித்தாள்.

"வழமைபோல வெற்றிக்கு!" முருகவேள் திருத்தினான். எல்லோரும் சிரித்தார்கள்.

வெளியே வந்தபோது பத்து மணிக்கு ஐந்து நிமிஷமிருந்தது. பத்தரைக்குள் போய்விட முடியுமா? பஸ் கிடைப்பதைப் பொறுத்தது. மந்தாரமில்லாமல் வெயில் நல்ல வெளிச்சமாக இருந்தது.

6

அப்போது வந்திறங்கிய நிறுத்தத்திலிருந்துதான் கோட்டைக்கு பஸ் எடுக்க வேண்டும். நடந்தான்.

"என்ன தொரே. உடனே திரும்புறீங்க?" பதுர்தீன் யாரோ வாடிக்கையாளருடன் சம்பாஷணையை இடைமுறித்துக் கொண்டு இவனைப் பார்த்துக் கேட்டார்.

"கோட்டைக்கு ஒரு அலுவல் போய்வர வேண்டியிருக்கு."

இன்றைக்கு பஸ்ஸைப் பொறுத்தளவில் ராசியான ஒரு நாளாயிருக்க வேண்டும். வந்து நின்றதும் நிற்காததுமாய் 107 வந்தது. சனமும் அவ்வளவில்லை. உண்மையில் இது பஸ் பயணத்திற்கு ஒரு தோதான நேரம். இந்தப் பத்துப் பதினொன்றை அண்டிய வேளை – காலைக் கும்பல் போயிருக்கும், மதியப் பரபரப்புக்கு நேரமிருக்கிறது.

யன்னலருகோடு ஸீற் கிடைத்தது. எதிர்க்காற்று முகத்திலடித்தது.

ஏ.டி. இந்த நேரத்தில் இருப்பாரா? இருக்க வேணும். சந்திக்க முடியுமா? மூட் எப்படியிருக்கும்? எப்படியாவது அப்ளிகேஷன்களை ஒப்புக்கொள்ளப் பண்ண வேணும். முப்பத்தைந்து பேருடைய எதிர்காலம்! ஊழியர்களுக்கு

மட்டுமல்ல. ஒட்டுமொத்தமாக நிறுவனத்திற்கும் நன்மை என்று ஏன் உணர மறுக்கிறார்கள்?

இந்தத் தொழிற்சங்க வேலை மீண்டும் எப்படியோ தன்னிடமே வந்துசேர்ந்திருக்கிறது. எழுபத்தேழுக்கு முதல் ஒரு மூன்று வருஷம் அவன்தான் சங்கத்தின் இந்த அலுவலகக் கிளையின் செயலாளராக இருந்தான். கிட்டத்தட்ட நூறுக்கும் மேல் உறுப்பினர்கள். அதில் கால்வாசிதான் தமிழர்களென்றாலும் இந்தக் கௌரவம் அவனைச் சேர்ந்தது.

எழுபத்தேழில் இதிலும் ஒரு நெருடல் ஏற்படத்தான் செய்தது. மனதை உறுத்துகிற நெருடல். அதோடு போட்டது போட்டபடியே போய்த் திரும்பி வந்து ஓராண்டுக்குள் மீண்டும் இந்தப் பொறுப்பை ஏற்றுக்கொள்ள எப்படி முடிந்தது? கடந்த வருடாந்தக் கூட்டத்தில் தன் பெயர் பிரேரிக்கப்பட்டபோது, மறுதலிக்க உன்னிய நாக்கை அடக்கியது எது? இன்னும்தான் தெரியவில்லை. பார். பார், என்னை இன்னமும் மதிக்கிறார்கள் என்று நடப்புக் காட்டும் முனைப்பா? அதுவே தன்னிடமும் – அங்கீகாரத்தை வேண்டி நிற்கும் – தாழ்வு மனப்பான்மை எங்கோ ஒளிந்திருக்கிறதைக் காட்டுகிறதா? ஒட்டுமொத்தமாகப் பார்க்கும்போது விசித்திரமாயும், வியப்பாயும் எல்லாமே கோமாளித்தனமாகவும் இருந்திருந்து விட்டுப் படுகிறது.

மூன்று பாஷைகளிலும் வாயடிக்கக்கூடிய வலு, பேயன் போல அலைகிற தன்மை, காரியத்தைக் கொண்டுபோகிறதாக மற்றவர்கள் நினைக்கிற – கெட்டித்தனம். இவையெல்லாம் உண்மையிலேயே உள்ளனதானா? உள்ளதென்றாலும் பெருமை என்ற காரட்டின் பின்னால் நடக்கிற கழுதைப் புத்தியென்றே படுகிறது. ஒப்புக்கொண்டாயிற்று. மீறவும் முடியாது. ஒப்புக் கொள்ளாமல் அல்லது கிடைக்காமல் போயிருந்தால் அதுவும் தன் ஈகோவுக்கு எப்படியிருந்திருக்கும்?

இந்த வாழ்க்கையில் – தனக்கோ தன் குடும்பத்துக்கோ, தன் சமுதாயத்திற்கோ எந்தப் பிரயோசனமுமில்லாத இந்தச் செக்குமாட்டு வாழ்க்கை என்று அடிக்கடி வருகிற உறுத்தலால் உபயோகமாக ஏதாவது செய்ய வேண்டுமென்று அடிக்கடி கிளர்கிற முனைப்பின் குறைந்தபட்ச வெளிப்பாடாயுமிருக்கலாம்.

சரி, இப்போ போய் ஏ.டி.யைக் கண்டு வாதம் பண்ணி அப்ளிகேஷன்களை ஒப்புக்கொள்ள வைத்து... அது வெற்றிதான். கிருஷ்ணன் வீரனாகலாம். அதன் பிறகு எக்ஸாம். அதைப் பாஸ் பண்ணுவது ஒரு பொருட்டல்ல. அதுவும் சரி. பிறகு? உத்தியோகத்தில் ஒருபடி மேலே போகலாம். போய், அடுத்த

அடிவிழ, விட்டுவிட்டுப் போகப்போகிற உத்தியோகந்தானே... அதற்காக ஏனிந்தப் பாடு? இந்த மாயமான் வேட்டை?

எழுபத்தேழில் ஊரோடு நின்ற அந்த மூன்று மாதங்களில் என்னென்ன யோசனைகள் வந்தன? எத்தனை தொழில்களைச் செய்ய முயன்றான்? ஊரில் – சரி, மிஞ்சிப் போனால் யாழ்ப்பாணத்தில் – எல்லாருமே கட்டிடங்களைக் கட்டப் போகிறார்களா, என்ன? என்றாலும், கட்டிட வேலைகள் என்றொன்றைத் தொடக்கலாம். ஒரு பெயர்ப் பலகை போட்டுக்கொண்டால் சரி. மார்க்கட் பிடிக்கும் வரை போர்டைப் பார்த்துக்கொண்டிருக்க முடியாது. தோட்டம் செய்யலாம். கோழி வளர்க்கலாம்... அதுவா, இதுவா, அதுவும் இதுவுமா என்றெல்லாம் கொஞ்சங்கொஞ்ச ஆயத்தங்கள் செய்து கொண்டிருக்கும்போது வந்தவர்களெல்லாம் ஒவ்வொருவராகத் திரும்பத் தொடங்கியிருந்தார்கள்.

கடைசி ஆளாகக் கந்தோருக்கு வந்தபோது 'இவ்வளவு நாளும் என்ன செய்தாய்?' 'அவ்வளவுக்குப் பயந்துவிட்டாயா?' என்றெல்லாம் இங்கத்தியச் சகாக்கள் கேட்டார்கள். வராமலும் ஒன்றும் செய்திருக்க முடியாது என்பதையும் சொல்ல முடியாது. மெல்லச் சிரித்துவிடலாம். அந்த நாட்களில் சுப்ரா ஒன்றைச் சொல்வான். "மச்சான் இப்ப எவன் தன்ர சுயகௌரவத்தையும் அதே நேரம் இவர்களின்ர நல்லெண்ணத்தையும் காப்பாற்றிக் கொள்கிறானோ, அவன் சிறந்த ராஜதந்திரி."

பஸ்ஸிலிருந்து இறங்கியபோது சரியாகப் பத்தரை. இந்தத் தெருவைக் கடப்பது யமகண்டம். கொழும்பின் வறட்சியைக் காட்டுகிற இந்தக் கோட்டைத் தலைமை அலுவலகத்திலிருந்து வலு பாடுபட்டுத்தான் இப்போதைய இடத்திற்கு வேலையை மாற்றிக் கொண்டிருந்தான். அங்கே கொஞ்சமாவது பச்சை தெரிகிறது. புழுதி, புகை, நெரிசல், வெக்கை – எல்லாம் இல்லை யென்றில்லை, குறைவு.

சுமதியைத் தேடிப் போனான். அவன், இடத்தில் இல்லை. இப்போ வந்துவிடுவானென்று சொன்னார்கள். முன்னாலிருந்த கதிரையில் உட்கார்ந்தான். "எப்படி கிருஷ்ணன்? உங்களுக்கென்ன? குடுத்து வைச்ச நீங்கள்..." சுமதிபாலவின் இடத்திற்கருகிலிருக்கிற சிவராசா சொன்னார்.

கிருஷ்ணனுக்கு எரிச்சலாக இருந்தது. "ஏன் ஐயா?" என்றான்.

"கந்தோரிலை கையெழுத்தைப் போட்டுட்டு நினைச்ச இடமெல்லாம் உலாத்தலாம். எங்களைப் போல ஃபைலுகளோட மாரடிக்கிற வேலையில்லை."

சாந்தன்

கதைத்தால் கனக்க வரும் ஆத்திரத்தை அடக்கிக்கொண்டு பேசாதிருந்தான். இந்த ஸேவிஸில் இருக்கிறவர்களுக்கு இப்படி ஒரு மனக்குறை!

“உடனேயே வந்தாச்சா?” என்றபடி சுமதி வந்தான்.

விசேஷமாக ஒன்றுமிருக்கவில்லை. அப்போது தொலைபேசியில் சொன்னதுதான் இப்போது நேரிலும் சொல்ல இருந்தது.

“எதற்கும் ஏ.டி. யோடு பேசிப் பார்க்கலாம். நம்பிக்கைக்கு இடமிருக்கிறது,” என்றான்.

மீண்டும் மேசைக் காட்டில் ஒற்றையடித் தடம்பிடித்து வெளியே வர வேண்டியிருந்தது. இது உண்மையிலேயே தனி உலகந்தான். இடத்தால் சனங்களும், சனங்களால் இடமும் குறுகிக் குறுகி...

ஏ.டி. உள்ளேதானிருந்தார். ஆனால் பிஸியாம். யாரோ வெளிநாட்டுக்காரர்களுடன் ஏதோ டிஸ்கஷன் என்று அவருடைய காரியதரிசி சொன்னா. இப்போதான் வந்திருக்கிறார்கள். இன்னும் அரை மணித்தியாலமாவது ஆகும்.

சந்திக்க வேண்டுகிற விபரங்களை எழுதிக் கொடுத்துவிட்டு வரவேற்பறையில் போய் உட்கார்ந்தான். மற்ற நாட்களென்றால் இங்கே வெவ்வேறு பிரிவுகளிலுள்ள நண்பர்களைச் சந்திக்கவும் அலுவல்களைப் பார்க்கவும் போயிருப்பான். இன்று நேரத்தை வீணாக்காமல் வீட்டுக்குக் கடிதமெழுத வேண்டும்.

7

வீட்டுக்குப் போய் மூன்று மாதங்களுக்கு மேலாகிவிட்டது. மூன்று மாதங்களுக்கொருமுறை போய் ஒவ்வொரு மாதம் நின்றுவிட்டு வருகிற வழமை. கல்யாணத்திற்கு முந்தி நினைத்த போதெல்லாம் நின்று நின்றாற்போல் போய்வர முடிந்தது. இருந்தாற்போல யோசனை வரும், வீட்டுக்குப் போக வேண்டும் போலிருக்கும். லீவு போடுவான். ரூம்மேற்றுக்கு ஃபோன் பண்ணுவான். கையை வீசிக்கொண்டே ரயிலேற முடிந்தது. இடம் கிடைத்தால் சரி. இல்லாவிட்டால் எங்காவது ஓரிடத்தில் பழைய பேப்பரைப் போட்டுவிட்டுக் குந்திக்கொள்ளலாம். லீவும் அப்போது பிரச்சனையாயில்லை. கல்யாணத்திற்குப் பிறகு அப்படியெல்லாம் போய் வந்துவிட முடியாதிருந்தது. இங்கும் சின்னதோ – பெரிதோ வீடென்றாகிவிட்டது. இனி இரண்டு பேருமாகப் போய்வரப் பத்து நாளைக்கு முன்பே இடம் றிசேவ் பண்ணி வைக்க வேண்டும். அதன் பிறகுதான் இந்த மூன்றுமாதத் திட்டம் நடைமுறையில் வந்தது. இங்கிருந்து

போனால் இந்த வறட்சியெல்லாம் தீர ஊரில் முக்குளித்து ஊறித் திளைத்துத் திரும்பும்போது கொஞ்சம் மனமில்லாமல்தானிருக்கும். வருஷத்தில் லீவென்பதே மிஞ்சுவதில்லை. இங்கிருக்கிற நாட்களில் கிழமைக்கொரு கடிதம் தப்பாது. இந்தக் கிழமை இன்னமும் போடவில்லை.

ஊர் நினைவு. வீட்டுப் பாசம் என்றெல்லாவற்றுடனும் பொறுப்பென்று ஒன்றும் இலைமறைகாயாய் இருக்கத்தான் செய்கிறது. அப்பராய் மட்டுமின்றி, அண்ணனாய், தம்பியாய், ஆசானாய், தோழனாய் என்றெல்லாம் ஒரு பெருமரமாய்க் குடை கவித்து – நிழல் அளிக்கிற ஐயா இருக்குமட்டும் விளையாட்டுப் பிள்ளைதானென்றாலும் அவரில்லாத காலத்தில் – இவையெல்லாவற்றையும் தன்னோடு கொண்டு அவர் போனால் – பொறுப்பெல்லாம் தன் தோளில் வரும். 'அவரில்லாத' என்ற நினைவுக்காகத் தன்னில் கோபம் வருகிறது...

கடிதத்தை முடித்துத் திரும்ப வாசித்து உறையிலிட்டு முத்திரை, முகவரி வேலைகளை முடித்தபிறகும் ஐந்து நிமிஷம் இருந்தது. ஏ.டி.யின் ஸ்ரெனோ சொன்னதில் இருபத்தைந்து நிமிஷங்கள்தான் கழிந்திருக்கின்றன. அரைமணியென்று விதியா என்ன? அஞ்சும் ஆகலாம், முந்தியுமிருக்கலாம். போய்ப் பார்ப்போம்.

இப்போது ஸ்ரெனோவையும் காணவில்லை. என்ன செய்யலாமென்று யோசிப்பதற்குள் ஏ.டி.யின் அறைக் கதவைத் திறந்துகொண்டு அந்த மனுசி வந்தது. செயற்கைப் புருவங்கள், செயற்கை மரியாதை. ஆனால் பாவம், நல்ல மனுசி.

"இன்னும் அரைமணித்தியாலம் ஆகும் போலிருக்கிறது. உங்கள் துண்டை அப்போதே கொடுத்துவிட்டேன்."

அப்படியானால் பதினொன்றே முக்காலாகும். பன்னிரெண்டிற்கு அந்தாள் சாப்பாட்டிற்குப் போய்விடும். இடையில் பதினைந்தே நிமிஷங்கள். நிச்சயமில்லாத பதினைந்து நிமிஷங்கள். சாப்பாட்டால் திரும்பிவர ஒன்று ஒன்றரை ஆகும். இன்று நல்ல வினைக் கேடுதான். அப்போதும் சந்திப்பது எந்தளவுக்கு நிச்சயம்? வேறெந்த அவசர அலுவல் வருமோ? நாலும் ஆகலாம். சாப்பாடு? போய்ச் சாப்பிட்டு வருவதிலும் சாப்பிடாமலிருப்பது பரவாயில்லை. வேண்டுமானால் இங்கே கன்ரீனில் ஏதாவது கடித்துக்கொள்ளலாம். நின்று தூங்க வேண்டியதுதான்.

இதற்கெல்லாம் இந்தப் பேயனை விட்டால் வேறெவன் கிடைப்பான்? இதுகள்தான் கணிப்பைத் தருகின்றன. சகாக்களின்

மரியாதையைத் தருகின்றன. பிறகு தன்முனைப்பைத் திருப்திப் படுத்தப் பார்க்கின்றன. இந்த முட்டாள்த்தனமெல்லாம் எதற்கு?

இப்போது என்ன செய்யலாம்? மூர்த்தியிடம் போகலாமென்று பட்டது. மூர்த்தி இங்கு வேலைசெய்யத் தொடங்கிய காலத்திலிருந்தே நண்பன்.

அதற்கு முதல் தெரிந்தவன்.

மூர்த்தியோடு தனபாலும் கூட இருந்தான். உற்சாகமாக வரவேற்றார்கள்.

“வந்திருக்கிறாயெண்டு சுமதி சொன்னான். ஏ.டி.யைச் சந்திச்சாச்சா?”

கிருஷ்ணன் விபரம் சொன்னான்.

ஒவ்வொருவருக்கும் ஏதோ ஒரு விலை இருக்கத்தான் செய்கிறது என்று யாரோ சொன்னதைப் போல ஒவ்வொருவரும் ஏதோ ஒரு சமயத்தில் இளகத்தான் செய்கிறார்கள். எவ்வளவு தான் வறண்டு தெரிந்தாலும்கூட.

சிலர் அடிக்கடி இளகுகிறார்கள். சிலர் இருந்திருந்து விட்டு இளகுகிறார்கள். ஆனால் இவர்கள் எப்போதோ ஒரு தருணத்தில் இளகுகிறார்கள். இதுதான் வித்தியாசம். மனதிலிருப்பவை அந்த நேரத்தில் வெளிச்சம் காண்கின்றன. தண்ணி, இந்த சாத்தியப் பாட்டைச் சிலபேருக்கு சில சமயங்களில் அதிகரிக்கலாம். தண்ணியில்லாமலும் சாத்தியமுண்டு. வேறுபல காரணங்கள் இருக்கக்கூடும்.

தனபால் இந்தக் கடைசியில் கடைசி வகையைச் சேர்ந்தவனாகத் தன்னை இன்று இனங்காட்டினான். இந்த அலுவலகத்தில் தனபாலும் கிருஷ்ணனும் நாலாண்டுக் காலம் ஒரே சமயத்தில் வேலை செய்திருக்கிறார்கள். என்னதான் பெரிய கந்தோர் என்றாலும் இரண்டு பேரும் வெவ்வேறு பிரிவுகள் என்றாலும் நாளைக்கு ஒருதரமாவது சந்திக்க முடிந்திருக்கிறது. இருந்தாலும் ஆளுக்காள் காணுகிற இடத்தில் புன்னகைப்பதுகூட இல்லை. முதலில் இரண்டொரு நாள் கிருஷ்ணன் முறுவல் காட்டியும் தனபால் பிரதிபலிக்காததில் தானும் விட்டு . . . பிறகு முற்று முழுதான அந்நியம் இருவரிடை குடிகொண்டது ஞாபகமிருக்கிறது.

ஆனால் இப்போது மூர்த்தி இடையில் வந்ததிலிருந்து இந்த நிலைமையில் லேசான மாற்றம் ஏற்படத் தொடங்கியிருக்கிறது. சாதாரண சகபாடி உறவு குடிகொள்ள ஆரம்பித்திருக்கிறது. பகிடி முகப்பாத்திகூட.

மூன்று பேருமாகக் கன்ரீனில் ரீ குடித்துக்கொண்டிருக்கும் போது தனபால் சொன்னான்.

"மச்சான், உனக்குத் தெரியுமா! உன்னை 'மற்றப்படியான்' எண்டெல்லோ எனக்கு முந்தி ஆரோ சொல்லி வைச்சான்கள்?" தனபால் சிரித்தான்.

"எந்தப்படியான் எண்டால்தான் என்ன?" கிருஷ்ணனும் சிரித்துக்கொண்டு இந்தக் கூற்றால் தனக்கு ஆத்திரமெதுவும் ஏற்படவில்லை என்ற நிச்சயத்தில் பெருமிதம் கொண்டு சொன்னான். "கன நாளைக்குப் பிறகு அண்டைக்கு... இவன் மூர்த்திதான் சொன்னான். 'எட பேயா, அவன் கண்டியெடுத்த வெள்ளாளனெல்லோ' எண்டு..."

இந்த இடத்தில் – கணமேயெனினும் – டக்கென்று தன் மனம் கிளுகிளுத்ததைக் கிருஷ்ணனால் உணர முடிந்தது. அதனால் அடுத்த கணத்தில் தன் தோல்வியையும்.

"அதுக்குப் பிறகுதான் இப்ப துணிஞ்சு அவனோட தேத்தண்ணி குடிக்க வந்திருக்கிறாய்..." மூர்த்தி நக்கினான்.

கிருஷ்ணனுக்கு நெஞ்சு நிறைந்த சிரிப்புச் சிரிப்பாக வந்தது. இன்றைக்கு இப்போதுதான் இப்படிச் சிரிப்பு வந்திருக்கிறது.

"சரி. அதை விட்டிட்டு நீ வந்த காரியத்தைப் பார்... நேரமென்ன?"

"பதினொன்று முப்பத்தைஞ்சு."

எழுந்து நடந்தார்கள்.

"உங்கள் துரதிஷ்டம்" என்றார் ஏ.டி.யின் ஸ்ரெனோ, இவனைக் கண்டதும்.

"அவர்களுடன் வெளியே போய்விட்டார். லஞ்ச் முடிந்து வந்ததும் உங்களைச் சந்திப்பதாகச் சொன்னார்."

"அடி சக்கை..."

"என்ன செய்யப் போகிறாய்?" என்றான் மூர்த்தி.

"ஒண்டரை மட்டும் நிண்டு காய வேண்டியதுதான்."

"என்னோட வந்து சாப்பிட்டு வா."

"எனக்குப் பசியில்லை மூர்த்தி. ஆனா வீணா மினைக்கெட வேண்டியிருக்கு. நீ போய்ச் சாப்பிடு."

"அவ்வளவுக்கும் என்ன செய்வாய்?"

"லைபிறறியிலை இருக்கலாம்... எப்படியெண்டாலும் இண்டைக்குச் சந்திக்கத்தான் வேணும்."

அலுவலக நூல் நிலையத்திற்குப் போனான். சிவசுந்தரம் உற்சாகமாக வரவேற்றார். புதினப் பத்திரிகைகள் பகுதி கசமுச வென்றிருந்தது. புத்தகங்கள் சஞ்சிகைகள் பக்கம் அவ்வளவு சனமில்லை.

கொங்கிறீற்றையும் இரும்பையும் யந்திரங்களையும் சுமக்கிற கடதாசிகளை விலக்கி, விலக்கி எதையென்றில்லாமல் ஒவ்வொன்றாகப் பார்வையால் மேய்ந்துகொண்டு...

அப்போதுதான் அந்தச் சஞ்சிகை தட்டுப்பட்டது. வெளிநாட்டு ஆங்கிலச் சஞ்சிகை. அருமையான கட்டுரைகளிரண்டு அதிலிருந்தன. 'இந்து சமுத்திரமும் உலக சமாதானமும்' மற்றது, 'யு.எஃப்.ஓ.' என்கிற பறக்கும் தட்டுகள் பற்றியது.

தூரத்து மூலையொன்றின் தனிக் கதிரையாகப் பார்த்து நடந்தான். ஒன்றரைக்குள் படித்து முடியாவிட்டால் சிவசுந்தரத்திடம் சொல்லிவிட்டு வீட்டுக்கு எடுத்துப் போக வேண்டும்.

ஈழமுரசு 1984

உறவுகள் ஆயிரம்

ஒரு மணியாகிறது. ஒன்றரைக்கு ரயில். மாஸ்கோவை விட்டுப் புறப்படப் போவதையும், அடுத்த வாரம் முழுவதும் அங்கே இருக்கப் போவ தில்லை என்பதையும் ஸெர்கே இவானவிச்சுக்குச் சொல்லிவிட வேண்டும்.

ஸெர்கே, நேரிலோ தொலைபேசி மூலமோ தினசரி தொடர்பு கொள்கிறவர்தாம். ஆனால் இந்த லெனின்கிராத் பயணத்திற்கான திகதி தீர்மானிக்கப்பட்ட நாளிலிருந்து அவர் மாஸ்கோவில் இல்லை. நேற்று அலுவலகத்திற்கு ஃபோன் செய்த போது, இன்று இந்த நேரம் வந்துவிடுவார் என்று சொன்னார்கள்.

ரயிலில் இடம்பிடிக்க வேண்டிய கவலை யெல்லாமில்லை – இவர்களின் குழுவுக்கென்றே இரண்டு பெட்டிகள். புறப்படுவதற்கிடையில் ஃபோன் செய்துவிடலாம், போய்விட்டு வருவோம்...

தொலைபேசிகள், ஸ்ரேஷனுக்கு வெளியே மிக அருகில்தானிருப்பதாக இவன் விசாரித்த ஒருவர் சொன்னார். என்றாலும், பாரமான இந்த சூட்கேஸைக் காவிக்கொண்டு திரிவது கஷ்டம். யாரிடம் விட்டுவிட்டுப் போகலாம்? கூட வருவதாயிருக்கிற எல்லோரும் எங்கே? ஒருவரும் கண்ணிற்படுவதாயில்லை...நான்தான் வேளைக்கே வந்துவிட்டேனோ?

எந்த மேடை அருகிலும் ரயில்களில்லை. சனங்கள் மட்டும் தெல்லுத் தெல்லாக...ஸ்ரேஷன்

அசாதாரணமான அமைதிக் கோலம் காட்டிக்கொண்டிருக்கிறது. வெளியே எரிக்கிற வெயிலைப் போல் ... அந்தா, அந்திரயாஸ்! ஆனால் அவர் அந்த யேமன் பெண்ணுக்காக ஏதோ ஒன்றைச் சுமந்துகொண்டு போவதுபோல்... இந்தப் பக்கந்தான் வருகிறார்கள்.

முன்னால் வந்தான்.

அந்திரயாஸ், மிருக வைத்தியர். சைப்பிரஸிலிருந்து வந்திருக்கிறார். பெட்டியை இப்போது இரண்டு பேருமாகப் பிடித்துக்கொள்கிறார்கள்.

ரமணனை அண்மித்ததும், ஆளுக்கொரு "ஹௌ ஆர் யூ..."

புன்சிரிப்புடன் கடந்து போனார்கள். என்ன அவசரமோ!

பரவாயில்லை, அவர்கள் போகிற திசையிலிருந்து ராஜு வருகிறான். இவனிடம் கேட்கலாம். "காக் தியலா?" ராஜு அருகில் நெருங்கிக் கையை நீட்டினான்.

"ஏன் இதிலேயே நிற்கிறாய்?" ருஷ்யனில்தான் எப்போதுமே இவன் பேசுகிறான்.

"நான் ஒருவருக்கு அவசரமாக டெலிஃபோன் பண்ண வேண்டும்." சொல்லிவிட்டுக் கேட்டான்.

"இந்தப் பெட்டியை ஒரு நிமிஷம் பார்த்துக்கொள்வாயா?"

"நோ ... ஸாரி ... நான் அவசரமாகப் போகிறேன்."

ராஜு போய்க்கொண்டே சொன்னான், "நீ, அருணியிடம் அல்லது துளசியிடம் கேளேன். பிறகு சந்திக்கிறேன் ..."

தனக்கு நேரமில்லை என்றதோடு இவன் விட்டிருக்கலாம். ஏன் அருணியையும் துளசியையும் சொன்னான்? அவர்கள்தாம் உனக்கு நெருங்கியவர்கள், உன்னைக் கவனிக்க வேண்டியவர்கள் என்றா? இங்கு வந்துங்கூட இதே அடையாளங்கள்தானா, இல்லை, தொலைவில் வரவர அவை இன்னும் வலுப்பெறுமா?

2

லோறன்ஸுக்கு அப்படியே ஆப்ரிக்க அடையாளங்கள் – சிறு சுருளான முடி, தடித்த உதடுகள், பெரிய மூக்கு, நல்ல உயரம். ஆனால் நிறம் மட்டும் ஐரோப்பியன் மாதிரி!

முதல் தரம், லுமும்பா பல்கலைக் கழகத்தின் முன் மண்டபத்தில் சந்தித்து அறிமுகம் செய்துகொண்டபோது, லோறன்ஸ், "இஸ் கூபி ..." என்றார்.

கூபி ...? ரமணனுக்குப் புரியவில்லை.

இஸ் இந்திய், இஸ் சிரிலங்கு, இஸ் அஃப்ரிக்கிய் ...

எல்லாம் சரி, இஸ் கூபி...? எங்கிருந்து? சில கணங்கள் பிடித்தன ... கியூபா!

அவனின் அந்தத் தாமதம் வியப்பை அளித்ததென்பதை அவரின் பழுப்பு விழிகள் ஒளிக்காமல் காட்டின.

லோறன்ஸ், ஹவானாவுக்கருகில் ஒரு பண்ணையின் விவசாய நிபுணர். அவரோடு வந்தவர்கள் வேறும் நாலு பேர். என்றாலும், அவர்களில் இவரையும் மிஸ். மாரியானாவையுந்தான் இதுவரை அறிமுகப்படுத்திக்கொள்ள முடிந்திருக்கிறது. மற்றவர்களைக் காண நேர்கிற போதுகள், வழமையான முகமன்களுடன் மட்டுமே முற்றுப்பெற நேர்ந்துவிடுகின்றன.

மிஸ். மாரியானா மட்டும் அன்னம்மா ரீச்சரை நினைவு படுத்துகிற மாதிரி இல்லாதிருந்தால், ரமணன் வலியப் போய்ப் பேசியிருப்பானா? எவ்வளவு ஒற்றுமை அந்த முகங்களில்! ஆப்ரிக்கச் சாயல்களும் ஐரோப்பியச் சாயல்களும் கலக்கிறபோது, தெற்காசியச் சாடை அநேகமாக வந்துவிடும் போலிருக்கிறது! மகிழடிப் பள்ளியில் ரமணனுக்கு அணில், ஆடு, தொடங்கி ஐந்தாம் வகுப்புவரை பாடம் சொல்லித் தந்தவ அன்னம்மா ரீச்சர். கோபமே வராத குழந்தை மாதிரி. உருண்டை முகம், உருண்டைக் கண்கள், பொது நிறம். தன்னிடம் படித்த பிள்ளைகளிலெல்லாம் என்னவென்றில்லாத அன்பையும் பாசத்தையும் பொழிந்த வாஞ்சை ... ரீச்சரின் அந்தக் காலத் தோற்றமேதான் இந்த மாரியானா!

மாரியானா இந்தப் பெட்டியில் வருவதாகத் தெரியவில்லை. ரமணன், முன் இருக்கைகளுக்கு மேலால் தெரிந்த தலைகளை நோட்டம் விட்டான். பின் வரிசைகளையும் திரும்பிப் பார்த்தான். இல்லை. அடுத்த பெட்டியிலாய்த்தான் இருக்கும்.

இவர்களின் பாட்டன்மாரோ, பாட்டன்மாரின் பாட்டன்மாரோ கியூபாவுக்குக் கொண்டுசெல்லப்பட்டிருப்பார்கள் ... – 'கரும்புத் தோட்டத்திலே ... அவர் கால்களும் கைகளும் ...' அவர்களின் வேர்கள் எங்கெங்கிருந்திருக்கும்? அலெக்ஸ் ஹேலிபோல ஆயிரம் ஹேலிகளானாலும் வேர்கள் எல்லாவற்றையுந் தேடிப் பிடித்துவிட முடியுமா? வேர் ...

வேர்களென்பதே சுவையான விஷயந்தான்? அடிவேர், ஆணி வேர், பக்கவேர். வேரின் வேர் எது? நியாண்டர்தால்? ஓடிக்கொண்டிருக்கும் ஜன்னலூடாக அந்த வெளிறிய வானத்தில் தெரிகிற சூரியன்?

எங்கள் நாட்டைப் போல் கண்களைக் கூசப்பண்ணுவதாக இல்லை, இந்தச் சூரியன்.

தோற்பையைத் திறந்து, உள்ளிருந்த புத்தகத்தை எடுத்தான்.

'பாரதியார் கவிதைகள்' அழகான பிளாஸ்ரிக் உறையுடன்.

லோறன்ஸ் தன்னைக் கவனித்துக்கொண்டிருப்பது அப்போதுதான் தெரிந்தது.

ரமணனுக்கு வெட்கமாக இருந்தது, பக்கத்திலிருக்கிற மனிதரைச் சட்டை பண்ணாமல், தன்பாட்டில் எதையோ யோசித்துக் கொண்டு... திரும்பி அவரைப் பார்த்து முறுவலித்தான்.

முதலில் அவர் ஏதோ டயரிபோல ஒன்றைக் கவனமாகப் பார்த்துக்கொண்டிருந்ததில் அவரைக் குழப்ப வேண்டாமென்று தானிருந்தது நினைவு வரவும் ஆறுதல் கொண்டான்.

லோறன்ஸ் மெல்லச் சிரித்தார், "வாசிக்கப் போகிறீர்களா ?"

லோறன்ஸில் ரமணனுக்கு விசேஷமாகப் பிடித்தது இது – அவருக்கு ஆங்கிலமுங் கூடப் பரவாயில்லை. இவனுக்கு இடைக்கிடை ருஷ்ய மொழி முரண்டு பண்ணுகிற சிக்கலான வேளைகளில், வலு வசதியாக ஆங்கிலத்திற்குத் தாவிவிட முடிகிறது !

"உங்கள் தாய் மொழியா ?" லோறன்ஸ், பாரதியார் கவிதை களைக் காட்டிக் கேட்டார். "யெஸ்" நீட்டினான். லெனின்கிராத்தில் நண்பர் ஃபியோதரவ்வைச் சந்திக்கும்போது கொடுக்கவென்று கொண்டுவந்த பிரதி. ஃபியோதரவ்வை இதுவரை சந்தித்ததில்லை. கடித மூலம் மட்டுமே தொடர்பென்பதால் பேனா நண்பர் என்று சொல்லிவிட முடியுமா ? தமிழிலும் பாரதியிலும் எப்படி அவருக்கு அந்த ஆர்வம் வந்தது ? நேரில் சந்திக்கும்போது கேட்க வேண்டும்.

ஒவ்வொரு ஒற்றையாகப் புரட்டிக்கொண்டிருக்கிறார், லோறன்ஸ். தடித்த, சிவந்த விரல்கள். பெரிய பெரிய நகங்கள் – சோகிபோல.

"இதை வாசித்துக் காட்டுங்கள் ?" தலைப்பைக் காட்டினார். படித்தான்.

"ஓ ! இதுதான் தமில்ஸ்கிய்..." அந்த இரு சொற்களுடனேயே தமிழுடன் பரிச்சயங் கொண்டுவிட்ட குதூகலம்.

"நான் சொல்லிப் பார்க்கவா ?"

"சொல்லுங்கள் ?"

லோறன்ஸின் உதடுகள் வலு கஷ்டப்பட்டுப் பின் இயலாமையின் வெளிப்பாடான சிரிப்பில் நிலைத்தன.

தன் கையிலிருந்த டயரியை விரித்து, ஒரு வெளிர்நீலக் கடதாசியையும், சட்டைப் பைக்குள்ளிருந்து பேனாவையும் எடுத்து நீட்டினார்.

“என் பெயரைத் தமிழில் எழுதுங்கள்?”

எழுதிக் கொடுத்தான். பத்திரமாக மடித்து மீண்டும் வைத்துக்கொண்டார்.

3

ருஷ்ய மொழியை விட்டு, ஆங்கிலத்தில் பேசிவிடுகிற மாதிரி இடைக்கிடை நேர்ந்துவிடுகிறது. பம்பாயிலிருந்து வந்திருக்கிற எம்.கே. முருங்கர் கண்களில் இது பட்டுவிட்டால் இலேசில் விட மாட்டார்.

“தவாரிஷ்! ஆங்கிலம் இங்கே எதற்கு?” நியாயம்தான். இந்த மொழியை – இந்த மண்ணில், இந்தக் காற்றில் – இப்படியே இதன் உயிரோடும் மூச்சோடும் பரிச்சயம் பண்ணி, இதில் சுவறிச் கொள்வதற்காகத்தான் இந்தப் பயிற்சி நெறி. அதற்கென்று வந்துவிட்டு, ஆங்கிலத்தில் பேசினால், அது முட்டாள்த்தனம் மட்டுமில்லை.

துளசியும் அருணி அக்காவும் மட்டும் ரமணனைப் பொறுத்தளவில் விதிவிலக்கு. துளசி, தமிழ்நாட்டுப் பெண். அவளுடன் தமிழ்தான். அக்கா, தென்னிலங்கை. அவளுடன் சிங்களம் – அவ்வப்போது பகிடியாகப் பேசுகின்ற வேளைகளையோ, மற்றவர்களுடன் சேர்ந்து கதைக்க நேர்கிற சந்தர்ப்பங்களையோ தவிர்த்து.

இல்லை. துளசியைவிட இன்னொருவரோடும் அவனால் தமிழிற் பேச முடிகிறது.

பல்கலைக்கழக மண்டபத்தில், முதல் நாள் சந்தித்த போது, நெடுங்காலம் பழகியதுபோல் தோன்றிய முகமும், அதிற் பளிச்சிட்ட புன்னகையும் பொட்டுமாய், கீதாதான் எல்லோரிலும் நெருக்கமானவளாக அவனுக்குத் தெரிந்தாள். தமிழ்நாட்டிலிருந்து வந்திருக்கும் பெண் இவளாய்த்தானிருக்க வேண்டுமென்று பட்டது.

“இல்லை, நான் கேரளத்திலிருந்து.” ஆங்கிலத்தில் பதில் வந்தது.

“நிங்கள்க்கு தமிழ் ஸம்ஸாரிக்கான் அறியுமோ?”

"நிங்கள்க்கு மலையாளம் ஸம்ஸாரிக்கான் அறியுமோ?" வியப்பும் மகிழ்வும் வெளிப்படையாகவே தெரிந்தன.

"குறச்சொக்கே அறியாம்..." சட்டென்று ஆங்கிலத்திற்குத் தாவினான், "அவ்வளவுதான்! இதற்குமேல் நான் பேசினால் உங்களுக்குக் கோபம் வரும்."

அவள் சிரித்தாள். அவர்களுக்குப் பறைவதற்கு எப்போதுமே நிறைய விஷயங்களிருந்தன என்பது பிறகு தெரியவந்தது.

ரயில் நிலையத்தில் யாரிடம் பெட்டியை ஒப்படைத்துவிட்டு ஃபோன் பண்ணப் போகலாமென்று தவித்துக்கொண்டிருந்த போது, கீதாவே அவனைத் தேடி வந்தாள்.

4

லோறன்ஸ் இருக்கையில் சாய்ந்தபடியே தூங்கிவிட்டார். ரயில், ஆட்டங்கள் குலுக்கல்களின்றி ஓடிக்கொண்டிருக்கிறது. பின்னணியாய் அந்த இரைச்சல்.

அநேகமாக எல்லோருமே இப்போது அமைதியாய் இருக்கிறார்கள் – தத்தம் பாட்டில். வெளியிலுங் கூடப் பரபரப்பில்லை . பழைய பாணி மரவீடுகளும், அவற்றின் சித்திர வேலைப்பாடுகளும், தொலைக்காட்சி அன்ரனாக்களும், உருளைக் கிழங்குத் தோட்டங்களும், லின்டன், பிர்ச் மரங்களுமாய் மாறி மாறிச் சதுரம் சதுரமாகத் தாண்டிக்கொண்டிருக்கின்றன.

தூரத்தில் தெரிகிற தெருக்களும், அவற்றில் இருந்திருந்து விட்டுப் போகிற வாகனங்களும். ஒரு கிராமத்திற்குரிய சூழலே இந்த இடத்தில். இந்தப் பயணம், ஏறத்தாழ கொழும்பு – யாழ்ப்பாணம் பயணத்தையே நினைவுபடுத்துவதாயிருக்கிறது. இதுவும் தெற்கு – வடக்காகத்தான். வட துருவத்திற்கு அண்மையிலுள்ள பெரிய நகரம் லெனின்கிராத் என்று சொல்கிறார்கள். போகுந்திசை ஒத்திருந்தாலும், பயணத்தில் எவ்வளவு வேறுபாடு! சத்தம், சந்தடி, புழுதி, புகை, நெரிசல், வெக்கை – எதுவுமில்லாத பயணம்.

லோறன்ஸும் ரமணனுமிருக்கிற வரிசையில் அடுத்த பக்கத்தில் அருணி அக்காவும் ஸஷ்வத்தியும் இருக்கிறார்கள். ஸஷ்வத்தி, மேற்கு வங்கம். அப்படியே ஒரு யாழ்ப்பாணத்துப் பெண்மணிதான் – தோற்றம், உடை எல்லாம்.

முன்வரிசையில், இவர்களுக்குப் பிடரியைக் காட்டியபடி, மெஹம்மட். டுனிஷியாவிலிருந்து வந்திருக்கிற மூன்று பேரில் ஒருவன். பக்கத்தில் துளசி. அடுத்த வரிசை தொடக்கத்தில்

அஞ்ஜனா. அருகில் கீதா. எதையோ படித்துக்கொண்டிருக்கிறாள் போலிருக்கிறது.

பின்னால் திரும்பிப் பார்க்கிறபோது வாஷ்கு சிரிக்கிறான். லுவாண்டாக்காரன். ஆப்ரிக்கனாயிருந்தாலும் நிறமென்னவோ, எங்கள் சராசரி நிறந்தான். நல்ல உயரம் – கொக்கைத்தடி மாதிரி. வயது எப்படியும் இருபத்தைந்துக்குள் தானிருக்கும். இவனைப் பார்க்கும்போது, ஒன்றுவிட்ட அக்காவின் மகன் – இப்போது ஜெர்மனியில் தஞ்சம் புகுந்திருக்கிற – பரசு மாதிரியே இருக்கிறது.

ஏனிப்படி யாரைப் பார்த்தாலும், ஊரிலிருக்கிறவர்களைப் போலவோ, உறவுக்காரர்களைப் போலவோ படுகிறது? உண்மையிலேயே அப்படித்தானா, அல்லது இவ்வளவு தூரம் வந்ததிலேற்பட்ட மனநெகிழ்வினாலா?

இல்லை, மனிதரெல்லாம் ஒரே சாயல்தான், ஒரே மாதிரித்தான். இந்த உலகந்தான் எவ்வளவு சிறியது!

முன் வீட்டு ரவியை நினைவுபடுத்துகிற ஈராக் பையன் எங்கே? அங்கிருந்தும் ஐந்தாறு பேர் வந்திருக்கிறார்கள்.

வாஷ்குவுக்கு அடுத்தாற்போல, இந்திசார். யேமன்காரி. இந்தப் பெண்ணைக்கூடப் பேசாமல் கொண்டுபோய் இலங்கையில் விட்டுவிடலாம். வித்தியாசமே தெரியாது. அச்சிம்பொங், கானாவின் அந்நிய மொழிகள் நிறுவனத்தில் வேலை பார்ப்பவர். ருஷ்யனில் மட்டுமின்றி, ஃபிரெஞ்சிலும் ஆர்வம் இருக்கிறது. சாதாரண உடற்கட்டு ஆசிய அளவு. சரியான கறுப்பு. இங்கு வந்து லுமும்பா சூழலிலும், மிக்ளுஹா மக்ளயாவிலும் இத்தனை வகை ஆப்ரிக்கர்களைப் பார்த்தபோதுதான், கறுப்பில்கூட இத்தனை விதங்கள் இருக்கும் என்பது தெரிந்தது – லேசாக வறுத்த கோப்பிக் கொட்டைப் பழுப்பிலிருந்து, சொக்லேற் வண்ணமூடாக, நாவல் பழநிறம்வரை!

அச்சிம்பொங்கை அடுத்து, அந்த ரஸாக் – ஈராக்தான். நல்ல சிவலை. அவர்களெல்லோரையும் போலவே, இவனுக்கும் புருவங்களும் மீசையும் கறுப்பாய் அடர்த்தியாய். கண்கள் கூட, நல்ல கறுப்பு. துளசிக்கு இவனைக் கண்டால் ஏனோ அலேர்ஜியாயிருக்கிறது. ஏனென்று தெரியவில்லை. ஆனால் ஏதோ இருக்க வேண்டும்.

ரயில் பெட்டிக்குள் எல்லோரும் உட்கார்ந்திருக்கிற படத்தைக் கூட, சற்றுமுன் ரஸாக்தான் எடுத்தான், வண்டி புறப்பட்ட கையோடு. அது எப்படி வருமோ...

இந்த ரஸாக்கும் அவனுடைய கமராவுந்தான், ரமணனை கீதாவோடு தமிழிலே பேசும்படி செய்கிற பெருமைக்குரியவர்கள்.

5

ரமணனும் ஒரு கமெரா கொண்டுவந்திருந்தான். அது அவனுடையதல்ல. கொழும்பில் மிஸ்டர். நடராஜா தந்துவிட்டது. அவனிடமிருந்தது ஒரு சாதாரண பெட்டிக் கமெரா. அந்தக் காலத்தில் ஐயா வாங்கியது. ரமணனுக்கு போட்டோ எடுக்கிற ஆர்வம் அவ்வளவு கிடையாது. ஐயாவுக்கு இருந்தது. அவருடைய கமெராவைப் பத்திரப்படுத்தி வைக்கிற புத்தி மட்டும், இவனுக்கு.

ஆனால், அது இந்த ருஷ்யப் பயணத்திற்குப் போதுமா? போகும் போது கொழும்பில் ஒன்று வாங்கிக்கொள்ளலா மென்றிருந்தான். விஷயத்தை அறிந்தபோது நடராஜா தன்னுடையதையே தூக்கிக் கொடுத்து, “கொண்டுபோய்விட்டு, வரும்போது தா ...” என்றார்.

அது அருமையான கமெரா. யெஷிக்கா. தன்னுடைய தம்பியார் ஜப்பானிலிருந்து கொண்டுவந்ததாகச் சொன்னார். தனியாக ‘ஃப்ளாஷ் கன்’ இருந்தது. வேண்டுமானால் பொருத்திக் கொள்ளலாம்.

கீதா கொண்டுவந்திருந்ததும் இதே மேக், இதே மொடல். ஆனால், ‘ஃப்ளாஷ்’ இல்லை. “தேவையானபோது கேளுங்கள்.” என்றான், ரமணன். அவர்கள் பார்த்த பல இடங்களில் பகலிற் கூட ‘ஃப்ளாஷ்’ தேவைப்பட்டது.

வந்திருந்தவர்களிடம் அரைவாசிப் பேரிடம் கமெரா இருக்கவில்லை. அவர்களெல்லோருடனும் சேர்ந்து சேர்ந்து படம் பிடிக்கிறதே சந்தோசமாயிருந்தது. இதனாலேயே பலரின் சொந்த நாட்டு முகவரிகள் அவர்கள் வசம் சேர்ந்தன.

“திரும்பிப் போனதும் மறக்காமல் எனக்குக் கொப்பி அனுப்புங்கள் ...” எல்லோரும் சொன்னார்கள்.

‘ஃப்ளாஷ்’ தேவையானபோது, ‘கன்’னை இவர்கள் மாற்றுகிற விஷயம் ரஸாக் கண்களிற்பட்டிருக்கிறது.

“எனக்கும் தருவாயா?” ரமணனைக் கேட்டான்.

ரஸாக்குடைய கமெரா வேறு மேக். ஆனால் இந்த ‘கன்’ அதிற் பொருந்தும் என்று அவன் சொன்னான்.

“சந்தோஷமாக...” உண்மையில், ரமணன் சந்தோஷமாகத்தான் கொடுக்க ஆரம்பித்தான்.

ஆனால், ரஸாக் அடிக்கடி கேட்டதில் இந்தச் சந்தோஷம் இல்லாமலாகிவிடப் பார்த்தது. வேறொன்றுமில்லை, 'ஃபிளாஷ் கன்'னிலிருந்த இரண்டு 'செல்'களைவிட மேலதிகமாக ஒரு சோடிதான் கைவசமிருந்தது. நானும் கீதாவும் பாவிப்பதுடன், இவனும் இந்த வேகத்தில் எடுத்துத் தள்ளுவதனால் அந்த செல்கள் எத்தனை நாளைக்குத் தாக்குப் பிடிக்கும்? அந்த சைஸ் இங்கு கிடைக்கவும் கிடைக்காது.

கீதாவுடன் ஆலோசிக்க வேண்டியிருந்தது. என்ன செய்யலாம்?

கூடுமானவரை ரஸாக் கண்களிற் படாமல் பாவிப்பது, அது பற்றி அவன் முன்னால் ஏதாவது பேச நேர்ந்தால், ருஷ்யனிலோ ஆங்கிலத்திலோ பேசாதிருப்பது.

"நான் தமிழ்ல சொல்லுறன்... நீங்கள் மலையாளத்தில் சொல்லுங்கோ... சரிதானே? நான் சொல்லுறது விளங்குதா?"

"மனசிலாகி." என்றாள் கீதா.

6

நடராசர் தனது சந்தோஷத்தைக் காட்டுவது போலவே கமெராவைக் கொடுத்துவிட்டார்.

கொழும்பில் பத்துப் பதினைந்து வருடங்கள் வேலை பார்த்த போதும், கடைசி மூன்றாண்டுகளில்தான், சோவியத் கலாச்சார நிலையத்தின் மாலை வகுப்புகளில் இந்த ருஷ்ய மொழி படிக்கிற விஷயத்தில் அவன் ஈடுபட்டான். படிப்பு முடிந்த கையோடு மாற்றலாகி யாழ்ப்பாணம் வந்த சில மாதங்களில் பின்புதான் இந்தப் பயணம் பற்றிய சேதி வந்தது. சிறப்புப் பயிற்சிக்காக ஒன்றரை மாதம் அரிதான வாய்ப்புதான். ஆனால்?

அரசு ஊழியர்கள் வெளிநாட்டுக்குப் போவதற்கான விடுமுறை, அந்தந்தத் திணைக்களத்தை நிர்வகிக்கும் அமைச்சால் அங்கீகரிக்கப்பட வேண்டும். தன்னுடைய விண்ணப்பம், பயிற்சிக்கான அழைப்பு, அனுமதிக் கடிதம், அது இது என்று தேவையான எல்லாவற்றையும் ரமணன் நேரகாலத்திற்கே கொழும்பிற்கு அனுப்பிவிட்டுக் காத்திருந்தான். பதில் வருவதாய்த் தெரியவில்லை. காலம் கிட்டிக்கொண்டு வருகிறது . . . தந்தி, ட்ரங்க் கோல் . . . கிணற்றில் போட்ட கல்லாய் எல்லாம்.

கடைசியில், தலைமை அலுவலகத்திலிருந்து இவன் சார்பில் இதைக் கவனித்துக்கொண்டிருந்த தனபால் ஃபோனில் சொன்னான்.

"மச்சான், விஷயம் கொஞ்சம் சிக்கல்போல இருக்கு ... நீ ஒருக்கால் வந்தாலென்ன ?"

அன்று மாலை பஸ்ஸிலேயே இடங்கிடைத்து அடுத்த நாள் தனபாலைச் சந்தித்தபோது, "மினிஸ்ட்ரியிலை இழுத்தடிக் கிறாங்கள் ... என்னத்துக்கெண்டு தெரியேல்லை ... வா, நாங்கள் நடராசரோட கதைச்சுப் பாப்பம்." கூட்டிக் கொண்டு போனான்.

அமைச்சில், ஆகக்கூடிய உயர்நிலை அதிகாரியாக இருந்த தமிழர் மிஸ்டர் நடராஜாதான். ரமணனின் விஷயம் அவருக்குத் தெரிந்திருந்தது.

"ஏன் இப்பிடிச் செய்யிறாங்கள் எண்டு தெரியேல்லை ... உள்ள திறமைகளை ஊக்குவிக்கிறதுக்குப் பதிலாக, மட்டந்தட்ட வெல்லோ பாக்கிறாங்கள்."

"அதிலை என்ன ஸேர் ஆச்சரியம் ?" தனபால் மரியாதை யாகவே குறுக்கிட்டான்.

"திறமை, தெற்கிலையோ அல்லது வடக்கிலையோ இருக்குது எண்டதைப் பொறுத்தது அது."

"சரிதான்." நடராசர் ரமணன் பக்கந் திரும்பி,

"நீர் அங்கை எப்ப நிக்க வேணும் ? ரஷ்யாவிலை ?" என்றார்.

"எட்டாந் திகதி ... ஏழாந்திகதி வியாழக்கிழமை பின்னேரம் ஃப்ளைற்."

"இண்டைக்கு நாலாந் திகதி ... புக்கிங் ?"

"அதிலை பிரச்சனை வராது. லீவு சரியெண்டா , எல்லாஞ் சரி."

"சரி, இப்ப கையோட ஒரு றிமைண்டர் எழுதித்தாரும். நானே கொண்டுபோய்க் கதைச்சுப் பாக்கிறன்."

முக்கால் மணித்தியாலத்திற்குப் பிறகு நடராஜா திரும்பி வந்தார். முகம் காய்ந்து போயிருந்தது.

"ஐ ஆம் ஸொறி, தம்பி. அவங்கள் இதை வலு ஸீரியஸா எடுக்கிறாங்கள். இந்தப் பிரச்சனையான நேரத்திலை ஒரு தமிழன் ஏன் ரஷ்யாவுக்குப் போக வேணும், எண்டு கேக்கிறாங்கள். இதைப்பற்றி விசாரிக்க வேணுமாம்."

"விசாரிக்கவோ ? என்னத்தை ?"

"என்னவோ! விசாரிக்கப் போறாங்கள் எண்டுதான் நினைக்கிறன்." நடராசர் சோர்ந்த குரலிற் சொன்னார். "நீ பயப்பிடாதை – ஆமி வராது. பொலிஸ்தான் வரும்."

"என்னய்யா...?" தனபால் கேட்டான். "அவங்களுக்கென்ன, பைத்தியமே? இதிலையென்னவாம் அப்பிடி?" நடராசரின் மீதிருந்த மரியாதைக்காகத் தன் கோபத்தை அவன் கட்டுப்படுத்த முயல்வது தெரிந்தது.

"இந்த நேரத்திலை ஒரு தமிழன் ஏன் அங்கை போகவேணும் எண்டு திருப்பித் திருப்பிக் கேக்கிறாங்கள், என்ன ஐமிச்சமோ தெரியேல்லை. நீ கொழும்பிலேயே இருந்திருந்தாலாவது பிரச்சனை இந்தளவுக்கு வந்திராது."

திரும்பி வரும்போது தனபால் சொன்னான்: "மச்சான், எனக்கென்னவோ, எங்கட நடராசர் ஐயா அப்ஸெற் ஆகிப் போனார் எண்டு படுகுது . . . நீ, பயப்பிடாதை."

"சீ... என்ன பயம்?"

தனபால், மாலையில் பஸ் நிலையம் வந்து வழியனுப்பியும் வைத்தான். முதல் நாளிரவு சரியான தூக்கமில்லாமலிருந்தும், அத்தோடு பகலெல்லாம் அலைச்சலாக இருந்தாலும்கூட, இரவு நித்திரையே வரவில்லை. கைக்கெட்டியது வாய்க்கெட்டாமல் போன கவலையும் ஊமைக் கோபமுமாய் அலைக்கழித்தன. எவ்வளவு கீழ்த்தரமாக இந்த வாய்ப்பு அவனிடமிருந்து பறிக்கப்படுகிறது.

போதாக்குறைக்கு, 'என்ன பயம்?' என்று சொல்லிவிட்டு வந்திருந்தாலும், மனமென்னவோ, 'பிச்சை வேண்டாம், நாயைப் பிடித்தால் போதும்' என்றும் நினைக்கத்தான் செய்தது.

காலையில் யாழ்ப்பாணம் வந்ததுமே வீட்டுக்குப் போய்விட்டு அலுவலகம் வரத்தான் நேரம் சரியாக இருந்தது. அதுவும் பஸ் வழியில் தாமதமேதுமில்லாமல் வந்ததால்.

யாருடனாவது கதைக்க வேண்டும், என்ன செய்யலாமென்று ஆலோசிக்க வேண்டும். அசதி, களைப்பு எல்லாம் பிறகுதான். கண்டவுடனேயே 'என்னாச்சு?' என்றார்கள் எல்லோரும். கோபத்துடன் சொன்னான்.

என்ன செய்யலாமென்று ஒருவருக்குந் தெரியாமலிருந்தது. இப்படியும் நடக்குமா?

பத்தரை மணிக்கு, தேநீர் வேளையின்போது சம்பந்தர் தனியாகக் கூப்பிட்டார்.

ஒரு ஆளின் பெயரைச் சொன்னார். "அவர் செக்ரிட்டரிதான் அண்ணை, ஆனா, இந்த மினிஸ்ட்ரிக்கில்லையே …"

"அதுக்கென்ன? அவர் நினைச்சால் செய்யலாம்." சம்பந்தர் உறுதியாகச் சொன்னார்.

"சரி, அவரை எப்பிடிக் கேக்கிறது?"

"அதுக்கு ஆளிருக்கு … வா, நான் வாறன் …"

உடனேயே 'ஷோட் லீவ்' போட்டுவிட்டுப் புறப்பட்டார்கள்.

நினைக்க நினைக்க எரிச்சலாய் வந்தது. நியாயமாய் ஒருவனுக்குக் கிடைக்க வேண்டியதை – அவன் கஷ்டப்பட்டுச் சம்பாதித்ததை – எதற்காக இப்படிக் குழப்பிக் கொட்ட நினைக்கிறார்கள்? அதை – அந்த வாய்ப்பை – பெற்றுக்கொள்வதற்காக அவன் ஓடியாடி அவர் இவரைப் பார்க்கவில்லை. பல்லிளிக்கவில்லை. ஆனால் கிடைத்தது பறிபோகாமலிருக்க அப்படியெல்லாம் செய்ய வேண்டியிருக்கிறது. யாரை உதைப்பது? யாரில் காட்டுவது கோபத்தை?

தான் சம்பந்தரைப் பிடிக்க, சம்பந்தர் பெரியதம்பியரைப் பிடிக்க, பெரியதம்பியர் ஒரு செக்ரிட்டரியைப் பிடிக்க, அந்த செக்ரிட்டரி மற்ற செக்ரிட்டரியைப் பிடிக்க … சீ!

சின்ன வயதில் படித்த கதைகள், பாட்டுகளில் வருவது மாதிரி, ஒரு சங்கிலியாக . . . பூவைக் கொடுத்து முனிவரை மருட்டி, முனிவரை மருட்டி, மந்திரத்தைக் கற்று, மந்திரத்தைச் சொல்லிப் பூதத்தைக் கொன்று, அதனைக் கொன்று அரசனைக் காப்பாற்றி, அவனைக் காப்பாற்றி அவன் மகளைக் கல்யாணம் பண்ணி … வெறுப்பாயிருந்தது. என்றாலும் வேறு வழியில்லை.

"மயிரைக் கட்டி மலையை இழுக்கிறது … வந்தா, மலை … போனா மயிர் …" என்றார் சம்பந்தர்.

ஆனால், நம்பவே முடியவில்லை, மலையேதான் வந்தது! ஒரு வாரமாகவில்லை, வீட்டு விலாசத்திற்குத் தந்தி வந்தது – லீவு அனுமதித்திருப்பதாக! பெரியதம்பியர், பெரிய ஆள்தான்!

மீண்டும் கொழும்பிற்கு வந்து, புறப்படுவதற்கு முதல்நாள் மாலை, நடராசரிடம் பயணஞ் சொல்லிக்கொள்வதற்காக பம்பலப்பிட்டியிலிருந்து அவர் வீட்டுக்குப் போன வேளையில்தான், கமெரா பற்றிய கதையும் வந்தது. தூக்கிக் கொண்டு வந்து கொடுத்தார். தன்னுடைய மகிழ்ச்சியை வேறுவிதமாக வெளிப்படுத்த அவரால் முடியவில்லைப் போலும்.

நடராசருக்கு, தனபாலுக்கு, சம்பந்தருக்கு – பெரிய தம்பியருக்கு! – எல்லாம் நல்லதாக ஏதாவது இங்கிருந்து வாங்கிக் கொண்டுபோய்க் கொடுக்க வேண்டும். என்ன வாங்கலாம்?

7

உணவு வண்டி விசாலமாக இருந்தது. இரண்டு வரிசைகளில் மேசைகள். ஒவ்வொரு மேசைக்கும் நாலு கதிரைகள்.

ஸேர்விங் கவுண்டரில் போய்ப் பார்த்தான். எதெது சைவம்? பார்த்தவுடனேயே சொல்லக்கூடியதாக எதுவுமில்லை – சீவி வைக்கப்பட்டிருந்த கெக்கரிக் காய்களைத் தவிர – பிறகு பார்த்ததில் உருளைக் கிழங்குப் பொரியலும் இருந்தது. ஒன்றுக்கு இரண்டு தட்டுகளாக எடுத்துக்கொண்டான்.

'கம்பொத் இருக்கிறதா? என்று கேட்டு ஒரு தம்ளர் வாங்கினான். அவனுக்கு மிகவும் பிடித்த திராட்சை ஊறல் அது. பிறகு வேண்டுமானால் இன்னொன்று வாங்கிக்கொள்ளலாம். இப்போது எதற்கு, எல்லாவற்றிலும் இரண்டிரண்டு?

தட்டைத் தள்ளிக்கொண்டு வந்தான். 'அபாக'ஸில் மாயம்பண்ணி, அந்தப் பெண் கணக்குச் சொன்னாள். "எண்பத்தியேழு கோபெக்..."

ஒரு ரூபிளைக் கொடுத்து, மீதிச் சில்லறையை வாங்கிக் காற் சட்டைப் பையில் போட்டுக்கொண்டு மேசையடிக்கு வந்தான். ஓடுகிற ரயிலில், கையிலிருக்கிற கம்பொத் தளம்பாமல் பார்த்துக் கொள்ள வேண்டியிருந்தது.

கதிரையில் உட்காரப் போனபோது, எதிர்ப் பக்கமிருந்து கீதா வருவது தெரிந்தது. கிளாஸைப் பிடித்தபடி எழுந்தான். "உட்காருங்கள், வருகிறேன்."

"தாங்க்ஸ்... நானே வாங்கிவிடுகிறேன்." அவள் போனாள்.

அநேகமாக எல்லா மேசைகளுமே காலியாகக் கிடந்தன. வெள்ளை விரிப்பில் ஏதோ மெல்லிய கறைகள். ரயிலின் இலேசான இரைச்சல்...

கீதா வந்து முன்னால் உட்கார்ந்தாள்.

"எங்கே போயிருந்தீர்கள்? வரும்போது தேடினேன்..."

"அஞ்ஜனா, கபூரிடம் போகலாமென்றாள். அவர் அடுத்த பெட்டியில் வருகிறார்."

"அவர்கள் எங்கே, இப்போது?"

"ஏதோ கதை... நானும் குழப்ப விரும்பவில்லை."

"நெருங்கிய நண்பர்கள்தான், இல்லையா?"

"அப்படித்தான்... என்ன இருந்தாலும் ஒரே ஊரவர்கள்..."

"ஒரே ஊரைச் சேர்ந்தவர்களுடன் கொண்டாடிக்கொள்ள நாங்கள் இங்கே வரவில்லை."

"அப்படிப் பார்த்தால், நாங்களுங்கூட ஒரே ஊரவர்கள்தான். இவ்வளவு தூரத்தில் வந்து பார்க்கிறபோது, யாழ்ப்பாணம், திருவனந்தபுரம் எல்லாம் ஒன்றுதான்."

"இவ்வளவு தூரம் வராமல் பார்த்தாலுங்கூட ஒன்றுதான்... எங்களை மலபார்க்காரர்கள் என்றுதான் சிலபேர் சொல்லுகிறார்கள்."

"உண்மையாக?"

"உண்மையாக!"

வெளியே, வெள்ளைப் பட்டைகளுடன் பிர்ச் மரங்கள் ஓடிக் கொண்டிருந்தன.

"சிப்ஸ் மெய்யாகவே நன்றாயிருக்கிறது."

"எங்கள் வீட்டில் சாப்பிடுகிற மாதிரியே..."

வீடு, வீட்டிலிருந்து ஊர், மொழி, இலக்கியம்... இது தொடங்கினால் முடிவதில்லை. இடையில் எழுந்துபோய் இரண்டு கம்பொத் வாங்கி வந்தான், ஆளுக்கொன்றாக.

'தகழி ஷிவஷங்கர பிள்ளை' என்று சொல்கிற அவள் முன்னால், 'தகளி சிவசங்கர பிள்ளை' என்றுதான் உச்சரித்தது அவனுக்கு ஒரு மாதிரியாக இருந்தது. அடுத்த தடவை, அவளைப் போலவே உச்சரிக்க முயன்றான்.

பேச்சு எங்கே முடிந்ததென்று தெரியாமல் வெகுநேரம் பேசாமலே இருந்தார்கள். வெளியே ஒரு அழகிய கிராமம் அமைதியாக ஓடிக்கொண்டிருக்கிறது.

ஏதோ ஒரு நிலையம் வருவதற்கான அறிகுறிகள் தென்பட்டன. "போவோமா?" எழுந்தார்கள்.

8

லெனின்கிராத்துக்கு வந்தபோது, பத்தேகால். சூரியன் மறைந்து கொண்டிருந்தது. நல்ல வெளிச்சம், மஞ்சளாய்.

ஸ்ரேஷனில் இறங்கியதுமே, முருங்கர் உணர்ச்சிவசப்பட்டார்.

"இதுதான்! எப்படியோ ஒரு தரம் வந்தேவிட்டேன்." கண்கள் பளபளத்தன.

"அறுபத்தேழு வருஷத்துக்கு முந்தி, புரட்சியின்போது இந்த இடம் எப்படி இருந்திருக்கும்? அப்போது நான் பிறந்தேயிருக்க மாட்டேன்."

காத்திருந்த பஸ்களில் ஏறி, ஹோட்டலுக்குப் போனார்கள்.

'சவியத்ஸ்காயா' பிரம்மாண்டமாயிருந்தது. எத்தனை நட்சத்திரமாயிருக்கும்? முன் மண்டபமே ஒரு மாளிகை மாதிரி. கலைப் பொருட்களையும் ஞாபகச் சின்னங்களையும் விற்கிற கடைகள். அறை ஒதுக்கீடு விபரம் வரும்வரை அவைகளுடன்...

மெஹம்மட் தேடி வந்தான். "இங்கேயா நிற்கிறாய்?"

ருஷ்யனில் 'நீ', 'நீங்கள்' வித்தியாசம் இருந்தும், இந்த மெஹம்மட்டிலும் பார்க்கத்தான் ஐந்தாறு வயது மூத்தவனாயிருந்தும், அவன் தன்னை 'நீ' என்றழைக்கிற நெருக்கம் ரமணனுக்கு மிகவும் பிடித்திருந்தது.

"ஏன் தேடினாய்? என்ன சங்கதி?"

"இங்கே வா." எப்போதும் சிரிப்பு மிளிர்கிற அந்த நீலக் கண்களில் ஏதோவொன்று – குறும்போ, கள்ளமோ, வெட்கமோ, எது? – தெரிய, அவன் விஷயத்தைப் போட்டுடைத்தான்.

"ஒவ்வொரு அறையிலும் இரண்டு பேர்! புரிகிறதா?"

"நீயும் நானும் ஒரு அறையிலிருப்போமா?"

"சந்தோஷமாக! ஆனால், ஏன்?"

"அதே மாதிரி, அருணியையும் துளசியையும் ஒரு அறை யிலேயே இருக்கச் சொல்லலாம்." ரமணனுக்குப் புரியவில்லை.

மெஹம்மட், கண்களைச் சிமிட்டிச் சிரித்தான்.

'எட, பாவி...அருணி எனக்கு அக்கா மாதிரி! போதாக்குறைக்கு துளசிதான் என்ன நினைப்பாள்? எனக்கு அடிவாங்கித் தரப் போகிறாயா? உனக்கெப்படி இந்த எண்ணம் வந்தது?'

தமிழோ, ஆங்கிலமோ அல்லது சிங்களமோ என்றால்கூட, இரண்டாவது யோசனையின்றித் திட்டித் தள்ளியிருக்கலாம். ருஷ்யனில் அந்த அளவு இப்போதைக்குச் சாத்தியமில்லை.

இந்த மௌனம், மெஹம்மட்டிற்குச் சம்மதமாகப் பட்டிருக்க வேண்டும்.

"அவர்கள் அறைகளைக் கொடுக்க முதல், நான் போய் இவான் பாவ்லோவிச்சிடம் சொல்லி விடுகிறேன் ... ஸ்பஸிபா, ஓச்சின் ஸ்பஸிபா ..." – கத்திக்கொண்டே போனான்.

ரமணன், விறைத்துப்போய் நின்றான். இந்த முட்டாள், அந்தப் பெண்களிடமும் போய் உளறி வைப்பானோ? அக்காவின் முகத்தில் எப்படி விழிப்பது? துளசியின் முகத்தில் எப்படி விழிப்பது? போய், ஒரு ஸோஃபாவில் குந்தினான்.

இந்த மெஹம்மட்டிற்கு துளசியைப் பற்றி இப்படி ஒரு எண்ணம் எப்படி வந்தது? அவள் இவனுடன் நெருங்கித் திரிவதாலா? எல்லாப் பெண்களும்தான் மெஹம்மட்டைச் சுற்றுகிறார்கள். அந்த ரோசா நிறம், சிவப்பு உதடுகள், சுருள் சுருளான கறுப்பு முடி, ஒமர் ஷெரிஃபை நினைவுபடுத்துகிற முகவெட்டு.

எனக்கேன் அவனில் பொறாமை வரவில்லை? அருகிலிருப்பவரைப் பார்த்துத்தான் பொறாமைப்படலாம், ஆக உயரத்திலிருப்பவனைப் பார்த்துப் படுவதில் அர்த்தமில்லை என்றா? இல்லை, என்னோடு அவன் இப்படிப் புழங்குவதாலா? துளசிக்கு நான் வேண்டியவன் என்பதால் இவனுக்கு என்மீது இந்தப் பிரியம் ஏற்பட்டிருக்கலாம். எப்படியிருந்தாலும் மெஹம்மட்டின் நட்பு சந்தோஷமாய்த்தானிருக்கிறது! வஞ்சகமில்லாத, கலகலப்பான பயல். துடியாட்டம் நிறைந்தவன் இயல்பாய் இருக்கிறான் – பச்சைத் தண்ணி மாதிரி.

அன்றைக்கு வஸிலி ஷுக்ஷினின் 'பேச்சி லாவச்கி' சினிமா பார்த்துவிட்டு வருகையில்தான் இந்தத் துளசி – மெஹம்மட் நட்பு முதலிற் கண்ணிற்பட்டது.

என்னதானிருந்தாலும் மெஹம்மட்டைப் பாராட்டத்தான் வேண்டும் – எல்லாப் பெண்களும் அவனையே சுற்றினாலும் அவன் துளசியைத்தான் எப்போதும் சுற்றிக்கொண்டிருக்கிறான்! இருவருக்குள்ளும் உண்மையிலேயே ஸீரியஸ்ஸாக ஏதாவது இருக்குமா?

மெஹம்மட் போன வேகத்திலேயே திரும்பி வந்தான். "ஓச்சின் க்ஷால். ஏற்கெனவே அறைகளெல்லாம் ஒதுக்கிவிட்டார்கள்." அவன் உற்சாகமிழக்கவில்லை.

"பரவாயில்லை, பிறகு பார்க்கலாம்."

9

ரமணனின் அறைச் சகா, மிஸ்டர் கபூர் என்று பாவ்லோவிச் சொன்னார். ரமணனுக்கு கபூரைப் பிடிக்கும். அமைதியான

மனிதர், அழகான ஆள். நடு வயது. தில்லிக்காரர், அஞ்ஜனாவைப் போல.

இந்தக் 'கபூர்' என்கிற பெயர், சின்ன வயதிலேயே ரமணனுக்குப் பரிசயமானதுதான். ராஜ்கபூர், பிருத்விராஜ் கபூர் . . . ஆனால், அப்போது ஒரு குழப்பமிருந்தது – அது முஸ்லீம் பெயரென்று எண்ணம். பிறகு – வளர, வளர *Kapoor* வேறு, *Gafoor* வேறு என்று தெரியவந்தது.

மிஸ்டர் கபூர் எப்போதும் ஆங்கிலப் பாணி உடையில் பளிச் சென்றிருந்தார். ரஷ்யாவில் 'சூட்' ஒன்றும் அவ்வளவு கறாரான விஷயமாகத் தெரியவில்லை. அப்படி ஒரு நெகிழ்வு, எளிமை. என்றாலும் கபூர் அதற்காக விட்டு விடவில்லை.

பாவ்லோவிச்சிடம் அறை எண் அறிந்துகொண்டு, பெட்டியும் தானுமாய் ரமணன் 'லிஃப்ட்' ஏறி, ஏழாந் தளத்திற்குப் போய், திஷுர்ணிக்கு வணக்கம் சொல்லி, திறப்பை வாங்கிக் கையெழுத்துப் போட்டுவிட்டு, அறை எண்ணைக் கண்டுபிடித்து... இப்போதுதான் களைப்புத் தெரிந்தது.

வந்து ஒரு நிமிடமில்லை, கதவு தட்டிக் கேட்டது.

"உள்ளே வாருங்கள்." உரத்துச் சொன்னான். மிஸ்டர் கபூர்தான்.

"ஹலோ, மை ஃபிரண்ட்." குரல் உற்சாகமாய் ஒலித்தது. ஆள் அவ்வளவு முசுடு இல்லை, தான் நினைத்திருந்ததுபோல. ரமணன் எழுந்து கை நீட்டினான்.

"தாங்க் யூ... எப்படி இன்று பயணம்?" கையைக் குலுக்கினார்.

"ஃபைன் . . . நன்றாக அனுபவித்தேன்." மாஸ்கோவிலிருந்து இங்கு வந்து சேர்கிற வரைக்கும் இந்த மனிதர் எப்படி என் கண்ணில்படாது போனார்?

கபூர் மற்றக் கட்டிலில் போய் உட்கார்ந்தார்.

மாஸ்கோவில் இவர்களிருந்த 'புஷ்கின் இன்ஸ்ரிரியூட்' அறைகளைப் போல அதே அமைப்பு. வாசல் கதவைத் திறந்ததும் ஒரு பக்கம் குளியலறை. அதனோடு போகிற நாலடி அகல நடை, குளியலறையின் நீளம் முடிந்ததும் மெய்யான அறையாய் விரியும். இதனால், அறை ஒரு 'ட' வடிவம் கொண்டிருக்கிற மாதிரி. ஒரு பக்கத்தில் இருந்து பார்த்தால் வாசல் தெரியாது.

நீங்கிய திரைக்கப்பால் வானம் சாம்பல் பூத்திருந்தது. இருளில்லாத மைம்மல். பொழுது படுகிறபோது – அல்லது விடிகிறபோது – இருக்கிற மாதிரி மெல்லொளி. இது எது?

நேரத்தைப் பார்த்தான். இரண்டுமேதான்! பன்னிரண்டு மணிக்கு ஐந்து நிமிஷம்.

வெந்நீரில் குளிப்பை முடித்து, உடை மாற்றிக்கொண்டு, சிற்றுண்டிச் சாலைக்குப் போகலாமா – இப்போது அது திறந்திருக்குமா – இல்லை, இந்தத் தளத்திலேயே கண்காணிப்பாளரிடம் வாங்கக்கூடிய 'ச்சா'யுடன் சமாளிப்போமா என்று யோசித்தபடி கட்டிலிற் சாய்ந்தான். அசதியாயிருந்தது. கபூர் வெளியே போய்விட்டார்.

விளக்கைப் போட மனம் வரவில்லை. அந்த மாய ஒளியில் – மைம்மலிற் புதைந்து – இப்படியே படுத்திருக்க வேண்டும் போலிருந்தது. வெந்நீர்க் குளியல் தந்த கதகதப்பையும் மீறி உடம்பைத் தழுவும் குளிர், சோப்பின் லேசான மணம், உடலின் அசதிக்கு இதமாயிருக்கிற படுக்கை, இந்த அமைதி, இந்த வெளிச்சம்... இது எந்த உலகம்? மூழ்கிக்கொண்டே போனான்.

கதவை மெல்லத் தட்டிய சத்தம். தட்டிய விதமே, தட்டியதற்காக மன்னிப்புக் கோருவது போலிருந்தது. யாராயிருக்கும்? எழுந்தான். சாரத்தைக் கட்டியவாறே செருப்பை மாட்டியபடி கதவடிக்குப் போனான். தளத்தில் விரித்திருந்த கம்பளம் – என்னவென்று தெரியாத ஒரு மங்கல் நிறத்தில் – ரப்பர்ச் செருப்பின் கீழும் புஸ்புஸ் என்று புதைந்தது.

பிறகு, தட்டும் ஒலியே இல்லை. வேறெங்கோ தட்டியதைக் கேட்டு எழுந்துவிட்டேனா? திறக்காமலே கதவருகில் தயங்கினான்.

மீண்டும் கேட்டது. திறந்தான். கீதாவும் அஞ்ஜனாவும்.

"குட் ஈவினிங்" என்றார்கள்.

"குட் மோனிங்..."

ஒருகணத் திகைப்பிற்குப் பிறகு, அந்த நிசப்தத்தைக் குலைக்கிற மெல்லலையாய்ப் பெண்களின் சிரிப்பொலி. பயண அலுப்புத் தெரியாத புத்துணர்வுடன், சேவையும் ஸ்வெட்டருமாய் இருவரும்.

"உள்ளே வாருங்கள்." ஸ்விச்சைப் போட்டபடி சொன்னான்.

"மெய்யாகவே பன்னிரண்டரைதான் இப்போது." கீதா, தன் மணிக்கட்டை அஞ்ஜனா பக்கம் திருப்பிக் காட்டினாள்.

"உட்காருங்கள்..."

"எங்கே உங்கள் ரூம்மேற், மிஸ்டர் கபூர்?"

உட்கார்ந்தபடி அஞ்ஜனா கேட்டாள்.

“எப்படி இந்த விபரமெல்லாம் உங்களுக்கு இவ்வளவு விரைவில் வந்துசேர்கிறது?”

பகடியாய்க் கேட்டாலும், ‘இவர்கள் அவரைத்தான் தேடி வந்திருக்கிறார்கள்’ என்ற நினைப்பில் அவன் உற்சாகம் வடிந்த மாதிரி இருந்தது.

“எங்கள் நண்பர்களிருவரும் ஒன்றாகத்தானிருக்கிறீர்கள் என்று பார்க்க வந்தோம்.”

“எங்களிருவரின் நண்பர்களும்.” என்று திருத்தினாள் அஞ்ஜனா.

கீதா அவளை முறைக்கிறாளா? மெஹம்மட்டின் நினைவு ஏன் இப்போ வருகிறது?

“எப்படி இருக்கிறது அறை?” கீதா சமாளிக்க முயல்கிறாள் போலும்.

“அச்சா!” என்றான்.

இருவரும் சிரித்தார்கள். அந்தச் சிரிப்போடு இந்த இறுக்கம் தளர்ந்த மாதிரி.

10

என்னதான் வெண்ணிரவுகளின் காலம் என்றாலும், குளிர் குளிர்தான். பெண்கள் புத்திசாலித் தனமாய்த் தடித்த ஜீன்ஸிலிருந்தார்கள் – இந்தக் குளிருக்குச் சேலையாவது! ரமணன், கைப்பையில் தயாராயிருந்த ஜெர்க்கினை மாட்டிக்கொண்டான். கபூர் பரவாயில்லை, வழமையான உடையில்.

அருணியையும் துளசியையும் விட்டுவிட்டுப் புறப்பட்டது ரமணனுக்கு என்னவோ மாதிரியிருந்தது. கீதாவுக்கும் துளசிக்கும் ஏனிந்த எதிர்மறை உறவு? பெரிதாக மனஸ்தாபம் என்று சொல்வதற்கில்லை. ஆனால் ஆளை ஆள் தவிர்த்துக்கொள்வது மற்றவர்களுக்கு வடிவாகவே தெரிந்தது. ஏன்? துளசியின் தோழி என்கிற காரணத்திற்காக அருணி அக்காவின் மேலும் இந்த நிழல் லேசாக விழுந்த மாதிரி. இந்தப் பெண்களும் அவர்களின் போக்குகளும்!

பாலம் பார்க்கப்போகும் அவர்களிருவரையும் சேர்த்துக் கொள்வோமா என்று ரமணன் கேட்டதற்கு, “நீங்கள் விரும்பினால் கூட்டி வாங்களேன்” என்றாள் கீதா. அவளுக்குப் பிடிக்கவில்லை என்பதை இதைவிட நாசூக்காக எப்படிச் சொல்வது?

"கீதா, அஞ்ஜனாவுடன் போவோமா?" என்று இதேபோல அவன் துளசியைக் கேட்டிருந்தாலும், ஏறத்தாழ இப்படியான ஒரு பதில்தான் கிடைத்திருக்கும். அவனுடைய முகத்தை முறிக்கக் கூடாதென்று மழுப்பினாலுங் கூட, சேர்ந்து போவதை துளசி ஏதோ ஒரு விதத்தில் தவிர்த்துத் தானிருப்பாள் என்றும் ரமணனுக்குப் பட்டது.

அது சரிதான். இந்த இடத்திற்குப் போகவிருப்பது பற்றி துளசியிடம் சொல்லியிருந்த போதும், பிறகு இரண்டு தடவை அதை நினைவுபடுத்தியபோதும், இன்று அவள் சொன்னாள். "நாங்க வரமுடியாது, ரமணா ..."

"ஏன்?"

"உங்க சிலோன் கேர்ல்ஸ் யாரோ இங்கே இருக்காங்களாமே, அவங்களப் பாக்கணும்னு அக்கா சொல்லியிருக்காங்க... இன்னிக்கு ஈவ்னிங் போறோம்..." –

அருணி ஏன் இதைத் தனக்குச் சொல்லவில்லை? பாலம் பார்க்கப் போகிற சங்கதியைத்தான் சொல்லவில்லை என்றா? துளசிக்குச் சொன்னாலே அருணிக்கும் சொன்ன மாதிரித்தான் என்ற நினைவில் அவன் விட்டுவிட்டான்.

இல்லை, அக்கா அப்படியெல்லாம் நினைக்கிறவ இல்லை. இன்று கூப்பிட்டிருந்தாலும் துளசியையும் சேர்த்துக்கொண்டு வந்திருப்பாதான். ஆனால், தான்தான் கூப்பிடவில்லை... ஏன்? கீதாவுடன் தனியே போய்வருகிற சந்தர்ப்பத்தைக் குழப்பிவிடக் கூடாதென்றா?

"ஏன் பேசாமல் வருகிறீர்கள்?" கீதா கேட்டாள். "... உங்கள் ஃப்ரென்ட்ஸ் வரவில்லையென்றா?"

"டோண்ட் பி ஸில்லி!" காலின் முன் மங்கலாய்ச் சிறு சதுரமாய்த் தெரிந்த எதையோ ஷூ நுனியால் உதைத்தபடி சொன்னான். அது கொஞ்சத் தூரம் டுர்ர்ரென்று சறுக்கிப் போய், நடைபாதை விளிம்போடு நின்றது.

குனிந்து எடுத்தான். பக்கத்துக் கட்டடத்திலிருந்து வந்த வெளிச்சத்தில் திரும்பப் பார்த்தான். ஸ்பிச்கி. தீப்பெட்டி. வலு பெரிதாக இருந்தது. ருஷ்யாவுக்கு வந்தபின் இப்போதுதான் முதல் தடவையாக ஒரு தீப்பெட்டியைப் பரிசயங் கொள்ள நேர்ந்திருக்கிறது!

எங்கள் நாட்டுத் தீப்பெட்டிகளிலும் இது மூன்று பங்கு தடிப்பு. கூறியபடியே பெட்டியை கீதாவின் முன்னால் கிலுக்கிக் காட்டினான்.

“தூர எறியுங்கள் . . . தெருவில் கிடந்தது . . .”

“நிரம்பக் குச்சிகள்” என்றபடி முன்னால் தெரிந்த குப்பைப் பெட்டியில் அதை வீசினான்.

“டூ யூ ஸ்மோக்?” கேட்டாள். “நோ . . . போன வாரம், மெஹம்மட் ஒரு ‘கமெல் பிராண்ட்’ பெட்டி தந்தான்... இன்னமும் உடைக்காமல் வைத்திருக்கிறேன்.”

“எதுக்கு?”

“திரும்புகிற போது, ஊரில் யாருக்காவது கொடுக்கலாம் . . .”

கபூரும் அஞ்ஜனாவும் இவர்களிலிருந்து பத்தடி முன்னால் போய்க்கொண்டு இருக்கிறார்கள். வாகனங்கள் குறைவாயிருந்தாலும் தெருவில் நிறைய நடமாட்டம். கட்டடங்கள் வெளிறித் தெரிந்தன. காற்றில் குளிர் மிதந்தது.

பின்னால் யாரோ ஆண்களும் பெண்களுமாய்ப் பலத்துப் பேசிச் சிரித்தபடி வரும் சப்தம். திரும்பினார்கள்.

“எங்களவர்கள்தான்” என்றான், ரமணன்.

“யார்?”

“கப்ரியெல்லாவும் ஆப்பிரிக்கப் பையன்களும்.”

“ஏன் இப்படி நடந்துகொள்கிறார்கள்?” கீதா எரிச்சலுடன் சொன்னாள்.

அந்த வெனிசுவேலாப் பெண்ணைப் பார்க்கிற போதுகளில் அவனுக்கு வினோதமாக இருக்கிறது. ஆண்கள் மாதிரித் தோற்றம். அவ்வளவு உயரம். இறுக்க இறுக்க ஜீன்ஸ். தலை, ஒரே வெள்ளைமாய் ஒட்ட வெட்டியிருக்கும். வயதுகூடச் சொல்ல முடியாது – இருபத்தைந்திலிருந்து ஐம்பது வரை எதுவும் மதிக்கலாம்.

கப்ரியெல்லா, கீச்சிட்ட குரலில் உரக்கக் கத்தினாள்.

“என்னை நீங்கள் தொடுவதானால் என்னுடன் வர வேண்டாம்.” கறுத்தப் பையன்கள் மூன்று பேரும் அட்டகாசமாய்ச் சிரித்தார்கள், தங்கள் பாஷையில் எதையோ சொல்லி.

ஏதோ அவசரத்தில் போகிறவர்கள் போலிருந்தது.

இவர்களைத் தாண்டும்போது கண்டுகொண்டார்கள். “அல்லோ! தவாரிஷி!”

“அல்லோ...”

"பாலம் பார்க்கப் போகிறீர்களா? நாங்களுந்தான்." நால்வருமே நன்றாக 'வொத்கா'வைச் சுவைத்திருக்கிறார்கள்.

"யெஸ்..." என்ற ரமணனின் கையைப் பற்றி இழுத்தாள் கீதா.

"தஸ்விதான்ய..." அவர்களைப் பார்த்து அவசரமாகச் சொன்னாள்.

"போகட்டும்" அவன் காதோடு மெல்லக் குரல் வந்தது.

அவர்கள் தாண்டிப் போனார்கள். கபூர் – அஞ்ஜனாவுடன் இதே கதை. அந்த நால்வரும் என்ன கூத்தாடினாலும் அவர்கள் புண்ணியத்தில் கீதாவின் கோபம் கரைந்துவிட்ட மாதிரியிருந்தது.

"நீங்கள் 'வொத்கா'வைச் சுவைத்ததில்லையா?"

"ஏனில்லை?"

"ம்ம்? – எங்கே?"

"வித்தாலி வீட்டிற்குப் போயிருந்த போது... அவர்களைப் பொறுத்தளவில் இது குடிவகையே அல்ல."

"எப்படியிருந்தது?"

"எனக்கென்னவோ மிதக்கிறது போலிருந்தது. அவ்வளவுதான். அதுதான் போதையா, அதுதான் சந்தோஷமா – தெரியவில்லை."

"தெரிந்துகொள்ள முயலாமலே இருந்துவிடுவது நல்லது."

"அது சரி, அதுதான் முதலும் கடைசியும்."

இந்தப் பேச்சு அவளை மேலும் திருப்திப் படுத்தியிருக்க வேண்டும் – பக்கத்தில் நடந்து வந்தவள் தோளும் தோளும் உரசுகிற அளவுக்கு நெருங்கினாள். அஞ்ஜனாவைக் கூப்பிட்டு,

"ஏன் இவ்வளவு அவசரம்? மெதுவாகப் போவோமே?" என்றாள்.

கனவு போலிருந்தது – இந்த வெளிச்சம், இந்தக் குளிர், இவற்றில் குளிக்கிற நகரம், இதில் உலவுகிற மக்கள்...

எல்லாவற்றுக்கும் மேலாக, பக்கத்தில் இதோ!

சிந்து நதிக்குப் பதில் நேவா ஓடுகிறது. நிலவும் வெண்ணிரவும் ஒரே மாதிரியா?

"தஸ்தயேவ்ஸ்கியின் 'வெண்ணிரவுகள்' படித்திருப்பீர்கள் தானே?" கீதா கேட்டாள்.

"பின்னே?"

"அதைப் படித்தபோது, இந்த வெண்ணிரவுகளில் ஒரு நாளைக்கு உலவ முடியுமென்று நினைத்திருப்பீர்களா?"

"நிச்சயமாக இல்லை... அதுவும் இப்படி நினைத்தேயிருக்க முடியாத ஒரு துணையோடு."

"ம்ம்?"

நேவாவின் கிளையான மொய்காவின் மேலிருந்த சிறிய பாலமொன்றைத் தாண்டிக்கொண்டிருந்தார்கள். இரும்பில்தான் எத்தனை வேலைப்பாடு! வாசல்களிலும் வார்ப்புச் சிலைகள். இது கனவில்லை, இதுதான் தேவலோகம்! ராசரத்தினம் முன்பொரு முறை அப்படித்தான் சொல்லியிருந்தார்.

"இந்தப் புராண இதிகாசங்களில் வாற தேவர்கள் யார் தெரியுமா? ஐரோப்பியர்கள். குறிப்பாக ரஷ்யர்கள்."

"அதெப்பிடி?"

"இமயமலைக்கு – மேலே – அப்பாலிருந்து வந்தவர்கள், வெள்ளை நிறம். எங்களுக்கு ஒரு வருடம் அவர்களுக்கு ஒரு நாள் என்பதுகூடச் சரிதான்... அங்கே, கோடை – பகல் – ஆறுமாதம், பனி – இரவு – ஆறுமாதம்... இல்லையா?"

இதன்படி பார்த்தால் அவன் இப்போது தேவலோகத்தி லிருக்கிறான்!

அப்படியில்லாமல் பார்த்தாலும் அங்கேயிருப்பதாகத்தான் படுகிறது.

ராசரத்தினத்தின் வியாக்கியானத்தைச் சொன்னதும், கீதா சிரிசிரியென்று சிரித்தாள்.

"என்றாலும் விளக்கம் நன்றாகத்தானிருக்கிறது. என்ன செய்கிறார், உங்கள் நண்பர்?"

"அவர் ஒரு ஓவியர்."

"அதுதானே..."

நேவா நதிக்கரைக்கு வந்தபோது, பாலம் முழுமையாகவே இருந்தது. நிறையச் சனங்கள் நின்றார்கள். நன்றாகப் பார்க்கக் கூடிய – நெருக்கடி குறைந்த – இடமாக ஒதுங்கிக்கொண்டபோது, யாரோ அவர்களை நோக்கி வருவது தெரிந்தது.

"நீங்களுமா?" என்றபடி மிஸ்டர் முருங்கர். கூடவே மிஸ்டர் பாண்டே. கீதாவைக் கண்டதும் பாண்டே வாயிலிருந்து சிகரெட்டை எடுத்துக்கொண்டார். கபூரும் அஞ்ஜனாவும்

சற்றுத் தள்ளி நின்றதில், இவர்கள் அவர்களைக் கவனித்ததாகத் தெரியவில்லை .

"இன்னும் ஒருமணி இருக்கிறது. பாலந் திறக்க..." என்றார் பாண்டே.

"தினசரி இப்படித்தானே ?"

"லெனின்கிராத்திலிருந்து லண்டனுக்குப் போகிற ஸ்டீமர்கள் கீழால் போவதற்கு இந்தப் பாலத்தின் உயரம் போதாது. அவை வருகிற வேளைகளில் இரண்டாகப் பிளந்து உயர்ந்து வழிவிடுகிறமாதிரி அமைத்திருக்கிறார்கள். பிறகு மூடிக்கொண்டு சேர்ந்துவிடும். ஸ்டீமர் தினசரி போகிறது என்றுதான் நினைக்கிறேன்."

பாண்டேயும் முருங்கரும் விடை பெற்றுக்கொண்டு போன பிறகும் முக்கால் மணி நேரமிருந்தது. கொஞ்சங் கொஞ்சமாய் மங்கிக்கொண்டு வந்த பொழுது... இருளைச் சந்திக்காமலே இது மீண்டும் வெளிக்க ஆரம்பிக்கும்.

"சரியான குளிர்தான்."

கீதா, மஃப்ளரைக் கட்டிக்கொண்டு, கைகளை மார்பின் மேல் மடித்தபடி நடுங்கினாள். குழந்தை மாதிரி. தூக்கிக் கொள்ளலாம் போல இருந்தது.

ஜெர்க்கினை நன்றாக இழுத்துக்கொண்டவன், அவள் தோள்களை வலக் கையால் வளைத்து நெருக்கினான்.

மௌனித்து நின்றார்கள். மூச்சொலிகள் மட்டும் மெல்லக் கேட்டன.

11

லெனின்கிராத்திலிருந்து திரும்பி ஒரு வாரம் – இன்னும் பத்து நாட்களில் பயிற்சி நெறி முடிவடைந்துவிடும். ஆக மிஞ்சினால், இரண்டு வாரங்களில் கிளம்ப வேண்டியிருக்கும்.

வீட்டுக்குத் திரும்புகிற மகிழ்ச்சியா, இல்லை, இந்த நாட்டையும் இந்த உறவுகளையும் விட்டுப் பிரிகிற கவலையா, எது மேலோங்கி நின்றதென்று தெரியாமலிருந்தது.

சொந்த நாட்டில் மட்டும் பிரச்சனைகளில்லாமல் இருந்திருந்தால், இங்கு எவ்வளவு காலம் நிற்க முடிந்தாலும், மகிழ்ச்சியாய்த்தானிருக்கும். அந்தக் குழப்பங்களுக்கிடையில் எல்லோரையும் விட்டு விட்டுத் தான் மட்டும் தனியாய்த் தப்பி வந்துவிட்டதுபோல் குற்ற உணர்வில் மனம் அந்தரிக்கிறது.

மாலையில் வகுப்புகள் முடிந்த கையோடு யாரையோ சந்திக்கவென்று 'நட்புறவுக் கழக'த்திற்குப் போயிருந்த அருணி அக்கா, திரும்பியதும் திரும்பாததுமாகத் தேடி வந்தா. அக்கா, நியாயமான மொத்தம். சேலையும் ஸ்வெட்டரும், தலையில் ஸ்காஃபுமாய் – கிட்டத்தட்ட ஒரு 'மத்ரயோஷ்கா' பொம்மை மாதிரி. போதாக்குறைக்குக் கையில் ஒரு பெரிய குடை. தோளில் தோல் பை.

அக்கா வந்தபோது, அவன் ஆறுதலாகக் கட்டில் விளிம்பிற் சாய்ந்தவாறே கால்களை நீட்டி, மடியில் தலையணையை மேசையாக்கி அதன்மேல் டயரியை வைத்து எழுதிக்கொண்டிருந்தான். அறை விளக்கு பிரகாசமாய் எரிந்து கொண்டிருந்தது. வெளியேயும் சூரிய ஒளி மறையவில்லை. பறவை – கோழி? – தூவி அடைத்த மென்மையான மெத்தை. வெள்ளை விரிப்புடன் பளிச்சிட்டுக் கிடந்தது.

போன வாரம், இதே நாளில் இதே நேரம் ரயிலிலிருந்தார்கள். போகும்போது இருந்ததிலும் பார்க்க வரும்போது கலகலப்பு அதிகரித்திருந்தது. போவதற்கு முன் மாஸ்கோவில் மூன்று வாரங்கள் சேர்ந்து பழகியவர்கள்தான் என்றாலும், அந்த நாட்கள் கொடுக்காத நெருக்கத்தை, லெனின்கிராத்தின் இந்தப் பத்து நாட்களும் எல்லோருக்கும் கொடுத்துவிட்டன என்றே தோன்றியது. ரயில் வந்ததே தெரியாமல் வந்து சேர்ந்தது. என்ன கும்மாளம்!

ஒவ்வொருவரும் அவரவர் மொழியில் பாடினார்கள். தன்னுடைய முறை வரும் போலிருந்த போதெல்லாம், ரொய்லற்றுக்கும், புஃபேக்குமாய் ரமணன் உச்சிக்கொண்டிருந்தான். கீதா பாடினாள்:

“முத்து கொண்டெண்டெ முறம் நிறஞ்ஞு
பவளங் கொண்டென்டெ பற நிறஞ்ஞு
நிறநிற நிறஞ்ஞிட்டும் நிறயாததொரு பாத்ரம்
மனசு மாத்ரம் – என்டெ மனசு மாத்ரம்...”

ஒரு முறை கேட்டதுதான், அது பாடமாகிவிட்டது. திரும்பத் திரும்ப வாயில் வந்தது. அடுத்த திங்கட் கிழமை காலையில் வகுப்புகளுக்குப் போன போது வழியில் அவளுக்குப் பாடிக் காட்டினான்.

“அச்சா!” – வியப்பும் மகிழ்வுமாய் அவன் கைகளைப் பிடித்துக்கொண்டாள். இந்த 'அச்சா' வந்தபோது இருந்ததாய்த் தெரியவில்லை. அஞ்ஜனாவிடமிருந்து தொற்றிக் கொண்டதாயிருக்கலாம்.

– இந்தப் பாட்டை – பிறகு மறந்து போய்விட்டாலுமென்கிற பயத்துடன் – டயறியில் குறித்துக்கொண்டிருந்தபோதுதான், அருணி அக்கா கதவைத் தட்டிவிட்டு உள்ளே வந்தா. லெனின்கிராத் விஷய மெல்லாம் அக்காவை ஒன்றும் பாதித்ததாகத் தெரியவில்லை.

"இப்பதானா வாறீங்கள்? சரியான அலைச்சல் போல?"

"இல்லை." என்றபடி, அக்கா குடையையும் தோல்பையையும் ரீபோயின் மேல் வைத்தவாறு ஒரு நாற்காலியில் உட்கார்ந்து கொண்டா.

"உமக்குத் தெரியுமா, சேதி?" அக்காவின் குரலில் லேசான பரபரப்பு இருந்தது.

"என்ன?" அதிற்பாதி அவனையும் பற்றிக்கொண்ட மாதிரிக் கேட்டான்.

"மொஸ்கோவிலிருந்து போய் இறங்குகிற தமிழர்களை யெல்லாம் கட்டுநாயக்க ஏர்போர்ட்டில் அரெஸ்ட் பண்ணுகிறார்களாம்..."

"என்னது? விசர்க்கதை!"

"உமக்குத் தெரியாது... இப்ப தான் ஹேமந்தவைச் சந்தித்தேன்."

"ஹேமந்த சொன்ன கதையா, இது?" கொஞ்சம் ஆறுதலாக இருந்தது. "அவருக்கு எப்படித் தெரியுமாம்?"

"கொழும்பில் யாருடனோ ஃபோனில் பேசியபோது அவர்கள் சொன்னார்களாம்..."

சரிதான், ஹேமந்த தன்னையோ பாலாவையோ மிரட்டு வதற்காக இந்தக் கதையைக் கட்டிவிட்டிருப்பது சாத்தியம். இந்த நாட்டின் நண்பனென்று இப்படியுமொரு மனிதன்! ஒரு இடதுசாரி என்று சொல்லிக்கொள்கிறவன் வகுப்புவாதியாகவும் இருப்பது எப்படி இயலும்? இதை எல்லாம் அருணி அக்காவிடம் கேட்டுவிட முடியாது. என்னதானிருந்தாலும் ஒரே ஆட்கள். போதாக்குறைக்கு, ஹேமந்த மேல் அக்காவுக்கு அதீத மதிப்பிருக்கிறது. அவரும் தன்னைப்போல – இந்தப் பேதங்களைக் கடந்த ஒருவர் என்றுதான் அக்கா நினைத்துக் கொண்டிருக்கிறா. இதை, பாலாவுடன் தான் இரவு பேச வேண்டும்.

பாலா, புஷ்கினுக்கு வந்து ஒரு வருடம். ஆரம்பத்தில் அரிச்சுவடியுடன் தொடங்குகிற பாட நெறி அது. முடிகிற கட்டம். ஹேமந்தவும் அப்படி வந்தவர்தான்.

மற்ற எல்லாக் கேள்விகளையும் ஒதுக்கி வைத்துவிட்டு, ஒரு கேள்வியைத்தான் ரமணன் கேட்டான்:

அசோகவனம் அல்லது வேலிகளின் கதை

"அவ்வளவு தொகையாகத் தமிழர்கள் ருஷ்யாவிலிருந்து இலங்கைக்குத் திரும்புகிறார்களாமா?"

"அதுதானே... அப்படித்தான் வைத்துக்கொண்டாலும் எதுக்காக அவர்களை எல்லாம் பிடிக்க வேணும்? பைத்தியக்காரக் கதைதான் இது."

கதவைத் தட்டிக் கேட்டது. போய்த் திறந்தான். பச்சைப் பட்டுச் சேலையும் அதே நிறத்தில் பொட்டுமாய், கீதா புத்துணர்வு பரிமளிக்க நின்றுகொண்டிருந்தாள்.

"தூக்கமா?" விழிகள் விரியப் பார்த்தவள், உள்ளே வந்தாள்.

"யாரோ வந்திருக்கிறார்கள்போல..."

"பரவாயில்லை, அருணி அக்காதான், வாருங்கள்." கீதாவின் முகத்தில் ஏதோ பளிச்சிட்டு மறைந்த மாதிரி...

"பரவாயில்லை, நீங்கள் பிஸிபோல... குழப்பிவிட்டேனா? பிறகு பார்க்கலாம்." என்று திரும்பினாள்.

அவன் தடுமாறினான். இதென்ன? ஏனிப்படி?

வெளியே வந்து பார்த்தபோது, சற்றுத் தள்ளி, வலப்புறமிருந்து லிஃப்ட் அறைக்குள் அவள் மறைவது தெரிந்தது. கதவைச் சாத்திவிட்டு வந்தான்.

"யாரது?"

"கீதா."

"ஏன் உள்ளே வரவில்லை?"

"ஏதோ புத்தகமிருக்கா என்று கேட்கத்தான் வந்தா..."

தான் சொன்ன சேதிதான் அவனைக் குழப்பியிருக்க வேண்டும் என்றுபட்டது அக்காவுக்கு.

"நீ பயப்படாதே, ரமணா... இரண்டு பேரும் ஒன்றாகத்தானே திரும்புவோம். கொழும்பு போய்ச்சேர்கிறவரை நான் உன்னோடு இருப்பேனில்லையா? பிறகென்ன?"

12

இரவு, தூக்கமில்லாமலே போனது. ஜன்னல் வழியே கசிந்த ஒளி, அறையிலிருந்த எல்லாவற்றையும் நிழலுருக்களாய்க் காட்டிக்கொண்டிருந்தது. போர்வையால் இழுத்து மூடியபடி விழித்துக் கிடந்தான். இந்த கீதா!

அப்போது, கொஞ்சம் பொறுத்து, அவளுடைய அறையிலேயே போய்ப் பேசிப் பார்க்கலாமென்றிருந்தது. இவனிருந்த தளத்திற்கு இரண்டு தளங்கள் மேலே, கட்டடத்தின் வடக்குச் சிறகில் அவளுடைய அறை. முந்தநாள் – மாலை? – பத்து மணிக்கு அங்கிருந்துதான் நெருப்புருண்டையாய் சூரியன் மறைவதை இருவரும் ஜன்னல் வழியே பார்த்துக்கொண்டிருந்தார்கள்.

அவளுடைய அறைக்குப் போகிற எண்ணத்தை உடனே கைவிட நேர்ந்தது. இந்த நேரம், எப்படியும் அஞ்ஜனா வந்திருப்பாள், காலையில் பார்த்துக்கொள்ளலாம்.

ஆனால், இப்போது யோசிக்கிறபோது, போகாமலிருந்தது கூட அவள் கோபத்தை மேலும் கூட்டியிருக்கும் என்றுதான் படுகிறது. அந்த முட்டாள்த் தனத்திற்கும் சேர்த்து காலையில் விளக்கம் சொல்லவோ, மன்னிப்புக் கேட்கவோ வேண்டும்.

லெனின்கிராத்திலிருந்து திரும்பியதிலிருந்து அவளுடன் பேசிப் பொழுதைப் போக்காமல் ஒரு நாளாவது கழிந்த தில்லை. இன்றுகூட, டயரியை எழுதிவிட்டு அவளிடம் போகவென்றுதானிருந்தான். அதற்குள்?

இவளால்தான் லெனின்கிராத் பயணத்தின் பிறகு கால்யாவைக்கூடத் தேடிப் போகவில்லை. கால்யாவின் பெயர் வேறு ஏதோ. வியட்நாம் பெண். இங்குள்ளவர்களுக்குக் கஷ்டமாயிருக்கிறதென்று தன் சொந்தப் பெயரை விட்டு இதை வைத்துக்கொண்டதாகச் சொன்னாள்.

இந்தக் கட்டடத்திற்கு முன்னாலிருக்கிற பஸ் தரிப்பில்தான், ஒரு சனிக்கிழமை மத்தியானம் அவளைச் சந்திக்க நேர்ந்தது, வந்த புதிதில். பஸ் வந்து, இருவரும் ஏறி, லுமும்பா போவதற் கிடையில் ஏற்பட்ட பழக்கத்தில், அங்கே இறங்க வேண்டியவன் இறங்காமல் அவளுடன் நேரே போனான். இந்த ஊரில் ஒரு விசேஷம் ரிக்கற்றை நீட்டிக்கத் தேவையில்லை – எங்கே ஏறி எங்கே இறங்கினாலும், பஸ் கட்டணம் ஐந்து கோபெக்தான்.

யூகோ ஸாப்பத்னயா சுரங்க ரயில் நிலையத்து எஸ்கலேட்டர் படியில் பக்கம் பக்கமாய் நின்று இருவரும் கீழே வழுகிக் கொண்டிருந்தபோது, ரயில் வந்துவிடப் போகிற அவதியில் – தன் அறை எண்ணையும் தள எண்ணையும் அவசர அவசரமாய் அவள் சொல்லிப் போனாள்.

"நாளை பார்த்திருக்கிறேன்..." தங்களுடைய விடுதிதான் என்ற எண்ணத்தில் எந்த இடம் என்று இவன் கேட்கவுமில்லை.

அசோகவனம் அல்லது வேலிகளின் கதை ❊ 111 ❊

அடுத்த நாள் மாலை தேடிப் போனபோது, அந்தத் தளத்திலல்ல, கட்டடத்தின் எந்தத் தளத்திலுமே அப்படி ருஷயப் பெயர் கொண்ட வியட்நாமிய மங்கை ஒருத்தி இருப்பதாக எவருமே சொல்லவில்லை. அவனுக்கு வியப்பும் கோபமும் வந்தன. ஆனால், பொய் சொல்லி அவனை அலைக்கழித்து வேடிக்கை பார்க்க விலாசம் சொன்னவளாகவும் அவளை நினைக்க முடியவில்லை.

அதற்கடுத்த நாளும் அயலிலிருந்த விடுதியெல்லாம் தேடினான். இல்லை. சரி, போவதற்கிடையில் ஒரு நாளைக்கு சந்திக்காமலா போகப் போகிறேன்!

பிறகு, லெனின்கிராத்தில்தான், கஸான்ஸ்கிய் ஸபோர் முன்றலில், ஐஸ்கிரீமும் கையுமாய் எல்லோரும் பேசிக் கொண்டிருந்த மந்தாரமான ஒரு பகற்போதில் – எந்தவித சம்பந்தா சம்பந்தமுமில்லாமல் – அது பளிச்சிட்டது!

கால்யா, தான் படித்துக்கொண்டிருப்பதாகச் சொன்னது, 'எம்கெயு'வில்! அரசுப் பல்கலைக் கழகம். ஏன் அது எனக்கு உறைக்கவில்லை? அந்த விடுதிதான். நிச்சயம். மாஸ்கோ திரும்பியதும் போய்ப் பார்த்துவிட வேண்டும் – முடிவெடுத்தான்.

ஆனால், அதற்குப் பிறகு தேவையோ, மனமோ இல்லாமல்...

13

கால்யா மட்டுமா? அந்த ரோஹிணி... இவர்கள் குழுவில் வந்தவள்தான். எம்.எஸ்ஸி. கெமிஸ்ட்ரி. மதாளித்து வளர்ந்த உயரி. வயதென்னவோ குறைவாய்த் தானிருக்கும். பெத்ரோத்வாரெட்ஸுக்குப் போயிருந்தபோது...

கீதாவின் கண்களில் எப்படி அது படாது போயிற்று?

இந்தக் குழந்தை இப்படியா என்ற வியப்பும், கீதா கவனித்து விட்டால் என்ற பயமுமாய், எல்லாந் தவிர்த்து... அன்றிரவு ஆறக் கிடந்து யோசித்தபோது – தான் செய்தது சரியே என்கிற உணர்வில் – அடைந்த திருப்தி...

பிறகு, அடுத்த நாள், ரோஹிணியின் அறையில் அவளையும் – எட்வேட்டோ, றொபேட்டோ என்கிற – ஒரு ஆப்பிரிக்கப் பையனையும் அவளின் ரூம் மேற் எக்கச்சக்கமாகக் காண நேர்ந்த தாய் – அந்தக் கதை பெண்களிடையே பரவிப் பரவி...

அருணியும் துளசியும் அளந்துகொண்டிருந்தபோது அது அவன் காதில் விழுந்தது. அப்போது ஏற்பட்ட அந்தக் கழிவிரக்கம் – வலிய வந்ததை விட்டேனே என்று மறுகி... எதற்காக?

இவையெல்லாவற்றையும், அவளிடம் போய், உனக்காகத்தான் செய்தேன் என்று கூறத்தான் முடியுமா? திருடனுக்குத் தேள் கொட்டிய மாதிரி.

இப்போது அதுவுமில்லை; இதுவுமில்லை.

இந்த உளைச்சல்களோடு, ஹேமந்த சொன்ன விஷயம் பற்றிப் பேசலாமென்று, பாலாவைத் தேடி இரண்டு தடவைகள் போனான். இரண்டு தரமும் பாலா அறையிலில்லை. ஹேமந்த சொன்னது மட்டும் உண்மையாயிருந்தால்? அதெப்படி உண்மையாக இருக்க முடியும்? அபத்தம்.

என்றாலும் நாட்டில் நடக்கிற விஷயங்களைப் பார்க்கிற போது, இப்படி ஒன்று நடந்தால்கூட ஆச்சரியப்படுவதற்கில்லை. முதலில் லீவுக்குப் பட்டபாடு...

பிறகு – லீவு கிடைத்த பிறகு – ருஷ்யாவிலிருந்து திரும்புகிற போது, இந்தியாவிலும் ஒரு தடவை இறங்கிவிட்டு வந்து விடலாமா என்ற எண்ணம் வந்தது. இத்தனை காலமாகியும் பக்கத்திலிருக்கிற இடத்திற்கு – அதுவும் எத்தனை தொடர்புள்ள இடத்திற்கு – போ காமலிருந்தது எவ்வளவு முட்டாள்த்தனம்.

அந்த ஏற்பாட்டில் இரண்டு சிரமங்களிருந்தன. ஒன்று, 'ஏரோஃப்புளத்' சென்னைக்குப் போவதாய்த் தெரியவில்லை. மாஸ்கோவிலிருந்து தில்லிக்குப் போய் அங்கிருந்துதான் சென்னை போக வேண்டும். மற்றது, தில்லியிலிருந்து சென்னை; பிறகு சென்னையிலிருந்து கொழும்பு பயணச் செலவுகள்! நேரே வருவதானால் மாஸ்கோ – கொழும்பு பயணச் சீட்டு இலவசம்.

என்றாலும் செலவையும் சிரமத்தையும் பாராமல் வருகிற வழியில் தமிழ்நாட்டையும் பார்த்துவிட்டு வந்துவிட வேண்டு மென்று ஆசையாயிருந்தது. நடராசர் சொன்னார்:

"தம்பி, நீர் ஒரு விவேகி எண்டு நினைச்சிருந்தன்..." கோபச் சூட்டில், நீ என்கிற உரிமை போய், "நீர்" ஆகிவிட்டிருந்தது.

"...சும்மா ரஷ்யாவுக்குப் போட்டு வாறனெண்டு சொல்லவே, விசாரணை அது இது என்கிறான்கள். அதே கையோட இந்தியாவுக்குப் போட்டுவர நினைச்சீரெண்டால், வந்து இறங்கின கையோட அரெஸ்ட்தான் பண்ணுவான். வேறு கதையிராது..."

அதோடு அந்தக் கதை சரி.

14

அருணி அக்கா எங்கே போனா? இன்னமுங் காணவில்லை.

ரமணனுக்குப் பதற்றமாக இருந்தது. எரிச்சலாயும். எட்டு மணிக்கு அவர்களை 'ஷெர்மெத்தியேவோ' விமான நிலையத்திற்கு அழைத்துச்செல்ல பஸ் வந்துவிடும். இப்போ ஏழரையாகி விட்டது! என்ன செய்யலாம்?

மூன்றாவது தடவையாக அருணியின்அறைக் கதவைப் போய்த் தட்டிப் பார்த்துவிட்டு வந்தாயிற்று. ஆளில்லை. கோபங் கோபமாக வந்தது. இந்த ஒன்றரை மாதமாகப் பார்க்காத அலுவல்களையா இன்று பார்ப்பது? அதுவும் இந்தக் கடைசி நிமிஷத்தில்?

இன்று ஞாயிற்றுக்கிழமை வேறு. கடை கண்ணியெல்லாம் பூட்டியிருக்கும். 'ஷொப்பிங்'கூட இயலாது. எங்கு போனா அக்கா? மத்தியானம், யாரோ தெரிந்தவர்கள் வீட்டில் 'லஞ்ச்' என்று போவதாகச் சொன்னதுதான். இரவு எட்டு மணி வரையுமா லஞ்ச் நடக்கும்?

இன்னொரு விதமாக யோசித்தபோது, பயமாகவும் பாவமாகவும் இருந்தது. அக்காவுக்கு ஏதாவது ஆகியிருக்குமோ?

தற்செயலாக இந்த 'ஃப்ளைற்'றைத் தவறவிட்டால் என்ன ஆகும்? இனி, அடுத்த புதன் இரவுதான். அதற்கும் இடம் கிடைக்குமா? வேறேதும் பிரச்சனை? போதாக்குறைக்கு, நேற்று எல்லோரிடமும் போய் விடைபெற்றுக்கொண்டும் வந்தாயிற்று – ஸெர்கே, வித்தாலி எல்லாரிடமும். அவர்கள் இன்று எயர்போர்ட்டில் காத்திருக்கவுங் கூடும்.

கையில் காசுகூட இல்லை. மூன்று ரூபிள் சொச்சம்தான் மீதி. இன்று புறப்படுகிற நம்பிக்கையில் அதற்கேற்றாற்போல எல்லாம் செலவழித்துமாயிற்று. 'ட்ரவலேர்ஸ் செக்'காக இருந்த சில டொலர்களின் நினைவு கொஞ்சம் ஆறுதல் தந்தது.

அக்காவை விட்டுவிட்டுப் போனாலென்ன? அது சரியில்லை. அதோடு கட்டுநாயக்கவில் தனியே போய் இறங்க வேண்டியிருக்கும்.

நான் பயப்படுகிறேனா? ஹேமந்தவுக்கு வெற்றிதான்.

கதவைத் தட்டிக் கேட்டது போய்த் திறந்தான். அக்காதான்!

இளைக்கக் களைக்க நின்றுகொண்டிருந்தா. கூடவே, சுமித்ரா. இங்கே மருத்துவம் படித்துக்கொண்டிருப்பவள். கொழும்பில் அக்காவுக்கு அறிமுகமான குடும்பத்தைச் சேர்ந்தவள். சுமித்ராதான் பேசினாள்.

"கருணாகரல தராஹ வென்ட எப்பா, அய்யே..."

குரலில் வருத்தம் தொனித்தது. "...எனது பிழைதான் அக்காவைத் தாமதப்படுத்தியது..."

"இப்போ என்ன செய்யலாம்?"

"நாங்கள் வருகிறபோது, பஸ் கீழே வந்து நின்றுகொண்டிருந்தது."

"பஸ் வந்துவிட்டதா?"

"போயும்விட்டது." சுமித்ரா ஆறுதலாகச் சொன்னாள்.

ரமணனுக்கு எரிச்சலாயிருந்தது. இவளிடத்தில் வேறேதோ வழி இருக்க வேண்டும்.

"நாங்களே எயர்போர்ட்டுக்கு வந்துவிடுவதாகச் சொல்லி அனுப்பிவிட்டோம்..."

"எப்படிப் போவது?"

"நா தாக்ஸி..." அவள் இரண்டு கைகளையும் விரித்து நிலத்திற்குச் சமாந்தரமாகப் பிடித்துச் சிரித்தாள். "ரக்ஸியா! காசு? எவ்வளவு ஆகும்...?"

"பயப்பட வேண்டாம். நான் பார்த்துக்கொள்கிறேன், கொஞ்சந்தான்."

"தாங்க்ஸ்."

"அதோடு இன்னுமொன்று – இந்த பஸ்ஸில் போனால் இரண்டு மூன்று மணித்தியாலம் எயர்போர்ட்டில் வீணாக மினைக்கெட வேண்டும். ரக்ஸி என்றால் சரியான நேரத்திற்கே போய்விடலாம்."

"அப்படியென்றால் எத்தனை மணிக்கு? இப்போ, மணி எட்டு."

"பத்துக்குப் புறப்பட்டாலும் போதும்."

அப்பாடா! இன்னும் இரண்டு மணி நேரத்திற்கு இந்த வாழ்க்கை நீடிக்கப்பட்டிருக்கிறது!

என்ன செய்யலாம்? ஒன்றுமேயில்லை. ஆறுதலாகப் படுத்துக்கொள்ள வேண்டும்.

"சரி, பத்து மணிக்கு வந்து கூப்பிடுகிறேன்." சுமித்திரா போய்விட்டாள். காலணிகளைக் கழற்றிவிட்டுச் சாய்ந்தான். கட்டில் சில்லென்றிருந்தது.

கொழும்பில் போய் இறங்கியதும் என்ன நடக்கும்? சே! அந்த ஹேமந்த சொன்னதெல்லாம் பொய். பாலாவும் அடுத்த வாரம் திரும்ப வேண்டும். இப்போதே தன்னிடமிருந்த சில

புத்தகங்களை யாருக்கோ கொடுத்துவிட்டார். புதிய இசை யமைப்பில் உருவான பாரதி பாடல் இசை நாடாப் பதிவுகளை அழித்தாயிற்று. யாரிடமோ சொல்லி அந்த ஒலிநாடாவை இந்தியாவிலிருந்து கஷ்டப்பட்டு எடுப்பித்ததாக பாலா சொல்லியிருந்தார். பாவம், பாலா!

'அச்சமில்லை, அச்சமில்லை...' காதுகளிற் கேட்டது.

வேண்டாம், இப்போ படுக்க வேண்டாம். படுப்பது, எங்கும் படுக்கலாம். விமான இருக்கையைச் சரித்துவிட்டு, நாளையிரவு கொழும்பில், நாளையின்று வீட்டில்! எங்குமே படுக்கலாந்தான்.

இப்போ, இந்த இரண்டு மணி நேரத்திற்கு, இந்த ருஷ்யக் காற்றைச் சுவாசித்துவிட வேண்டும் – முடிந்த மட்டும். இனி எப்போது வாய்க்குமோ, வாய்க்காமலே போகுமோ!

ஜன்னலருகில் போய் நின்றான். மாலை அழகாக இருந்தது. அந்த சாம்பல் பூத்த வானம், உயர்ந்து நிற்கிற லின்டன் மரங்களுக்கிடையில் ஒழுங்கு மாறாமல் தெரிகிற அடுக்கு மாடிக் கட்டடங்கள்...

சற்றுத் தள்ளி, முன்னால் தெரிகிற தெரு. 225 பஸ் ஒன்று வந்து நிறுத்தத்தில் நிற்கிறது. கால்யாவைச் சந்தித்த அதே நிறுத்தம். அவளைப் பிறகு காணவேயில்லை. தேடிப் போகவுமில்லை.

பஸ், யாரோ சிலரை இறக்கிவிட்டுப் புறப்படுகிறது. எங்கள் ஆட்கள்தான்.

கீதா! முன்னால் கபூரும் அஞ்ஜனாவும். கடவுளே, போயும் போயும் இப்போதுதானா கீதா கண்களிற்பட வேண்டும்? தெருவிலிருந்து திரும்பி, 'இன்ஸ்ரிரியூட்' டுக்கு வருகிற பாதையில் மூவரும் வந்துகொண்டிருக்கிறார்கள். கீதாவின் மஞ்சள் சேலை, பளிச்சென்றிருந்தது. தோளில் துணிப்பை.

அன்று – இரண்டு வாரங்களுக்கு முன்பு – எதற்கென் றில்லாமல் கோபித்துக்கொண்டு போனவள்தான். அதற்குப் பிறகு அந்த நட்பு பழங்கதையாய்...

அடுத்த நாள் பல்கலைக் கழகத்தில் சந்தித்து விசாரித்தபோது, "நத்திங்... சும்மாதான் வந்தேன்" என்று பதில் வந்தது. அது வந்த விதமே அவனை ஊமையாக்கிவிட்டது. வலு சாதாரணமாக எவ்வளவு கஷுவலாகச் சொல்லிவிட்டுப் போனாள்.

கோபித்திருந்தால், அல்லது கவலையைப் பொறாமையைக் காட்டிக் குத்தியிருந்தால், வேலை இலகுவாயிருந்திருக்கும்... ஆனால் இதற்கு?

அதே நிலைதான் பிறகும். காணுகிற போதுகளில், 'தோப்ரே உத்ரோ...', 'ஸ்த்ராஸ்த்வுச்சியே...' அல்லது அது மாதிரி ஒன்று. யாரோ சாதாரணமாகத் தெரிந்த ஒருவருடன் பழகுவது போல. கோபிக்கவில்லை, முகத்தைத் திருப்பிக்கொண்டு போகவில்லை. அப்படிப் போயிருந்தால், 'நீ விசேஷமானவன், உன் உறவு வித்தியாசமானது' என்று ஒப்புக் கொள்கிற மாதிரி ஆகிவிடும். அதை அவள் செய்யவில்லை.

'நீ எனக்கு யாருமல்ல, சராசரி சகா. பத்தோடு பதினொன்று' என்கிற இந்தத் தண்டனை! அதுவும் செய்யாத பிழைக்கு!

இரண்டு நாட்களில் அவனுக்கும் ரோஷம் வந்தது. காணுகிற இடங்களில் தானே முந்திக்கொண்டு, 'காக் தியலா' சொன்னான். 'தஸ்விதான்ய!' சொன்னான். சொல்லிவிட்டு, அதே – போலி – உற்சாகப் புன்சிரிப்புடன் அவசரமாகத் தாண்டிப் போனான்.

இதுவும் ஒரு ரயில் சிநேகந்தான் என்ற உண்மை உறைக்கிற போதுகளில் மனமெலாம் வலிக்கும்.

15

அருணி அக்கா அதற்குள் ரெடியா? அரை மணித்தியாலம் கூட ஆகவில்லை – வேறெதற்காவது வந்திருக்கலாம். கதவைத் திறந்தான்.

கீதா!

ஒன்றும் பேசாமல் அவனை இடித்துத் தள்ளுவதுபோல் தாண்டி உள்ளே வந்தாள். இரண்டு அடி வைத்ததும் தயங்கிய மாதிரி இருந்தது. "யாராவது உள்ளே?" கிண்டலா பண்ணுகிறாள்? நிமிர்ந்து அவளை ஊடுருவினான்.

இல்லை, அந்தக் கண்கள் அப்படிச் சொல்லவில்லை.

"நோ..." திறந்தேயிருந்து கதவை இடது கையால் மூடினான். ஏதோ சொல்ல வாயெடுத்தான்.

"வேண்டாம்... நீங்கள் சொல்ல வேண்டாம்..."

பேச முடியாமலிருந்தது.

"என் பிழைதான்..."

"பரவாயில்லை..." உள்ளே போனார்கள்.

கீதா நாற்காலியில் உட்கார்ந்து கைக்குட்டையால் முகத்தைத் துடைத்தாள்.

“இன்றைக்குத் திரும்புகிறீர்களாமே?” மீண்டும் குரல் கம்மியது. “ஏன் சொல்லவில்லை ? எங்களுக்கு இன்னும் நாலு நாளிருக்கே?”

மற்றக் கதிரையைப் பக்கத்தில் இழுத்துப் போட்டுவிட்டு உட்கார்ந்தான்.

“எப்படித் தெரிந்தது, இன்று போகிறோமென்று?”

அதைக் கவனியாதவளாக அவள் சொன்னாள். “உங்களுக்கும் திரும்புவதற்கு நாட்களிருக்கிறதென்று நினைத்தேன். இன்றைக்கு சினிமாவுக்குப் புறப்பட்டோம். வழியில், மிஸ்டர் கபூர்தான் சொன்னார், நீங்கள் இன்று திரும்பக் கூடுமென்று. உடனேயே திரும்பிவிட்டேன்... மிஸ்டர் கபூருக்கு நன்றி சொல்ல வேண்டும்.”

“அருணி அக்காவுக்கும்! அவ மட்டும் பிந்தியிராவிட்டால், நாங்கள் இதுவரையில் போயே இருப்போம்.”

“கடவுளே...”

அவன் மெல்லச் சிரித்தான். “இப்போ எல்லாம் சரிதானே?”

“ம்ம்...”

முன்னால் நேவா பரந்து விரிந்தது.

16

லிஃப்ட்டிலிருந்து வெளியே வந்தபோது, அஞ்ஜனாவும் கபூரும் காத்து நின்றார்கள்.

விடை பெற்றுக்கொள்வதென்பது எவ்வளவு கவலையான விஷயம்.

பெட்டிகளை இழுத்தபடி, முன் வாசலருகேயிருந்த அலுவலக அறையை நோக்கி நடந்தார்கள். வாசற் கதவு திறந்து அலியும் ரஸாக்கும் வருவது தெரிந்தது.

“ஃப்ளாஷ் கன் கேட்கப் போகிறார், ஆள்... ரமணன், கவனம்...” அக்கா பகடியாகச் சொன்னா. கீதா மெல்லச் சிரித்தாள். “என்ன இது?” கேட்கக்கூடிய தூரத்தில் வந்ததும் ரஸாக் கேட்டான்.

“உங்கள் நாட்டுக்குப் பறக்கிறீர்களா?” கையால் விமானம் போல் உயர்த்திக் காட்டினான். “யெஸ்!”

“ஏன் விரைவில்? எங்களுக்குத் தெரியாதே...” ரஸாக்கின் கண்களில் கவலை தெரிந்தது. அந்தத் கறுத்தடர்ந்த புருவங்களில் கீழுள்ள கரிய கண்கள்.

அலியும் அவனும் அக்காவின் கைகளைக் குலுக்கினார்கள். ரமணனிடம் வந்ததும் ரஸாக் கட்டி அணைத்துக்கொண்டான். – ‘எடே, ரஸாக்... இவ்வளவு மென்மையானவனா நீ? நான்தான் முட்டாள், உனக்கு ஃப்ளாஷ் கன்னை ஒளித்தவன்.’

“இனி எங்கே சந்திப்போம்?” – கண்கள் சுருங்க – அது சிரிப்பா, கவலையா – ரஸாக் கேட்டான். பொல்லாத கேள்வி! எல்லோருமே ஒவ்வொரு போதில் ஏதோ ஒரு போதில் – கேட்டுக் கொள்கிற கேள்வி!

இதற்கு என்ன பதிலைச் சொல்வது? இவனும் நானும் சந்திப்பதற்கு இனி இலட்சத்தில் ஒரு பங்குகூடச் சந்தர்ப்பம் இல்லை. ரஸாக்கும் நானும் இனி பரஸ்பரம் இறந்தவர்கள்? இல்லை, விரும்பினால் கடிதத் தொடர்பு வைத்துக்கொள்ளலாம் – இந்த நினைவு லேசான ஆறுதல் தந்தது.

“நீங்களுமா?” ரஸாக், கீதாவைக் கேட்டான்.

“இல்லை...”

“எங்கே துளசி? மெஹம்மட்? வழியனுப்ப வரவில்லை?”

“அவர்கள் காலையிலேயே சொல்லிக்கொண்டு அர்காகில்ஸ்கொயே பார்க்கப் போய்விட்டார்கள்.”

அலுவலக அறையில் பார்க்க வேண்டிய வேலைகளை முடித்துகொண்டு விடைபெற்றுவரப் பத்து நிமிடங்கள்.

சுமித்ரா ரக்ஸியுடன் காத்து நிற்கிறாள்.

அக்காவும், சுமித்ராவும் ஏறியாயிற்று. ரமணன், கதவைத் திறந்தபடி கீதாவைப் பார்த்தான்.

என்ன செய்வது, இந்த இடத்தில்? உற்சாகமாகச் சிரிக்க முயன்றான்.

“என் முகவரி?”

“இட் இஸ் வித் மீ.”

அவள் கையைப் பற்றிக் குலுக்கிவிட்டு, சட்டென்று காருக்குள் ஏறிக்கொண்டான். கைப்பையிலிருந்து கீதா கைக்குட்டையை எடுப்பது தெரிந்தது.

“கீதா, நீ ஒன்றுக்கும் கவலைப்பட வேண்டாம். நானும் கூடப் போகிறேன் அல்லவா? எயர்போட்டில்...”

அசோகவனம் அல்லது வேலிகளின் கதை ✻ 119 ✻

ரமணன் அக்காவின் கையைத் தட்டினான். அக்கா புரிந்துகொண்டிருக்க வேண்டும். வெளியே, கண்களை ஒற்றிக்கொண்டிருந்த கீதா அதைக் கவனித்திருக்க முடியாது.

லெனின் குன்றுகளை ரக்ஸி தாண்டியதும், அக்கா கேட்டா, "ஏன் ரமணன், ஹேமந்த சொன்ன பிரச்சனையைப் பற்றி நீர் கீதாவுக்குச் சொல்லவேயில்லையா?"

"இல்லை..." என்றான் அவன்.

"அதைச் சொல்லி ஏன் அவளைக் குழப்ப வேண்டும்? பாவம்..."

"உமக்குப் பயமில்லையா?"

ரமணன் சிரித்தான்.

ஷெர்மெத்தியேவோ சாலையின் இருபுறமும் மரங்கள் விரைந்து ஓட ஆரம்பித்தன. இன்னும் இருட்டவில்லை. என்றாலும், வானில் நிலவு வடிவாகத் தெரிந்தது.

புதிய பார்வை ஆகஸ்ட், 1997

தேடல்

ஷோலக்கவுடன்தான் எல்லாம் மீண்டும் ஆரம்பமாகின. அதுவும் எப்படிப்பட்ட நாட்களில்!

காலையில், அநேகமாக எட்டரை மணிக்கு எல்லோரும் ஏதேதோ அலுவல்களாய் வெளிக்கிடுகிறபோது, பிள்ளைகள் எல்லாம் பள்ளிக்கூடத்தில் பிரார்த்தனையில் இருக்கக்கூடிய வேளையில், இரைச்சல் தூரத்தில் கேட்கத் தொடங்கும்.

பிறகு நெருங்கி வரும். அந்த இரைச்சலின் மூலமே சனங்களைப் பதகளிக்கப் பண்ணுகிற விமானங்கள் வந்து சுற்றும். வட்டமாய், நீள் வட்டமாய். கிட்டவும் தூரவும், உயர்ந்தும் பதிந்தும். இரையும் உறுமும். எந்த இடமென்றில்லாமல் எங்கும் அவை பறக்கும்.

அண்ணாந்து பார்ப்பவர் கண்களில் வெள்ளி உடம்புகள் மின்னுவது தெரியும். காலைச் சூரிய வெளிச்சம் பட்டு அவை முகில்களில் ஒளித்துப் பின் வெளிக்கும். இருந்தாற்போல் எங்கோ குத்திப் பதிந்து குண்டுகளை வீசும்.

பள்ளிப் பிள்ளைகள், வேலைக்குப் போகிற ஆட்கள், வீட்டிலிருக்கிற யாரோ, தெரு தாண்டும் எவரோ, வெடித்துச் சிதறும் குண்டோடு தாமும் அடையாளம் தெரியாமலாகி...

உயிரும் உற்சாகமுமாயிருக்கும் ஒரு மனித உடல் அரை நொடியில் வெறும் மாமிசத்துண்டங்களாய் உருச்சிதைந்து விடும்.

இப்படி ஒவ்வொரு நாளும் நடந்தது. தவறாமல். அநேகமாக இந்த எட்டரை மட்டில். எல்லோரும் எங்கோ புறப்படும்போது. என்றாலும் எவருந் தயங்கியதில்லை. எங்கே இருந்தால் என்ன? எந்த இடம்தான் பத்திரம்? எல்லாமே ஒன்றுதான். வீடும் வெளியும். எங்கும் எதுவும் நடக்கலாம். பிறகென்ன? எதற்காகக் காத்திருக்க வேண்டும்?

எவரும் எதற்கும் காத்திருக்கவில்லை. அவரவர் அலுவல்களைப் பார்த்தார்கள்.

மரணதேவன் சுயம்வரம். கண்ணை மூடிக்கொண்டு அவன் சுழற்றியெறிந்த மாலை எவர்மீது விழுந்ததோ அவர்களை அவன் அழைத்துப் போனான். அவனது மாலையைக் காவிக்கொண்டு சில நாட்களில் அந்த விமானங்கள் இரண்டாவது தடவைகூட வந்தன. பத்து, பத்தரை, பதினொன்றுக்கு. இப்படிக் குண்டுகளைப் போட்டுக் கண்டதுதான் என்ன? போட்டவர்களுக்கே தெரியாது. ஆனால் யாரும் எதற்காகவும் காத்திருக்கவில்லை. விமானம் மேலே சுற்றினால், அந்தச் சத்தம் சந்தேகத்திற்குரியதாக இருந்தால் – இப்போது சத்தங்களை வைத்தே ஆபத்தை எடை போடச் சனங்கள் அறிந்துகொண்டுவிட்டார்கள் – அந்தந்த இடங்களிலேயே விழுந்து படுத்துக்கொண்டார்கள். குப்புறப் படுத்து, முழங்கைகளை ஊன்றி, கைகளில் தலையைத் தாங்கி, காதுகளையும் பொத்தியபடி. விழுந்து படுக்கக்கூட அவகாசம் கிடைக்காத துரதிருஷ்டசாலிகளை, அல்லது அசட்டை செய்த அலட்சியக்காரர்களை, ஆபத்து அளைந்தது.

ரமணனும் எல்லாரையும்போல தினசரி வேலைக்குப் போனான். வழமையான நேரத்திற்கே. வழியில் ஏதும் பிரச்சனை என்றால் சைக்கிளைத் தெருக்கரையோடு போட்டுவிட்டு மற்றவர்களோடு தானும் படுத்துக்கொள்ள வேண்டும். சத்தம் அகன்றதும் சைக்கிளில் ஏறித் தன் வழி போகலாம். ஆக மிஞ்சினால் உடுப்பெல்லாம் ஊத்தையாகும். அவ்வளவுதான். உயிரே போகப் பார்க்கையில் உடுப்பு ஊத்தையாவதென்பது ஒரு கதையா?

இப்படியான நாட்களிலா ஒருவன் புத்தகங்களைத் தேடி அலைவான்?

2

ரமணனிடம் முன்பு நிறையப் புத்தகங்களிருந்தன. சின்ன வயதிலேயே புத்தகங்களைப் படிக்கிறதும் அவற்றைச்

சேர்க்கிறதுமான பழக்கம் வந்துவிட்டது. அம்மா, ஐயா, அப்பு, ஒருவருமே அவன் புத்தகங்களோடு மினைக்கெடுவதை அப்போது குறை சொல்லவில்லை.

அப்பு, ஒவ்வொரு வெள்ளிக்கிழமை பின்னேரமும் பட்டணம் போகிறபோது கூட்டிப்போய் தம்பித்துரை கடையிலோ, கிருஷ்ணசாமி கடையிலோ வாங்கிக் கொடுப்பார். திரும்பும் போது குறைந்தது இரண்டு புத்தகமாவது கையில் இருக்கும். புத்தம் புதிதாய், அச்சு மையும் கடதாசியும் மணக்க மணக்க. கசங்காமல் மடங்காமல் மொட மொடவென்று. இரவு வீட்டுக்கு வர ஒன்பது பத்து மணி ஆகும். ரமணன் பார்சலை அவிழ்க்கவே மாட்டான். பத்திரமாகப் பெட்டிக்குள் வைத்துவிடுவான். பூட்டுப் போட்ட மரப்பெட்டி.

அடுத்த நாள், அதற்கடுத்த நாளும், பள்ளிக்குப் போவது போல அல்லது அதனிலும் அக்கறையாக வேளைக்கே எழும்பி, வேலையெல்லாம் முடித்து எட்டு மணிக்கு முன்னதாகவே பின் திண்ணைக்குப் புத்தகங்களுடன் போய்ப் படுத்துவிட்டால்... வழுவழுவென்று குளிர்கிற பச்சைச் சீமேந்தும், அருகில் சம்பு நாவல் மர நிழலும், அந்த நிழலிற் கோலம் போடுகிற மஞ்சள் வெயில் பொட்டுகளுமாயிருக்கிற அந்தச் சூழலில் பகல் முழுவதும் எத்தனை உலகங்கள், இல்லை, எத்தனை சொர்க்கங்கள் விரியும்!

ஆறாம் வகுப்பில் படிக்கிற காலத்திலேயே ரமணனிடம் நூறுக்கு மேல் புத்தகங்கள் சேர்ந்துவிட்டன. எல்லாப் புத்தகங் களுக்கும் உறை போட்டு, ஒழுங்காகப் பட்டியல் எழுதி...

முகுந்தன் இதற்கு 'ரமணன்ஸ் லைப்ரரி' என்று தானாகவே பெயரும் வைத்துவிட்டான். பட்டியல் ஒழுங்கின்படி இலக்கங்களை எழுதும்போது பார்த்தால் எல்லாப் புத்தகங்களிலும் முன் ஒற்றைகளில், முகுந்தனின் கையெழுத்தில், 'ரமணன்ஸ் லைப்ரரி', 'ரமணன்ஸ் லைப்ரரி' என்று ஆங்கிலத்தில் அழகாக எழுதியிருந்தது.

ஆளோடு சேர்ந்து, படிப்போடு சேர்ந்து அந்த லைப்ரரியும் வளர்ந்தது.

கொழும்பிலிருந்து மாற்றலாகி யாழ்ப்பாணம் வந்தபோது பதினைந்து வருஷம் அங்கே வேலை பார்த்து அதிற் பாதிக் காலம் அங்கே குடும்பம் நடத்தியுமாயிற்று. அப்படியிருந்தும், அம்மி, குழவி, கதிரை மேசை, கட்டில், சைக்கிள் என்று எல்லாவற்றையும் சேர்த்தாலும் அவற்றிலும் கூடுதலாய் இடத்தைப் பிடித்தவை புத்தகப் பெட்டிகள். அப்படி வந்தது எண்பத்தொன்றில்.

3

இரண்டு வருஷத்திற்குள் எல்லாமே தலைகீழாக மாறிவிட்டன. எண்பத்து மூன்று ஜுலையில் கொழும்பிலிருந்திருந்தால் என்ன அவதிப்பட்டிருக்க வேணுமோ! எத்தனை பேர் உடுக்க உடையில்லாமல் தண்ணிவென்னியில்லாமல், படாத பாடெல்லாம் பட்டுக் கப்பலேறி வந்திறங்கினார்கள்! வீடு வாசல், சாமான் சக்கட்டு எல்லாவற்றையும் அந்தந்தப்படியே விட்டுவிட்டு. அந்த அமளியில் புத்தகங்களை நினைத்துக்கூடப் பார்த்திருக்க முடியுமா?

நல்ல காலம் இரண்டு வருடம் முந்தி வந்தது.

இல்லை, அப்படியும் முற்று முழுதாகச் சொல்லிவிட முடியாதிருந்தது.

இலங்கை முழுவதுமே ஊரடங்கு. அதுவும் எத்தனை நாட்கள்? யாழ்ப்பாணத்தில் ராணுவம் வீடு வீடாய்த் தேடுதல் நடத்திற்று.

வேடிக்கை என்னவென்றால், புத்தகங்களை வைத்திருப்பதும் பிரச்சனை என்று கதை வந்தது.

“விசர்... அதிலையென்ன பிரச்சனை?” பலரைப்போல ரமணனும் அதை நம்பவில்லை.

ஆனால் அது வெறுங் கதையாயில்லை. பிறகு கேள்விப்பட்ட செய்திகள், அந்தக் கதையை நம்பத்தான் வேண்டுமென்றன. ஒன்றில், புத்தகங்களுக்கு ஆபத்து. அல்லது வைத்திருந்தவர்களுக்கு ஆபத்து. சில வேளைகளில் இரண்டுக்குமே.

ஒரு முடிவுக்கு வர வேண்டியிருந்தது. அவர்களுக்கு ஆட்சேபமாய் இருக்கக்கூடியவை என்று தெரிகிறவற்றைத் தவிர்க்கலாம். தமிழ், விடுதலை, சுதந்திரம் என்று வருகிறவற்றை, தாமஸ் மசாரிக்கிலிருந்து பாரதிதாசன் வரை. ஏன் பாரதி பாடல்கள்?

பிறகு? யாரிடமாவது கொடுக்கலாமா? கொடுப்பதற்கு ஆட்களைத் தேட வேண்டும். அதற்கெல்லாம் அந்த அவதியில் நேரமெங்கே? அத்தோடு இந்தக் கதையைக் கேட்டால் யார்தான் வாங்க முன்வருவார்கள்? அந்தச் சில முன் இரவுகள்...

எவ்வளவு பாடுபட்டு எங்கெங்கெல்லாம் தேடி, சம்பளத்தில் பாதியைச் செலவழித்து வாங்கிய புத்தகங்கள். அவற்றில் எத்தனையைத் தகரப் பீப்பாய்க்குள் – சாம்பலைக் காற்றள்ளிச் சிந்தாமலிருக்கப் – போட்டு, அயலட்டைக்கும் காகிதமெரிகிற

மணம் பரவாமல் பார்த்து, சொக்கப்பனை எரித்த அந்தச் சில முன்னிரவுகள் . . .

கவலையும் கவனமுமாய்ச் செய்ய வேண்டியிருந்த காரியம் அது.

கிடைக்கவே முடியாதவை என்று பட்டவை தலைமறைவாய்ப் போயின. மெய்யான அண்டர் கிரவுண்ட் வாழ்வு! முதலில் இரண்டு மூன்றாகச் சின்னச் சின்னப் பொலித்தீன் பைகளில் சுற்றிப் பிறகு அவற்றைப் பெரிய பிளாஸ்ரிக் பையொன்றில் போட்டுக் கட்டி, அதைப் பிறகு உரப் பைக்குள் போட்டு...

மாரி வந்தபோதுகூட நிலைமை மாறவில்லை.

ஆனால், பதிலாக, நெருக்கடி கூடியது. இப்போது, தமிழையும் விடுதலையையும் சொன்னவை மட்டுமின்றி, சோஷலிஸம், ரஷ்யா என்று வருகிறவைகூடப் பிரச்சனையைத் தரும் போலிருந்தன. தல்ஸ்தோயையும் தஸ்தயேவ்ஸ்கியையுங்கூட வைத்திருக்கப் பயமாயிருந்தது, வருகிறவனுக்குப் புரட்சிக்கு முந்திய ரஷ்யா, பிந்திய ரஷ்யா என்றெல்லாம் விளங்கப்படுத்திக்கொண்டிருக்க முடியாது.

சில புத்தகங்கள் முடிந்த மட்டில் ஒரிஜினல் சட்டைகளைக் கழற்றிவிட்டு சினிமா ஜக்கெற்றுகளைப் போட்டுக்கொண்டன. மற்றவற்றிற்குப் பழைய வழி இருந்தது. சொக்கப்பனையும் புதையலும் பிறகும் சில நாட்கள் தொடர்ந்தன. நிலைமையும் தொடர்ந்தது. அந்த வருடம் மாரியும் தொடர்வது போலவே இருந்தது.

பிறகு எண்பத்து நான்கில், பொங்கலுக்கும் எவ்வளவோ பிறகு தோண்டித் தேடிப் பைகளை வெளியே எடுத்தால் அழுகைதான் வந்தது. அதோடு விட்ட ஆசைதான்! பொது நூலகங்களே போதும்.

4

அப்படி இல்லை என்பது தெரிவதற்குச் சில ஆண்டுகள் ஆயின. ஆசை விடவில்லை, நீறு பூத்திருந்திருக்கிறது. அது மீளவும் மூண்டதுதான் எப்படிப்பட்ட நாட்களில்! அந்த நாட்கள் அப்படிப்பட்டவையாக இல்லாதிருந்திருந்தால், அந்த மீளவும் மூண்டமை சாத்தியப்பட்டிராதென்றும் தெரிகிறது.

இதற்கு முதல் இவ்வளவு காலமும் எத்தனை ரஷ்யப் புத்தகங்களைப் படித்தாயிற்று. ஷோலக்கவுடைய ‘கன்னி நிலம்’, ‘அவன் விதி’ எல்லாம்கூட ரமணனிடமிருந்தன. ஆனால் அந்த

'தோன் நதி அமைதியாக ஓடுகிறது' மட்டும் எப்படிப் படிக்கவே கிடையாமல் போயிற்று? அதிலும் அதிசயம், அது இப்போது படித்துப் பார்க்கக் கிடைத்தது.

நாலு பாகம். நாலையுமே ஜெயக்குமார் கொண்டுவந்து தந்திருந்தான். ஜெயக்குமாருக்கு இதிலெல்லாம் ஆர்வம் கிடையாது. ரமணனுக்காக யாரோ தெரிந்தவர்களின் தெரிந்தவர்களிடமிருந்து வாங்கி வந்தான். ஒரு வாரத்தில் திருப்பிக் கொடுக்க வேண்டும். ஆனால் அந்த நாட்களில் வாசிப்பதற்கும் நிறைய நேரமிருந்தது. ஊரடங்கு. வேலையில்லை. வெளியே திரிவது வீட்டிலுள்ளவர்களுக்கு நிம்மதி தராது. வெளியில்தான் செய்வதற்கு என்ன இருந்தது? எதையோ எதற்கோ, காத்துக் கொண்டிருக்கிற நிலையில் – ரயிலுக்குக் காத்துக்கொண்டிருக்கிற வேளையில் – படிப்பதில்லையா? அப்படி. வாசிக்க நிறைய நேரம் கிடைத்தது.

அது எவ்வளவு விசேஷமானதொரு நேரப் பொருத்தம்! அந்த நாவல் அணு அணுவாய்ச் சித்தரிக்கிற ஒன்றின் பிறப்பை, அதன் இறங்குங் காலம் நெருங்கியதாய் உணர முடிகிற இந்த நேரத்தில் படிக்க நேர்ந்தமை! அது மட்டுமில்லை. ரமணனைத் தோன் நதியின்பால் ஈர்த்த இன்னொன்றும் இருந்தது. அதுதான் இன்னும் முக்கியமானது.

தோனின் குளிர் நிரம்பிய காற்றை எங்கள் சோழகத்தில் உணர முடிந்தது. இரண்டுமே வேட்டொலிகளையும் வெடி மருந்தின் மணங்களையும் சுமந்துவந்தவை! போர் என்கிற பிரளயம். இருப்புகளை அசைக்கும் அந்த எரிமலைக் குமுறல்! எந்தக் காலமென்றால் என்ன, எந்தத் தேசமென்றால் என்ன!

கிரிகோரி மெலிக்காவுடன் சேர்ந்து ரமணனும் அந்த நாலு தொகுதிகளையும் வாழ்ந்து முடித்தான். இன்னுமொரு தரமாவது அதில் ஊறிச் சுவற ஆசையாய் இருந்தது. கயிற்றில் நடக்கிற காரியத்தை முடித்த அந்த ஷோலக்காவ். மூலமென்றே மயங்க வைத்த டாக்ளிஷ்.

இரவல் புத்தகங்களை எத்தனை நாளைக்குத்தான் திருப்பிக் கொடுக்காமல் வைத்திருக்க முடியும்? தானே வாங்கிக் கொள்ளத்தான் வேண்டும், எங்கு தேடியென்றாலும்!

எங்கு போய்த் தேடுவது? புத்தகங்கள் எங்குதானிருந்தன? அதுவும் இப்படி அருந்தலான புத்தகங்கள்?

சாப்பாடு, மருந்து, எரிபொருள், மின்சாரம் என்று ஒன்றுமேயில்லாமல், பட்டினியும் நோயும், பழங்கால

வாழ்வுமாய்ச் சனங்களின் அந்தரம். போர் நிலையைக் காட்டி வந்த பொருளாதாரத் தடை! பள்ளிப் பிள்ளைகள் படிக்கிற பாடநூல், எழுதுகிற பென்சில், பேனை, கடதாசி, இதுகளையே வரவிடாதபோது... இலக்கியம்! அதுவும் இது!

வருவதற்கு லட்சத்தில் ஒரு வாய்ப்புக்கூட இல்லை. இந்தப் புத்தகங்களை விற்றுக்கொண்டிருந்த கடையையும் மூடியாயிற்று.

குண்டும் ஷெல்லுமாய்ப் பட்டினம் முழுவதையுமே பாழடித்தபோது அந்தக் கடையும் அதனுள்ளிருந்தவையுங்கூடப் பாதிக்கப்பட்டதில், பிறகு திறக்கவேயில்லை.

... இருக்கும், இருக்கும், எங்காவது இருக்கும். வந்ததெல்லாம் என்ன. கரைந்தா போய்விடும்? யாரிடம் போய் எப்படிக் கேட்பது? இங்கில்லாவிட்டாலும் கொழும்பில் கட்டாயம் கிடைக்கும். ஆனால் போய்வருவது யார்? அத்தனை கஷ்டங்களுக்குள்ளும் உயிரைப் பணயம் வைத்து, எப்படியோ ஒரு பையும் கையுமாய்க் காட்டையுங் கடலையுந் தாண்டி, 'இனி இல்லை' என்ற அவசரத்திற்காகப் போய் வருகிறவர்களைப் பார்த்துப் 'புத்தகம் வாங்கி வா' என்றா கேட்க முடியும்?

இன்னுமொரு அவசரமுமிருந்தது. சோவியத் தேசமே இல்லாமலானால்? இந்தப் புத்தகங்கள் பிறகு வரா. வந்தாலும் முந்திய மாதிரிக் கிடைக்காது. இப்போது உள்ளதுகூட இனி விலை ஏறும். இல்லாமலும் போகும். தோன் நதி மட்டுமல்ல, கிடைக்கக்கூடிய ருஷ்யப் புத்தகங்கள் எல்லாவற்றையுமே வாங்கிவிடத்தான் வேண்டும்.

எந்த நிமிஷமும் எந்த இடத்திலும் வாங்கிக் கொள்ளலாமென்ற துணிவில், இருந்தவையெல்லாவற்றையும் போட்டெரித்த பைத்தியக்காரத்தனம்! இப்போது அப்படித்தான் படுகிறது. ஆனால் அப்போது அந்த அவதியில் வேறென்னதான் செய்திருக்க முடியும்?

5

ஆழ்வாப்பிள்ளை, ஓய்வு பெற்ற ஆசிரியர். பெரிய மனிதர் என்கிற முகம். ஆறடி உயரமும் அதற்கேற்ற உடம்பும். ஷேவ் ஒழுங்காக எடுக்காததில் துருத்துகிற நரை மயிரடர்ந்த கன்னங்களும் கள்ளின் போதையில் எப்போதும் கிறங்கிக் கண்ணாடியின் பின்னால் தெரிகிற கண்களுமாயிருந்தார்.

இடுப்பில் ஒரு சாரம். மேலே வெற்றுடம்பு. கடையில் ஆட்களில்லாதபோது முன்னாலிருக்கிற துணிக் கதிரையில் சாய்ந்திருந்து சுருட்டைச் சுகிக்கிற கோலம்.

பொழுது போகாமல் இந்த வியாபாரத்தைத் தொடங்கியதாகச் சொன்னார். பிள்ளைகளெல்லாம் படித்து வெளிநாடுகளில் நன்றாயிருக்கிறார்கள். அவருக்குப் பென்ஷன் வருகிறது. இரண்டு பேருக்கு வடிவாகப் போதும். ஆனால் ஒரேயடியாக வீட்டிலிருந்து என்ன செய்வது? இதைத் தொடங்கிவிட்டார். பழைய புத்தக வியாபாரம்.

பத்திரிகையின் ஒரு மூலையில் வரி விளம்பரப் பகுதியிலிருந்த அறிவிப்பைப் பார்த்துவிட்டு நம்பவும் முடியாமல், விடவும் மனமில்லாமல் நப்பாசை துரத்த ரமணன் வந்திருந்தான். உண்மையாகவே அது இருந்தது. அந்தக் கடை.

ஆழ்வாப்பிள்ளை, விலாசத்தை விவரமாகக் கொடுத்திருந்ததே கூட அவர் ஒரு கெட்டிக்காரன் என்பதை நிரூபிப்பதாக இருந்தது. இல்லாவிடில் அந்த இடத்தைக் கண்டுபிடித்தே இருக்க முடியாது. பட்டணத்தின் பெருந்தெருவொன்றிலிருந்து பிரிகிற ஒரு சிறிய ஒழுங்கையில், மூன்று நாலு முடக்குத் தாண்டி ஒரு பழைய வீட்டில் அவரது கடை இருந்தது. 'பழைய பேப்பர் புத்தகங்கள் வாங்கப்படும், விற்கப்படும்' என்று படலையில் அறிவிப்புத் தொங்கவிட்டிருந்தார். வாங்குவது விற்பது இரண்டுமே கிலோக்கணக்கில்தான், கிலோவுக்கு, தனக்கென ஐந்து ரூபாய் வைத்துக் கொள்கிறார். மற்றப்படி அவரது தராசின் முன் பழைய நோட்டுக், பாரதக் கதை, சினிமா மஞ்சரி, சிற்றிலக்கியச் சஞ்சிகை எல்லாமே சமம். ஓடும் செம்பொன்னும் ஒக்க நோக்கும் பக்குவம்.

ஆழ்வாப்பிள்ளை எல்லாக் கடதாசிகளையும் ஒன்று போலவும், எல்லா வாடிக்கையாளர்களையும் ஒன்று போலவும் நடத்தினார். இது ரமணனுக்கும் பிடித்தது. அவருக்கும் அவனைப் பிடித்துக் கொண்டது. மற்றெந்த வாடிக்கையாளர்களிலும் பார்க்க ஒழுங்காகத் தன் கடைக்கு வருகிறவன். அவனை 'மாஸ்ரர்' என்று இரண்டு நாள் கூப்பிட்டார். இப்படிப் புத்தகங்களில் ஆர்வமுடையவர்கள் ஆசிரியர்களாகத்தானிருப்பார்கள் என்ற அந்தக் கால நம்பிக்கை அவருக்கு.

"நான் மாஸ்ரரில்லை, மாஸ்ரர்" என்றான் ரமணன் மூன்றாம் நாள்.

"அதற்கென்ன மாஸ்ரர்? மாஸ்ரர் எண்டாக் குறைவோ?" என்றார் மாஸ்ரர். ஒரு சிரிப்பு வேறு. அதன் பிறகு அவன் ஆட்சேபிப்பதில்லை. கட்டுக்கட்டாய்க் குவியல்குவியலாய்க் கிடப்பவற்றில் தேட வேண்டும். வைக்கோற் போரில் ஊசியைத் தேடுகிற மாதிரி. கடலில் முத்துக் குளிப்பதுபோல. தமிழில் வந்த அத்தனை சஞ்சிகைகளையும் ஆண்டு, தேதி ஒழுங்கில்லாமல் அங்கே குவித்துவிட்ட மாதிரி இருந்தது.

கல்வி வெளியீட்டுத் திணைக்களப் பாடநூல்கள்– அரிவரியிலிருந்து ஆண்டு பன்னிரண்டுவரை – எல்லாப் பாடங்களும். பழைய டைஜஸ்டுகள் – கிழிந்தும் கிழியாமலும். இலவசச் சந்தாவில் வந்துசேர்கிற வெளிநாட்டுப் பத்திரிகைகள். அகதா கிறிஸ்ட்டி, அந்தக் காலத்து ஆங்கிலப் பாடப் புத்தகங்கள், மில்ஸ் அண்ட் பூன் வரிசை, சன சமூக நிலையங்களின் வெளியீடுகள். நீத்தார் நினைவுகள், விதவிதமான பதிப்புகளில் விவிலியம். ‘விழித்தெழு!’, ‘தேவன் வருகிறார் – நீ தயாரா?’ போன்ற அதட்டல்கள், இடையில் இருந்துவிட்டுச் சில சிங்களப் புத்தகங்கள். அநேகமாய்க் குமாரோதய, குமார ரச்சனய. எப்போதோ ஒரு தரம் வருகிற ஒன்றிரண்டு ஜெர்மன், ஃப்ரஞ்சுப் புத்தகங்கள், கனக்க ஹரால்ட் றொபின்ஸ்– இவற்றுக்கெல்லா மிடையில் புகுந்து தேட வேண்டியிருந்தது.

இடையில் இன்னும் வரும். ஸிபா ஸிம்போஸியம், இன்ஸ்ரிரியூஷன் ஒஃப் வெவ்வேறு என்ஜினியரிங்குகள், ஸிஐஎம்ஏ வெளியீடுகள் என்று கஞ்சிக்குள் பயறுபோல. நல்ல காலம், பழைய கொப்பிகள் தனியாக இருந்தன.

ரமணன் தேடுவது மட்டும் கிடைக்காமலே போய்க் கொண்டிருந்தது. என்றாலும் அவன் விடாது தேடினான். வராமலா போகும், எதுவென்றாலும் நல்லதாய்? அதற்குள் எதுவோ தனக்காகக் காத்திருக்கிறது என்ற உணர்வு. எப்படியோ புத்தகங்களை அளைவது சந்தோஷம்தான். புத்தகப் புழுதிக்குத் தடிமன் வரும் என்று யாரோ சொன்னதுகூடக் காதில் விழவில்லை.

போகிற நாட்களில் வெறுங் கையோடு வரக் கூடாது என்று அரைக் கிலோவோ, ஒரு கிலோவோ வாங்கினான். ஆழ்வாப்பிள்ளையர் வாங்கும் விலை பதினைந்து ரூபா, விற்கும் விலை இருபது ரூபா. கடைக்காரர் மனஞ் சலிக்கக் கூடாது. தடவைக்கு ஐந்து ரூபா, பத்து ரூபா நட்டம் போனாலும் பரவாயில்லை என்று பட்டது. அதோடு இத்தனை வெளியீடுகளையும் பார்ப்பதற்குக் கொடுக்கிற கட்டணமாகக்கூட அதைக் கருதினாலென்ன? ஒரு புத்தகக் கண்காட்சிக்குப் போவதில்லையா? தவிர வேறென்ன பொழுதுபோக்கு அல்லது ஈடுபாடுதான் இருந்தது அப்போது?

6

கிழமைக்கு மூன்று நாட்களாவது ஆழ்வாப்பிள்ளையரின் கடைக்குப் போவது வழமையாகிவிட்டது. அங்கே போய் நின்று மெனக்கெடத் துணிவுதரும் ஒரு அம்சமும் அங்கிருத்தது – பங்கர். விமானத் தாக்குதலுக்குப் பதுங்கிப் பாதுகாப்புத்

தேடக்கூடிய குழி. எந்த நிமிஷம் இரைச்சல் கேட்டாலும் இறங்கிக்கொள்ளலாம்.

ரமணன் போன வேளைகளிலெல்லாம் கடையில் வாங்குகிறவர்கள் என்று கூடியபட்சம் இரண்டுபேர்தான் நின்றார்கள். சில வேளை அதுவுமில்லை. வாங்குகிறவர்களிலும் பார்க்க விற்பவர்களே அவரின் ஒழுங்கான வாடிக்கையாளர்களாக இருக்க வேண்டும். வீடு வீடாகப் போய், நிறைக் கணக்கில் வாங்கி இவரிடம் கொண்டுவந்து போட்டுவிட்டுப் போய்விடுகின்றனர் போலும். விற்பனை நடக்கிற விறாந்தைக்கருகில் குகைபோல் தெரிந்த ஸ்டோர் ரூம் நிரம்பி வருகிறது.

“என்ன மாஸ்ரர், இப்படி நெடுகத் தேடுறியள்?”

ஆழ்வாப்பிள்ளை ஒரு நாள் கேட்டார். உடனே சொல்ல முடியவில்லை. “இலக்கியப் புத்தகங்கள்...”

ஓரளவு ஒழுங்காக்கப்பட்ட றாக்கையைக் காட்டினார். “உதல்ல... தற்கால இலக்கியம்.”

ஆழ்வாப்பிள்ளையரின் மௌனம் அவனுக்குச் சங்கடமாயிருந்தது. அவரை ஆறுதல் படுத்துவதுபோல, “ஏதும் ரஷ்யன் புத்தகங்கள் என்றாலும் பரவாயில்லை.” என்றான்.

அடுத்த முறை போன போது அவனுக்காகவே காத்திருத்தது மாதிரி எடுத்துக் கொடுத்தார். “இந்தாங்கோ, மாஸ்ரர்... இதைப் பாருங்கோ.”

மட்டை இரண்டுமில்லாமல் பாணப் பூச்சி துளை துளையென்று துளைத்து, அரிதட்டு மாதிரி இருந்தது அந்தப் புத்தகம். ‘டொக்டர் ஷிவாகோ’. படிக்கக்கூடியதாக இருந்தது. பக்கங்களும் எல்லாம் ஒழுங்காயிருந்தன.

அந்த மூன்று மாதங்களில் இன்னும் இரண்டே இரண்டு புத்தகங்கள்தான் கிடைத்தன. – ‘ஃபெயர்வெல் டூ ஆம்ஸ்’ ஹெமிங்வே. ‘கிரேப்ஸ் ஆஃப் ராத்’ ஸ்டைன்பெக்.

ஷிவாகோ முன்பு படித்ததுதான். ஓமர் ஷரிஃப், ஷிவாகோ வாக நடித்த படத்தைக்கூட ரமணன் பார்த்திருந்தான்.அது கனகாலம்.

ஆனால் இப்போது இந்தச் சூழலிலும், ‘தோன் நதி’யைப் படித்த பிறகும் ஷிவாகோ வேறு மாதிரி இருந்தது. இன்னுமின்னும் தெரிந்த வண்ணங்கள். மாஸ்கோவும் வேரிகினோவுங்கூட இங்கேயே இருந்தன. தோன் நதி தீரத்துக் கொஸாக் மெலிக்காவும் – மாஸ்கோவின் டொக்டர் ஷிவாகோவும் ஒரே புயலில் அள்ளுண்டு

சுழன்ற இரு மனிதர்கள்... அவர்கள் இந்த முக்கால் நூற்றாண்டு கழித்தும் என்ன மாதிரி உயிரோடு இருக்கிறார்கள்...

இரண்டையும் சேர்த்து இன்னொரு முறை படிக்க வேண்டும். 'தோன் நதி'யைத் தேட அவசரம் மிகுந்தது. ஆழ்வாப்பிள்ளையரின் வழியைப் பின்பற்றிப் பார்த்தால் என்ன? பத்திரிகையில் தேவை பகுதியில் விளம்பரம் போட்டான்.

கவனத்தை ஈர்க்கவென்றும் பெயர்களைச் சரியாகக் குறிப்பிட வேண்டியும் விளம்பரம் ஆங்கிலத்தில் இருக்க நேரிட்டது. தன் பெயரைக் கொடுக்காமல் விளம்பர இலக்கத் திற்கே பதிலளிக்கும்படி. இரண்டு நாட்கள் விளம்பரம் வந்தது.

பதில்களை எதிர்பார்த்து நாலைந்து நாட்கள் பத்திரிகை அலுவலகத்திற்கு அலைந்ததுதான் மிச்சம். ஒரே ஒரு கடிதம் வந்திருந்தது. அது ரமணன் போட்டது. வருகிற பதில்களை ஒழுங்காக வைத்துத் தருகிறார்களா என்று பார்ப்பதற்காகப் போட்டது.

7

பத்மநாதன் கொழும்பிற்குப் போய்வருகிறாரென்று சொன்னார்கள். கிடைத்த இடைவெளியைப் பயன்படுத்திக் கொண்டு கொழும்பில் போய் ஏதும் வாங்கிக்கொண்டு வந்தால் மற்றவர்களுக்கும் பிரயோசனமாயிருக்கிறது. போய் வருகிறவருக்கும் பிழைப்பா கிறது. உயிரைப் பணயம் வைக்கத்தான் வேணும் – அதற்கென்ன? ஊரில், வீட்டில், சும்மா இருந்தால்கூட மேலே சுற்றுகிற பிளேனோ அல்லது போக்கிடம் தெரியாமல் கூவிச் செல்லும் ஷெல்களோ எங்கள் உயிரைப் பணயம் வைக்காமலா விடுகின்றன?

பத்மநாதன் இரண்டுதரம் போய் வந்துவிட்டார். அடுத்த கிழமை மட்டில் மீண்டும் போகிறார்.

ரமணனைப் பார்க்க அவருக்கு வேடிக்கையாக இருந்திருக்கும், சனங்கள் மருந்தென்றும், அது இதுவென்றும் ஓடித்திரிகிற காலத்தில் இந்த விசரன் புத்தகத்திற்காக வந்திருக்கிறான். அதுவும் கதைப் புத்தகம். இப்படி நினைத்திராவிட்டால் அவரில் பிழை.

"புத்தகம் பாரமான சாமான்தான். ஆனால் நாலே நாலு தான், கனக்க இல்லை... நீங்கள் காவிக்கொண்டு நெஞ்சளவு தண்ணிக்குள்ளாலையும் நடந்து வரவேணும், தெரியும்... அந்தக் கஷ்டத்துக்கு நீங்கள் கேட்கிறதைச் சந்தோஷமாய்த் தருவன்."

பெயர் விபரமெழுதிய துண்டையும் காசையும் கொடுத்தான்.

அசோகவனம் அல்லது வேலிகளின் கதை ❋ 131 ❋

8

“அரை மைலுக்கு அங்காலை, ஆமியின்ர இடம்…” கடைக்காரர் சொன்னார், “அதுதான் சனப் புழக்கம் குறைவாயிருக்கு.”

அவர் கடைகூட வெளித்துப் போய்த்தானிருந்தது. நன்றி சொல்லிவிட்டுக் கடைக்காரர் காட்டிய வழியே போனார்கள்.

ஒழுங்கைகளெல்லாம் ஆளரவமின்றிக் கிடந்தன. கொஞ்ச தூரம் வயல், பிறகு பனங்காணி, தென்னந் தோட்டம், காணடைப் பற்றை என்று மாறி மாறி வந்தன. எல்லாவற்றுக்கும் சிக்காராக வேலி அடைக்கப்பட்டிருந்திருந்தது.

இதற்குள் அவன்கள் வந்து ஒளித்து நின்றாலும் தெரியாது! நெஞ்சு படபடத்தது.

ஆழ்வாப்பிள்ளை ஒரு விடலைக்குரிய உற்சாகத்தோடு முன்னால் போகிறார். ரமணனுக்குப் புத்தகங்கள் தேடிக் கொடுத்துவிட்ட உசார் தெரிகிறது அவரில்.

முடக்குகளும் வளைவுகளுமாய் நீண்டுகொண்டிருந்தது, ஒழுங்கை.

அது எப்போதுமே இப்படியாகத்தானிருக்குமென்று பட்டாலும் இன்றைக்குக் கடைக்காரர் சொன்ன சேதியைக் கேட்ட பின் இந்த வெறுமை இன்னவென்றில்லாமல் அந்தரிக்க வைக்கிறது. “கேட்கிறதுக்கும் ஒருத்தரையுங் காணல்லை, மாஸ்ரர்…”

“அந்தா, தபால் பெட்டி… இதுதான் இடம் வாங்கோ.”

ஆழ்வாப்பிள்ளை ஒரு இடத்தில் காலை ஊன்றி இறங்கினார். ரமணனும் நின்றான். இடப்பக்கம் இரட்டைக் கேற்றும், அதனோடு சேர்ந்த முகப்புக் கொட்டிலும், கடைக்காரர் சொன்ன மாதிரி. சரிதான், பச்சைப் பெயின்ற். மாஸ்ரர் மணியடித்தார்.

முன் படலை திறந்தது. வெள்ளை வேட்டியும் வெறும் மேலில் துவாயுமாய் ஒருவர் வந்தார்.

“பெரியவர், பரியாரியார் வீடு இதுதானோ?”

“ஓமோம், நான்தான்” என்றபடி ஒழுங்கையைக் கடந்தார்.

“என்ன அலுவல்? வாங்கோ.”

கொட்டிலின் இரண்டு பக்கமும் நடுவில் பெரிய வழிவிட்டுச் சீமேந்துத் திண்ணைகள் இருந்தன. ஒரு பக்கத் திண்ணையில் துவாயால் தட்டி, “இருங்கோ,” என்றவர். எதிர்த் திண்ணையில் அமர்ந்தார்.

மாஸ்ரர் சொன்னதையெல்லாம் கேட்டுவிட்டுப் பெரியவர் மெதுவாகச் சொன்னார். "ஓம், அது என்னுடைய மருமகனுடைய புத்தகங்கள்தான். மகளுடைய புருஷன் … உங்களுக்கு வந்து சொன்னவரும் என்னுடைய சகலன்தான் … ஆனால் என்னை மன்னிக்க வேணும்."

'சரிவராது' என்று ரமணனுக்குப் பட்டது.

"போன கிழமை வந்த தபாலிலை புத்தகங்களை விற்க வேண்டாமென்று எழுதியிருக்கினம்."

"எடச் சே!" என்றார் மாஸ்ரர், தன்னையறியாமல்.

"திரும்பி வாற நோக்கமோ, அல்லது ஏதும் லைப்ரரிக்குக் அன்பளிப்பாகக் கொடுக்கிற நோக்கமோ, ஒண்டும் விவரம் எழுதேல்லை. விற்க வேண்டாம் என்று மட்டுந்தான் எழுதியிருக்கு. நான் அதுக்கு மாறாச் செய்யேலாது…" குரலில் வருத்தம் தெரிந்தது.

"அது சரி, அது சரி…"

"நீங்கள் குறை விளங்கப்படாது" என்றார் பரியாரியார் மீண்டும்.

"ஒரு உதவி செய்வீங்களோ, ஐயா?"

"சொல்லுங்கோ."

"தற்செயலா, இனி அவை விற்கச் சொல்லி எழுதினா தயவுசெய்து ஒரு தபால் போடுவீங்களோ? விலாசம் தந்திட்டுப் போறன்."

"ஓ! அதுக்கென்ன … கட்டாயமா."

வேறென்றுமில்லாத மௌனம். விலாசம் குறித்துக் கொடுத்து விட்டு மாஸ்ரரைப் பார்த்துத் தலையசைத்தான். 'போவோமா?'

அதைக் கவனியாதவராய் மாஸ்ரர் பரியாரியார் பக்கம் திரும்பினார்.

"இன்னொண்டு கேட்கலாமோ, ஐயா?"

"கேளுங்கோ …"

"இவ்வளவு தூரம் மெனைக்கெட்டு வந்திருக்கிறம் . . . தம்பிக்கு ஒருக்கால் அந்தப் புத்தகங்களைக் காட்ட முடியுமோ? முடியாவிட்டால் வேண்டாம்."

ரமணன் இதை எதிர்பார்க்கவில்லை. மாஸ்ரரின் கோரிக்கை அவ்வளவு நாகரீகமாகப் படவில்லை.

பரியாரியார் எழுந்தார். "உள்ள வாங்கோ." என்று முன்னால் நடந்தார்.

திரும்பும் ரமணன் வழியில் சொன்னான்.

"மாஸ்ரர், நாங்கள் அதைப் பார்த்தது பிழை..."

"ஏன், அது பரவாயில்லை."

"...அத்தனையையும் ஒரு அலமாரி முட்டப் பாத்திட்டு, அதிலை ஒண்டக்கூட வாங்க முடியாமல் வாறது எவ்வளவு கவலை தெரியுமா... என்ன அருமையான புத்தகங்கள்... நான் எரிச்சதிலை அரைவாசி அங்கிருக்கு."

9

சரியாகப் பத்து – ஐந்து. நல்ல காலம், நாராயணன் இன்னும் வரவில்லை. வரட்டும்.

சைக்கிளை விட்டிறங்கி அதை நிறுத்தப் போனபோது திடுக்கிட்டான். பின் காரியரிலிருந்த பார்சலைக் காணவில்லை. கட்டிய கயிறு மட்டும் தளர்ந்து தொங்கியது.

பத்மநாதனிடம் வாங்கிவைத்துக் கட்டிவிட்டு அசைத்துச் சரி பார்த்தது நன்றாக நினைவிருக்கிறது. முதலாவதும் மூன்றாவதும்தான் கிடைத்ததாம். மற்றிரண்டையும் அடுத்த முறை கட்டாயம் தேடிக் கொண்டுவருவதாகச் சொன்னார். நூற்றி இருபத்தைந்துப்படி இரண்டும், அவருக்கு இருநூறுமாய், நானூற்றைம்பது ரூபா. அவ்வளவும் சரி. நானூற்றைம்பது காசாக என்றாலும் காரியமில்லை.

ரமணன் தன்னையறியாமலேயே சைக்கிளை மீண்டும் எடுத்து உந்தி ஏறினான். பெருமாள் கோவிலடியில் வந்தபோதுகூட எதேச்சையாக இடது கையால் தடவிப் பார்க்கையில் பார்சல் இருந்தது. இடையில்தான் எங்கோ விழுந்திருக்க வேண்டும். பொலித்தீன் பையில் வைத்தது பிழை. கட்டியதும் குறுக்கு மறுக்காகக் கட்டியிருக்க வேண்டும்.

வந்த வழியே மெல்ல மிதித்தான். இவ்வளவு போக்குவரத்துள்ள இந்த இடத்தில் – சொல்ல முடியாது. ஒரு முறை இப்படித்தான், மோட்டார் சைக்கிளில் மாட்டியிருந்த பை விழுந்துவிட்டதைக் கவனித்துத் திரும்பிப் போனபோது ஆளையும் பைக்கையும் அடையாளம் கண்ட யாரோ கூப்பிட்டு விழுந்த பையைத் தந்தார்கள்.

பெருமாள் கோயிலடிவரை வந்தாயிற்று. இல்லை, எவரும் கூப்பிடவில்லை. வந்த வழியே திரும்பிப் போனான். பரவாயில்லை. ஒன்றும் மூன்றுந்தானே – ஓறுவாயாக... எல்லாமாக என்றால்தான் கவலை. அடுத்த முறை பத்மநாதனை நாலையும் சேர்த்தே பார்க்கச் சொல்லலாம்.

நாளை ஏதாவது பேப்பரில், 'கண்டெடுக்கப்பட்ட பொருட்கள்' தலைப்பில் வரக்கூடும். எல்லாப் பேப்பரையும் பார்க்க வேண்டும்.

பார்த்துவிட்டு, இல்லாவிட்டால் தானேகூட ஒரு விளம்பரம் கொடுத்தாலென்ன? கண்டெடுத்துத் தருபவர்களுக்குச் சன்மானம் வழங்கப்படும்! இப்போதே நானூற்றைம்பது!

சில சமயம் ஆழ்வாப்பிள்ளையரின் கடைக்குக்கூட வந்து சேரலாம். ஞாபகமாக அவரிடம் சொல்லிவைக்க வேண்டும்.

திரும்பி வரும்போது நாராயணன் சொன்ன இடத்தில் காத்து நிற்பது தெரிந்தது.

"என்னடா... பத்தரையாகுது. இப்பத்தான் வாறியா? சரியா அரை மணித்தியாலம் லேற்." என்று அவன் கத்தினான்.

10

"ஆ, மாஸ்ரர், வாங்கோ வாங்கோ" ஆழ்வாப்பிள்ளை வரவேற்றார்.

"உங்களுக்கு இரண்டு புத்தகம் வைச்சிருக்கிறன்." நினைத்தது சரிதான், கண்டெடுத்தவன் கொண்டு வந்திருக்கிறான்!

மேசை லாச்சியை இழுத்து எடுத்து நீட்டினார். சப்பென்று போனது. இல்லை, இது வேறு. வாங்கிப் புரட்டினான்.

'அகதி' எறிக் மாறியா றிமார்க் நாவலின் தமிழ் மொழிபெயர்ப்பு. மற்றது 'உர் ஓஃப் த சோல்டீஸ்,' புதை பொருளாய்வு. மாஸ்ரர் பரவாயில்லை!

இதை 'ஊர்' என்றுதான் உச்சரிக்க வேண்டும். கொஞ்ச நாட்களாக இந்த 'உர்'ரும் 'எல'மும்கூட ரமணனைக் கவர்ந்து வருகின்றன. அதுவும் ' எலம்' அல்ல, 'ஈழம்' என்று உச்சரிக்கலாம்.

"எப்படி?" என்றார் மாஸ்ரர் பெருமிதத்துடன்.

நல்லது என்பதற்குள் யாரோ கையிலிருந்தவற்றைப் பறித்தார்கள்.

ஜெபநாயகம். மூக்கு நுனியில் கண்ணாடி. கையில் ஐந்தாறு நல்ல புத்தகங்கள்.

ரமணனுக்குப் பொறாமையாக இருந்தது. 'இவன் வாறதுக்கு முந்தி இத்தனை புத்தகம் இங்கே கிடைத்திருக்கிறதா' தன் கையில் இருந்தவற்றைக் கொடுத்துவிட்டு அவனிடமிருந்தவற்றை வாங்கினான். பார்த்ததுமே தான் ஜெ.யின் மேல் பொறாமைப் பட்டது சரியல்ல என்றிருந்தது. எல்லாமே ஜெ. வழமையாக

விநியோகிக்கிற 'பாவத்தின் சம்பளம்' போன்ற இலவச வெளியீடுகள்.

"இது ஏன் உனக்கு?" ஜெ. உர்ரைக் காட்டிக் கேட்டான். "எனக்குத் தா ..."

ரமணன் சிரித்தான்.

"நான் எடுக்கிறேன் ஐயா, இதை" என்றான் ஜெ. மாஸ்ரர் பக்கம் திரும்பி. அப்போதுதான் ஸீரியஸாகவே கேட்கிறான் என்று தெரிந்தது.

"பகடி விடாதை... இங்கை தா. எனக்கு வேணும்" என்று பறிக்க வேண்டியிருந்தது.

"நான் படிச்சுட்டுத் தாறன் ..." விடை பெறும் போது ஜெ.யை ஆறுதல்படுத்தச் சொன்னான் ரமணன்.

அதுதான் பிழையாய்ப் போய்விட்டது. ஜெ. அதை மறப்பதாயில்லை. காண்கிற வேளைகளிலெல்லாம் ஞாபகமாகக் கேட்டுவிடுகிறான். இன்றைக்கு நாலாவது முறை. இனி என்ன சாட்டுச் சொல்லலாமென்றும் தெரியவில்லை.

ஜெ. ஆள் பரவாயில்லைதான். ஆனால் புத்தக விஷயங்களில் யாரை நம்ப முடியும்?

ஜெ.க்கு மட்டுமல்ல, யாருக்குமே புத்தகங்களைக் கொடுக்கவோ வாங்கவோ ரமணன் இப்போது தயாரில்லை. அன்றைக்குக் காய் வெட்டுவதற்காகச் சொன்னதை வைத்துக் கொண்டு இவன் கலைக்கிறான். பிழை என்னில்தான்.

"டேய், புத்தகங்களை வைச்சு என்ன செய்யப் போறாய்? ஆமி ஊருக்குள்ள வந்தா புத்தகப் பெட்டியைத் தலைல வைச்சுக் கொண்டா ஓடப் போறாய்?" ஜெ. கேலியாகச் சிரித்தான். அவன் விநியோகிக்கிற புத்தகங்கள் அப்போதும் அவன் கைகளில் இருந்தன.

ரமணனுக்குக் கண்மண் தெரியாமல் கோபம் வந்தது. "ஷட் அப் யுவர்... மவுத்." இவ்வளவு கோபத்தை ஜெ. நிச்சயமாக எதிர்பார்த்திருக்க முடியாது.

கூட இருந்தவர்களும் ஒன்றும் விளங்காமல் இவர்களையே பார்த்தார்கள்.

கணையாழி (டிசம்பர், 1994)
தி.ஜா. நினைவு குறு நாவல்

எழுதப்பட்ட அத்தியாயங்கள்

1

சரியாக எட்டேமுக்கால். வழமையான நேரந்தான். பிந்தவில்லை. அவதிப்படாமல் போகலாம் என்று திருப்தியாக இருந்தது. படலையைத் திறந்து சைக்கிளைத் தள்ளியபடி வெளியே வந்தான். பள்ளிச் சந்தடிகள் ஓய்ந்து தெரு அமைதியாக இருந்தது. இளம் வெயிலும் காற்றுமாய் இந்தக் காலைப் பொழுது அழகாக இருந்தது. எல்லாக் காலை வேளைகளும் எல்லாக் குழந்தைகளையும் போல அழகானவைதாம் என நினைத்தான். நித்தியின் பாடல் நினைவுக்கு வந்தது.

"இன்றோர் புதிய தினம்..."

படலையைச் சார்த்திக் கொழுவினான். சைக்கிள் சில்லுகளை அழுத்திக் காற்றுப் பார்த்துக் கொண்டு விரல்களை ஸீற்றுக்கடியிலிருந்த துணியில் துடைத்துக்கொண்டான். எதிர்முடக்கில் ஒரு சைக்கிள் வருவது தெரிந்தது. அது போகட்டும் என்று காத்து நின்றான். கிட்ட வந்ததும் தெரிந்தது. அது செல்வநாயகம்.

"நான்தான் முழுவியளம் போலை." சிரித்தபடி சொன்னார்.

"நீ உதுகள் பார்க்காத ஆள்தானே..."

அவனும் சிரித்தபடி பெடலை மிதித்தான்.

"சங்கதி தெரியுமே... அம்மன் கோவிலடி யெல்லாம் பெடியள் ஆயத்தமா நிக்கிறாங்கள்."

"என்னது? இப்ப என்ன?"

காலை எடுத்துவிட்டு நின்றான்.

"ஆமி இறங்கப் போகுதெண்டு சனம் பெரிய அவதி."

இது ஒரு புதுக்கதையாயிருந்தது.

"அப்பிடியிருக்காது. சமாதானப் பேச்செண்டு எங்கும் பெரிய அமளியாயிருக்கு. இது வேறேதோ விஷயமாக்கும்."

"நம்பாட்டிப் போய்ப் பார்." செல்வநாயகம் போய்விட்டார்.

அவருக்குப் பதில் சொன்னாலும் மனம் குழம்பிவிட்டது. பிரச்சனை நடந்த நாட்களெல்லாம் நினைவுக்கு வந்தன. அப்படி ஏதும் நடந்தாலும்... வீட்டை விட்டுப் போகக் கூடாது. என்ன செய்யலாம்? போகிற வழிதானே விசாரிக்கலாம் என்று பட்டது. யோசித்தபடி சைக்கிளை மிதித்தான்.

என்ன வாழ்க்கை இது என்றிருந்தது. ஒன்றுமே நிச்சய மில்லாமல்! அடுத்த கணத்தில் இதுதான் வாழ்க்கை என்றும் இருந்தது.

வாசிகசாலை தாண்டும்வரை ஒன்றும் வித்தியாசமாகத் தெரியவில்லை. மதவடிக்குக் கொஞ்சம் இப்பாலிருந்தே போராளிகள் நின்றார்கள், ஆயுதபாணிகளாய். சன நடமாட்டமும் அசாதாரணமாய்த் தெரிந்தது. என்னவாயிருக்கும்? எப்படி அறியலாம்? அம்மன் கோவிலடியில் தெருவில் பெரிய கும்பல் நின்றது. அதிலும் கோவில் முகப்பு வயல்களிலும் கூடப் போராளிகள். எதையோ, எதற்கோ – காத்து நிற்கிற மாதிரி.

கும்பலில் நின்றவர்கள் ஆளுக்கொன்று சொன்னார்கள். குழப்பம் கூடிவிட்டமாதிரி இருந்தது. ஆமி இறங்கப் போகிற தென்று சொல்லிக்கொண்டும் வேடிக்கை பார்க்க முடிகிறது அதிசயந்தான். இதில் நின்று வினைகெட முடியாது – நேரம் போய்க்கொண்டிருந்தது.

ஒரு முடிவுக்கு வந்தவனாய்க் கோவிலின் பின்புறம் போனான். பிள்ளையாரடி மூலையில் இரண்டு போராளிகள். அவர்களருகில் போய் மெல்லக் கேட்டான்.

"ஏதும் பிரச்சினையே தம்பி?"

"அப்பிடியெல்லாம் ஒண்டுமில்லை. அண்ணை."

"சனம் பயப்பிடுகுது போலை இருக்கே..."

"ஒண்டும் நடக்காது. பயப்பட வேண்டாமெண்டு சொல்லுங்கோ."

"என்ன சங்கதி?"

ஒரு கணம் தயங்கினாற் போலிருந்தது.

"பயப்பிடுகிறதுக்கோ, பிரச்சினைக்கோ ஒண்டுமில்லை. நாங்கள் ஏதோ ரெஸ்ற் பண்ணப் போறம்" அந்தக் குரலில் தொனித்த ஆதரவு அதை நம்பலாம் , பயப்படத் தேவையில்லை என்றது. ஆனால் காரணத்தைத்தான் ஒப்புக்கொள்ள இயல வில்லை. என்றாலும் வற்புறுத்த முடியாது – கூடாது.

"சரி தம்பி, மெத்தப் பெரிய உபகாரம்."

சைக்கிளைத் திருப்பிக்கொண்டு வந்தபோது தெருவடியில் நின்ற சனக்கூட்டம் அடர்த்தியிலும் கனத்திலும் அதிகரித்திருந்தது. ஆட்கள் வந்தபடி இருந்தார்கள். கும்பலைக் கடப்பது கஷ்டமாக இருந்தது. மெல்ல மெல்ல விலகிக்கொண்டு போனான். எதிரே வரும் ஆட்களிலும் மோதாமல் தெருக்குழிகளிலும் விழுந்துவிடாமல் போவது வலு சிரமம்.

வீட்டில் போய் விஷயத்தைச் சொல்லிப் பயப்படத் தேவையில்லை என்பதையும் சொல்லிவிட்டு வேலைக்குப் போகலாம். அரை மணித்தியாலம் பிந்திவிடும். பரவாயில்லை.

அரசடிச் சந்தியில் திரும்பியபோது எதிரே பெரிய வெள்ளைக் காரொன்று வந்தது. தெருக் கிடங்குகளைத் தவிர்த்துப் போகும் முயற்சியில் அதன் வேகம் குறைந்தபோது பின் ஸீற்றில் உட்கார்ந்தவர் பளிச்சென்று கண்ணிற் பட்டார்.

நித்தியம் எங்கள் பத்திரிகைகளில் காட்சி தருபவர். சந்தேகமில்லை – தாடியும் தலைப்பாகையும் – அவரேதான். விசேஷமாய் ஏதோ நடக்கத்தான் போகிறது. சைக்கிளைத் திருப்பிக் கொண்டு பின்னால் போனான்.

அவனைப் போலப் பலபேர் அவரைக் கண்டிருக்க வேண்டும். காரின் பின்னால் ஒரு கும்பலே ஓடத்தொடங்கியிருந்தது. கோவிலடிக்குப் போனபோது அது மிகவும் பெரிதாகிவிட்டிருந்தது. ஆனால் முழுவதும் தொடர அனுமதிக்கப்படாமல் கும்பலிற் போனவர்கள் நிறுத்தப்பட்டார்கள். இன்னும் பின்னால் வந்து கொண்டிருந்த அவன் சைக்கிளை எதிர்வேலிக் கரையோரமாக விட்டுவிட்டு உயர்ந்த ஒரு இடமாக நின்று பார்த்தான்.

கார் கோவிலடியில் திரும்பி வேப்பமரத்தின் கீழ் போய் நின்றது. பட பட படவென்று சிலர் இறங்கினார்கள். அவனுக்கு அடையாளந் தெரிந்த இன்னொருவர் முன்னையவரின் சகா – ஸஃபாரி ஸூட்காரர்.

இருவரும் விறு விறென்று தேர்முட்டிப் பக்கமாக நடந்தார்கள். இடையில் என்ன நினைத்தார்களோ – யாராவது சொன்னார்களோ – சட்டென்று திரும்பிக் கோவில் வாசலடிக்குப் போய் படியைத் தொட்டுக் கும்பிட்டார்கள். மீண்டும் திரும்பி அதே நடையுடன் கிழக்கே போனார்கள் – கோவில் வாசலுக் கெதிரேயிருந்த வயலை நோக்கி.

2

பள்ளிக்கூட விளையாட்டிடத்தை மிதித்து எத்தனை வருடங்களாகிவிட்டன? ஐந்தாம் வகுப்புவரை இந்தப் பள்ளியில் படித்த அந்தப் பிஞ்சுக் காலத்தில் தினசரி வந்துபோன இடம். எத்தனை விளையாட்டு, எத்தனை கும்மாளம் போட்ட இடம்! கல்லால் மாங்காய்க்கு எறியப்போய் கனகநாதனின் மண்டையை உடைத்த இடம். வலது பக்கமாய்க் கொய்யாப் பற்றை. காண்டைகள். எதிர் மூலை பாண் கிணற்றடியில் நெல்லிமரம். இந்த விளையாட்டிடமே மாந்தோப்பு. வேறென்ன வேண்டியிருந்தது அப்போது?

ஆனால் விளையாடச் சொல்லி நிற்பார்கள் வாத்திமார். வேர்க்க வேணும். உடம்பிலுள்ள அழுக்கு நீரெல்லாம் வெளியே வர வேணும். சட்டை நனைய வேணும். வாத்திமார் விட மாட்டார்கள். இந்தக் கொய்யாவும் காண்டையும் மாங்காயும் கவர்ந்த வேளை வாத்திமாரும் பாண்கிணற்றின் பாம்புகளும் வெருட்டி வைத்த நாட்கள்.

இது விளையாட்டிடமாக இல்லாமலாகியும் பல காலமிருக்கும். இப்போது புதுக்கட்டிடத்தோடு விசாலமான மைதானம் இருக்கிறது.

மாந்தோப்பு மாறாமலே இருக்கிறது. வடக்கிலும் மேற்கிலும் வயல்வெளிகள். வருஷத்தில் ஒரு தடவை – அதுவும் சிலவேளை – நெல்லும் மீதி நாட்களில் கிடைச்சியும் விளைகிற வயல்கள். கிழக்கில் பனங்கூடல். தெற்கே ‘ட’ வடிவில் குச்சொழுங்கை. தெருவிலிருந்தும் பள்ளியிலிருந்தும் வருவதற்கான பாதை எல்லாம் அப்படியேதானிருந்தன. ஆனால் இடம் மட்டும் சின்னதாகிவிட்ட மாதிரி.

சைக்கிளை நிறுத்திப் பூட்டிவிட்டு மெல்ல இடது பக்கம் நடந்தான். சருகுகள் காலடியில் சரசரத்தன. நிழல் குளிர்மையாக இருந்தது. தோப்பு முடிந்து வயல்வரம்பு தொடங்குகிற இடத்தில் கரை அடித்ததுபோல நிழல் நீள விழுந்திருந்தது. நேரே முன்னால் மேற்கே – வயல்களைத் தாண்டிக் கூப்பிடு தொலைவில் கோவில். இளம்பகல் வெளிச்சத்தில் கோபுரம் பளிச்சென்றிருந்தது.

கோயில் முகப்பு, மருதமரத்தடி, மேட்டொழுங்கை எல்லாம் வரிசை கட்டினாற்போலச் சனங்கள். இங்கே இவன் நிற்கிற இந்த தோப்பருகில் ஐந்தாறு பேர் மட்டுமே. இங்கிருந்து பார்க்கிற யோசனை, எதிர் வெயிலையும் சனநெருக்கத்தையும் தவிர்த்து வசதியாகப் பார்க்கிற யோசனை, பலருக்கு வராமலே போயிருக்கலாம். பக்கவாட்டுச் சிந்தனை பற்றாக்குறையான ஒரு பொருள்தான்.

இந்த இடத்திற்கும் கோவில் முகப்பிற்கும் சரி நடுவில், குளங்களிரண்டிற்குமிடையில் அந்தக் கறுப்பும் வெள்ளையுமான துணிக்குழாய் காற்றிலாடுகிற இடந்தான் போராளிகளின் தலைவரை அழைத்துப் போக வருகிற ஹெலி இறங்கப் போகிற இடமாயிருக்க வேண்டும்.

முந்தி எங்கள் ஓட்டப் பந்தயம் நடக்கிற மைதானம் இன்றைக்கு விமானத்தளமாகி விட்டிருக்கிறது. அதுவும் 'இன்ரநேஷனல்!'

இந்தக் குறும்புத்தனமான எண்ணத்தால் கிருஷ்ணன் தன்னையறியாமலே முறுவலித்தான்.

மாந்தோப்பில் கெந்தியடிக்கலாம். 'ட்றில்' செய்யலாம். தாச்சி விளையாடலாம். ஆனால் ஓட்டப் பந்தயம் வைக்க முடியாது. அது வயலில்தான். நேரே மருத மரத்தடிக்கு ஓட வேண்டும். ஓடி, நிலத்தோடு அரைந்துகொண்டு கிடக்கிற மரக்குழைகளில் இரண்டு இலை பிடுங்கிக்கொண்டு வர வேண்டும், அதுதான் பந்தயம்.

பள்ளியிலிருந்து கோவிலுக்குப் போவதும் இந்த வழிதான். மூன்றாம், நாலாம் வகுப்புப் படிக்கிற நாட்களில் ஒவ்வொரு வெள்ளியும் முதல் பாடம் கோவிலுக்குப் போவதாயிருந்தது. அந்த உசாரில் காலை வெயிலும் கிடைச்சிக் கட்டையும் குத்துகிறது கூடத் தோற்றாது. வரிசையாகப் போக வேண்டும். கொஞ்சம் குழம்பினாலும் வாத்தியாரின் பூவரசங் கம்பு எங்கிருந்தென்றில்லாம் வந்து முதுகில் சுள்ளென்று பாயும். கோவில் அயலில் – இரண்டு குளங்களோடு – ஒரு கேணியும். இதனால் கண்காணிப்பும் கண்டிப்பும் கொஞ்சம் அதிகமாகவே இருக்கும்.

இங்கிருந்து போகும்போது வயல்வெளி ஒரு கடல் போலும், கோவில் ஒரு தீவு போலும் படும். உண்மையில் மாரி வந்தால் அப்படித்தான். ஊர் வெள்ளமெல்லாம் கோவிலடியில் சேரும். வெள்ளமென்றால் லேசல்ல. சில இடங்களில் ஆளுயரம்.

கோவில் மேடையும் வலு பெரிது. நல்ல உயரம். ஆளுயர வித்தியாசம் அதற்கும் நிலத்திற்கும். அந்த நாட்களில் இரண்டு பக்கத்திலும் நீளத்திற்கும் கம்பிக் கிராதி. மேடை நீளத்திற்கு இருபுறமும் செவ்வரளி பூத்திருக்கும். கிராதிக்கும் மேடை

விளிம்பிற்குமிடையில் ஒட்டி ஒட்டிப்போக – ஒற்றைக்கால் வைக்க இடமிருக்கும். இந்த விளிம்பில் துணிந்து நடந்து அந்த நெடுமேடையை வெளிப்புறமாகவே கடந்துவிடுபவன் அவர்களிடையே வீரனாக இருந்தான்.

வரிசை நேரே கிணற்றடிக்குப் போகும். வாத்தியாரோ அல்லது பெரிய பையன்களோ அள்ளி ஊற்றுகிற நீரில் ஒவ்வொருவராகக் கால் கழுவிக்கொண்டு உள்ளே போய்ச் சுற்றி வந்து முன்னாலிருந்து சில தேவாரங்கள் பாடி, பிறைக்குள்ளிருக்கிற திருநீற்றையும், கல்லில் கட்டையால் உரைக்கிற சந்தனத்தையும் பூசி...

இவ்வளவும் செய்ய வேண்டும். செய்துவிட்டு, வாத்தியார் கும்பிட்டுவிட்டு வருகிறதுக்கிடையில் விளிம்பில் நடக்கலாம். அரளிப் பூ ஆயலாம்.

கோவிலில் அநேகமாக அவர்கள் பாடுகிற தேவாரம் 'மாதர்ப்பிறைக் கண்ணியானை' ஆக இருந்தது. கிருஷ்ணனுக்கு இன்றைக்கும் – இந்த முப்பது முப்பத்தைந்து வருஷத்திற்குப் பிறகும் – அம்மன் கோவிலை நினைத்தவுடன் மனதில் வருகிற தேவாரமாக இது இருக்கிறது.

அப்படியான காலங்களில் ஒரு நாள் தான் கொத்தலாவலை வந்தது. பிரதம மந்திரி வருகிறார் என்றுசொல்லி ஒரு கிழமை யாகப் பள்ளியெல்லாம் ஒரே அமளியாக இருந்தது. பிறகு ஒரு நாள் காலையில் வெள்ளைக் காற்சட்டையும் சேட்டும் போட்டு வேளைக்கே வெளிக்கிட்டு – அன்றைக்கு மப்பும் மந்தாரமுமாக இருந்தது என்றொரு ஞாபகம் – பள்ளிக்குப்போய் அங்கிருந்து வரிசையாகக் கோவிலுக்குப் போய், முதல் வாத்தியார் சொன்னபடி கோவிலில் வாசலிலிருந்து இரண்டு புறமும் வரிசையாக அணிவகுத்து நிற்க அந்த வரிசை மண்டபத்தையும் தாண்டி முன் வீதியிலிறங்கி வலது பக்கம் திரும்பி நெடுகப் போனது. கைகளில் முதல் நாளே தயாரித்துவைத்த வெற்றிக் கொடி. ரிஸ்யூ பேப்பரை ஈர்க்கிலில் ஒட்டிய இரட்டைக் கூர்க்கொடி.

கொஞ்சப் பேர் கோவிலுக்குள்ளிருந்து வெளி வந்து மெல்ல இந்த வரிசைக்கு நடுவால் போனது மட்டும் நினைவிருக்கிறது! அதில் யார் கொத்தலாவலை என்று தெரியாதிருந்தது. அவரும் வெளிக்கிட்டு மழையும் விட்டவுடன் பள்ளிக்குப் போனார்கள். அன்று பள்ளி அவ்வளவுதான். பொதறிவுப் பாடப் புத்தகத்தில் படித்த பிரதம மந்திரி, கொழும்பிலிருந்து இலங்கையை ஆள்கிற பெரிய மனிதர் – தங்கள் ஊருக்கு வரவும் தாங்கள் அவரைப் பார்க்கவும் நேர்ந்த மகிழ்ச்சியிலும் அன்று வேளைக்குப் பள்ளி முடிந்த மகிழ்ச்சி பெரிதாயிருந்ததும் நினைவு.

பிரதமர் இன்னொன்றும் செய்தார் என்று பிறகு சொன்னார்கள்.

கோவிலடி வெள்ளம் ஓடுவதற்காக வெட்டப்பட்ட பெரிய வெள்ள வாய்க்காலைத் திறந்து வைத்தாராம். இன்றைக்கும் அந்த வாய்க்கால் பகடி வெற்றியாகக் – 'கொத்தலாவலை நைல்' அல்லது 'கொத்தலாவலை நதி' என்று நாமங் கொண்டுள்ளது. இந்த நதி மூலம் கோவில் வயலுக்குள் சேர்கிற வெள்ளந்தான். நதி, மருதடிப்பிள்ளையார் கோவில் வரை ஓடி வழுக்கையாற்றுடன் சேர வழுக்கையாறு கல்லுண்டாயில் கடலுடன் சங்கமிக்கிறது.

3

ஐம்பத்தேழோடு பள்ளி மாற நேர்ந்தபின் இந்த வாராந்தக் கோவில் விஜயம் நிற்க நேர்ந்தது என்றாலும், மானிப்பாய்க்குப் போகத் தொடங்கிய பின்னும் அம்மன் கோவிலடியைத் தினசரி இரண்டு தரம் தாண்டுவது தவிர்க்க முடியாததுதான். இது ஒரு வருஷம்.

பிறகு வந்த பின்னேரங்கள் அம்மன் கோவிலடி வெளியில் கால்ப் பந்தை நினைவுபடுத்துவனவாக அமைந்தன. கிருஷ்ணன் நல்லதொரு கோல் காப்பாளனாக இருந்தான். பள்ளியால் வந்து புத்தகத்தை வைத்துவிட்டுத் தேத்தண்ணி குடித்தது பாதி. குடியாதது பாதியாக ஓடுகிற பின்னேரங்கள் . . .

ஜேக்கேயின் நட்புக் கிட்டியதும் இந்த நாட்களில்தான். கொழும்பு இந்துக் கல்லூரியில் ஏழாம் வகுப்புப் படித்துக் கொண்டிருந்துவிட்டு ஐம்பத்தெட்டாம் ஆண்டில் தாய் தகப்பன் சகோதரங்களுடன் ஊரோடு வந்துவிட்ட ஜேக்கே அங்கிருந்து கொண்டுவர முடிந்தவற்றில் ஒன்று இந்தக் கால்ப்பந்து அபிமானம்.

கால்ப்பந்தை மிஞ்சியும் வேறு பல விஷயங்கள் ஜேக்கேயை – கிருஷ்ணனுடன் இணைத்தன என்று படுகின்றது. விளையாட்டிற்கு மற்றவர்கள் வரப் பிந்திய சமயங்களில் அல்லது வேறெப்படியோ – பேசக் கிடைக்கிற போதுகளில் கோயில் மண்டபத்தில் உட்கார்ந்து அலச இருவருக்குமே நிறைய விஷயங்களிருந்திருக்கின்றன. "உங்கட கோல்ஃபேஸ் இந்த வெளிக்குக் கிட்ட நிக்குமா?" என்று ஆயிரந் தடவை கேட்டிருப்பான் கிருஷ்ணன். .

வருஷத்திற்கொரு தடவை பள்ளி விடுமுறைக்கு மாமா வீட்டில் போய் நின்று பார்க்கிற மிருகக் காட்சிச்சாலை, மியூசியம், கோல்பேஸ், இரட்டைத்தட்டு பஸ்கள், ஐஸ்கிறீம், வண்ணமீன்கள், இவற்றிற்கெல்லாம் அப்பாற்பட்ட ஒரு கொழும்பை ஜேக்கே இந்த மண்டபத்தில் கிருஷ்ணனுக்குக் காட்டியிருக்கிறான். கலவரம்,

பயம், அகதி முகாம், கப்பல் பயணம் என்று இது வேறொரு கொழும்பாக இருந்தது.

ஜேக்கேசொல்கிற கதைகளைக்கேட்கும்போதுகிருஷ்ணனுக்கு மேலெல்லாம் விறுவிறுக்கும். இப்படியா? இப்படியும் மனிதர்கள் செய்வார்களா? நம்ப முடியாமலிருக்கும்....

இதுகளுக்கெல்லாம் என்னென்ன செய்யலாம் என்று – அதோ தெரிகிற அந்த மண்டபத்திலிருந்து – இருவரும் எத்தனை திட்டங்கள் போட்டிருப்பார்கள். சேர, சோழ, பாண்டியர்கள் எவ்வளவு வீரர்களாகத் திகழ்ந்தார்கள்? நாங்கள் ஏன் இப்படி இருக்கிறோம்? இருக்கக் கூடாது...

அவர்கள் பார்த்த படங்கள், படித்த கதைகள் எல்லாவற்றிலும் என்னென்ன நடக்கிறது. அப்படிச் செய்ய ஏன் துணிவு போதாது? சனம் பயப்படக் கூடாது.

இன்றைக்கு நினைத்தால் சிரிப்பு வருகிற, மெய் சிலிக்கிற, பயப்படுகிற எத்தனை திட்டங்கள் அன்று அந்த இரண்டு இளம் மூளைகளுக்குள்ளிருந்தும் உருக்கொண்டன!

தங்களுக்குப் பின்னால் வந்த தலைமுறை நம்பமுடியாத அந்தக் கனவுகளையெல்லாம் நனவாக்க முயன்றதைக் காணும் சாட்சியாயாவது தானிருக்க முடிந்திருக்கிறது. ஆனால் ஜேக்கே? அதன்பின் அடித்த சூறாவளிகளில் அள்ளுண்டு எந்தத் தேச அகதியாய் எங்கு போயிருக்கிறானோ?

4

"எத்தனை மணிக்கு வருகுதாம்?" சற்றுத்தள்ளி நின்ற வீரவாகு இவனைக் கேட்டார்.

"சரியாத் தெரியேல்லை. அண்ணை."

"பன்னிரண்டு மணிக்குள்ளை வந்திடும் எண்டு ஆரோ சொல்லிச்சினம்" அருகில் நின்ற ஒருவர் சொன்னார்.

"பன்னிரண்டோ?" இருவரும் கேட்டார்கள்.

"அவ்வளவுக்கு ஆகாது. எதுக்கும் இன்னொரு அரை மணித்தியாலம் பாப்பம்" என்றபடி கிருஷ்ணன் கடிகாரத்தைப் பார்த்தான். ஒன்பது இருபத்தாறு.

"எண்டாலும் இது எங்களுக்குப் பெரிய வெற்றிதான். இல்லையே?" வீரவாகு கேட்டார்.

"எது?"

"இந்தியா எங்கட போராட்டத்தை அங்கீகரிச்சு இவ்வளவும் செய்யிறது..."

"இனித்தான் தெரியும்."

"இதுதான் நடக்குதெண்டு நம்பேலாம இருக்கு" அவர் புளகாங்கிதத்துடன் கூறினார்.

"எனக்கு அண்டைக்கே தெரியும்." புதிய மனிதர் இடையிட்டுச் சொன்னார்.

"என்ன?" என்பதுபோல அவரைப் பார்த்தான் கிருஷ்ணன்.

"மன்னிக்க வேணும்" வீரவாகு அன்பாகக் கேட்டார்.

"எனக்கு உங்களைத் தெரியேல்லை?"

"நாங்கள் தெல்லிப்பளை" புதியவர் சொன்னார்.

"பிரச்சினை வந்ததோட அங்க இருக்கேலாம வந்து இங்கதான் றோட்டடியிலை வீடு எடுத்திருக்கிறம்."

"ஆஆ..." என்ற வீரவாகு கேட்டார். "என்னவோ சொன்ன நீங்கள்?"

"ஓ! எனக்கு இது அண்டைக்கு மானிப்பாயாலை போன ஊர்வலத்தைப் பாத்த உடனையே தெரியும்."

"எதைச் சொல்லுறியள்? உதவிப்பொருள்..."

"ஓ! உதவிப் பொருளோட வந்த முக்கியமான ஆக்கள் பாக்கேல்லையே. நீங்கள்?"

"பின்னை? மத்தியானம் ஒரு மணியிலையிருந்து நிண்டு இரவு எட்டு எட்டரைக்குத் தானே வந்தினம்" என்று வீரவாகு சொன்னார்.

"இண்டைக்கும் நீங்கள் சொன்ன மாதிரி அப்படித்தா னாகுமோ தெரியேல்லை எதுக்கும் நான் ஒருக்கால் வீட்டைப் போட்டு ஓடிவந்துடுறன்..." வீரவாகு எட்டி நடந்தார்.

"ஓமோம்... இதுகள் சரித்திரச் சம்பவங்கள். தவறவிடக் கூடாது" என்றபடி புதியவரும் திரும்பினார்.

'இவர்களுடைய எதிர்பார்ப்புகள், நம்பிக்கைகள்!' கிருஷ்ணனுக்குக் கால் உளைந்தது. மெல்ல நடந்து ஒரு மாவடியில் போய் நின்று பார்த்தான். வசதியாகக் கிடந்த கல்லைத்

தள்ளிவிட்டுக் குந்தினான். எவ்வளவு அழகாக இருக்கிறது இந்த இடம்? எங்களூரில் இவ்வளவு கிட்ட இருந்தும் எத்தனை தரம் இங்கே வர முடிந்திருக்கிறது? இந்த நிழலில் ஒரு துண்டை விரித்துப் படுத்துகொள்ள முடிந்தால்...

கிருஷ்ணனுக்குப் பாரதியும் உமர்கய்யாமும் நினைவுக்கு வந்தார்கள்.

ஒரு கலைஞனுக்கும் ரசிகனுக்குமிடையேயுள்ள அடையாள பேதம் வலு மெல்லியதென்று படுகிறது. கிருஷ்ணன் கூட, ஏ.எல். படித்துக்கொண்டிருந்த காலங்களில் எழுத ஆரம்பித்தான். அவனை எழுத்தையும் இயற்கையும் உபாசிக்க வைத்ததில் இந்த இடத்திற்குப் பெரும் பங்கு உண்டென்று தான் தெரிகிறது.

அவன் எழுதிய முதல் கதையிலேயே இந்த வயல்வெளி வந்திருக்கிறது. பிறகும் பலவற்றில் இந்த இடங்கள். அவன் கதையொன்றில் வருகிற ஒரு பாத்திரம் ஓரிடத்தில் இவ்வாறு கேட்கிறது.

“எங்கட இந்த இடம்மாதிரி வேறை ஒண்டுமே இல்லை யடாப்பா... இந்தா பார். இந்தளவு உயரமான தேர்முட்டி, சுத்திவர வயல்வெளி, இந்த மகிழ மரம், ஐயர் வீட்டு ரேடியோவிலை தூரத்திலை கேட்கிற பாட்டு, இந்தக் காத்து, இதெல்லாம் வேறை எங்கை இருக்கு?”

இன்னொரு கதையில் இப்படி எழுதினான், ‘அம்மன் கோவில் தேர்முட்டி அப்போதைய வாழ்வின் மையமாக இருந்தது. நண்பர்களின் சந்திப்பிடம் கனவுகளை வாழ்க்கையை எல்லாம் அவர்கள் பகிர்ந்துகொண்ட இடம். உலக ஞானத்தை வளர்த்த வித்தியாசாலை. தேர்முட்டிக்கு அப்போது கூரை இல்லாதிருந்தது. படிப்படியாக ஏறிப் பன்னிரண்டு, பதின்மூன்றடி உயரத்திற்கு வயல் சூழ்ந்த வெளியில் வானத்தை நோக்கியபடி, அந்த இடத்தை ஆளும் அரசு கட்டிலாக அது திகழ்ந்தது. மாலைப் பூசை முடிந்த கையுடன் உச்சிக்கு ஏறினால் வெயில் தாழ்ந்து, செவ்வானம் பூத்து – பிறகு அதுவும் அந்திக் கருக்கலிற் கரைந்துவிடுகிற மட்டும், அர்த்தசாமப் பூசை மணி கேட்கும் வரை பொழுது போவதே தெரியாமலிருக்கும். தேர்முட்டிக்கு நேர் முன்னால் மகிழ மரம் நிற்கிறது. சோழகம் தொடங்குகிறபோது மகிழ் பூக்கும். பௌர்ணமியன்றைக்கு மகிழின் உச்சிக்கும் அப்பால் வயல்வெளிகளைத் தாண்டி தூரத்தில் நிரைகட்டி நிற்கிற பனைகளுக்கு மேலே தொடுவானத்தில் அந்த முழு வெண்ணெய்ப் பந்து காலித்து எழுகிற நேரம் உன்னதமானது. கட்டுபெத்தை வாழ்வுடன் இந்த விடலைத் தனத்திற்கு விடை தர நேர்ந்தது...’

5

கட்டுபெத்தை.

அறுபத்தொன்பதில் கட்டுபெத்தையில் படித்துக் கொண்டிருந்தபோது 'பொழில்' என்றொரு மாத சஞ்சிகையை கிருஷ்ணனும் அவன் நண்பர்களும் கொஞ்சக் காலம் வெளியிட்டார்கள். ஐந்தோ, ஆறோ இதழ்கள் வந்தன. இலக்கியம் விஞ்ஞானம், புதிய அரசியற் சிந்தனைகள்... அந்த வயதிற்கேற்ற வீறு.

"இண்டைக்கு போஸ்ரர் ஒட்டப் போவம்." அமரபால சொன்னான். பேர்தான் அப்படி – ஆள், தமிழன், கொக்குவில்.

"ஆரார்?"

'பொழில்' இலக்கிய வட்ட உறுப்பினர்கள் பெயர்கள் எல்லாமே சொன்னான் அவன்.

"விளம்பரம் இல்லாமல் சரிவராதுதான்."

"கொழும்பு முழுதும் – வெள்ளவத்தையிலிருந்து கொட்டாஞ் சேனை வரை – ஒட்ட வேணும்."

இரவு பதினோரு மணிக்குப் பசை வாளியும் போஸ்ரர் கட்டுமாய்ப் புறப்பட்டார்கள். நாலு சைக்கிள் ஆறு பேர். கால்லி வீதி அசாதாரண அமைதிக் கோலம் காட்டியது. ஊர் ஒழுங்கைகளில் ஓடுவதுபோல ஓட முடிந்தது.

"இப்ப பொழில் நோட்டீஸ் ஒட்டிப் பழகினால்தான் பிறகு தேவையானதெல்லாம் ஒட்டலாம்." தர்மராஜா சொன்னான்.

"நோட்டீஸ் ஒட்டுறதோட சரியோ, தருமர்?"

"பாரன். நான் யூகேக்குப் போட்டு வரேக்குள்ளை என்ன கொண்டு வாறனெண்டு!"

"வெள்ளைக்காறியோ?" ராஜேஸ்வரன் கேட்டான்

"மடையா . . . ஒரு பிறிண்டிங் மெஷின் அல்லது ஜீப், இரண்டிலை ஒண்டில்லாம ஐயா வரார்."

"அப்ப, ஐயா வரார்!" ராஜேஸ்.

தொடர்ந்த சிரிப்புகள் ஓயுமுன்னே சத்திவேல் கத்தினான்.

"பொலிஸ் கலைக்குது . . . ஓடு, ஓடு . . ." திடுக்கிட்டுத் திரும்பினார்கள்.

“அங்கையில்லைடா, ஏதோ பண்ணிப் போட்டு வாறமாம். கலைக்கிறான் ஓடு, பாப்பம்...”

காலலி வீதியைக் கிழித்துக்கொண்டு பறந்தன நாலு சைக்கிள்கள்.

6

ஒரு மாலை. வகுப்புக்கள் முடிந்து அறைக்குப் போய் உடைமாற்றி வந்து பட்மின்ரனுக்காகவோ அல்லது நாடக ஒத்திகைக்காகவோ – எதுவென்று சரியாக நினைவில்லை – கூடியிருந்த வேளையில் கன்ரீனில் இது நடந்தது. கதைகள் கட்டுரைகளில் வர்ணிக்கப்படுகின்ற மாதிரி மஞ்சள் வெயில் பொன்னொளி பரப்பியிருந்தது. வெக்கை அடங்கிய குளிர்மையான காற்று. புதிதாக எழுப்பிக்கொண்டிருந்த கட்டிடத்தின் வேலைத்தள இயந்திரங்களின் கடமுடாக்கள் கூட ஓய்ந்து இதமான அமைதி. கன்ரீனின் மூன்று புறமும் புற்றரைகளை நோக்கிய விறாந்தைகள். பதிவான கூரைகளும், அதைத் தாங்கும் தூண்களுமாய் ரம்யமான மண்டபங்கள். தேநீரும் கையுமாய் எல்லோரும் வந்து ஒரு மேசையைச் சூழ இருந்து பேசிக்கொண்டிருந்தபோதுதான் அது நடந்தது. இந்தக் கும்பலில் எட்டுப் பத்துப்பேர் இருந்தார்கள். கிருஷ்ணன், சிவராஜ சிங்கம், விநாயகம், கீர்த்தி, ரஞ்சித், காமினி, விமல், மத நுவர, நாணா இன்னும் பூட்டானியும் இருந்தான். அவன் இந்த எவரையுமே சாராத ஒரு வடஇந்தியச் சமூகத்தினன். இந்த நிகழ்ச்சியில் சம்பந்தப்படாதவன், கூட இருந்தான் என்பதைத் தவிர. என்றாலும் இந்த நிகழ்வுடன் பூட்டானி நினைவுக்கு வருவது தவிர்க்க முடியாததாகி இருக்கிறது. கண்ணாடிக்குள்ளால் தெரியும் பெரிய விழிகளும் பருப் பொலிந்த முகமும் இங்லீஷ் நிறைந்த – சிகரெட்டால் கறுத்த – சிவந்த உதடுகளும் கொண்ட கட்டையான ஆள்.

இவர்கள் கதைகள் எங்கும் அலைந்து, அரசியலில் நிலைத்தபோது வழமைபோல ஸ்போர்ட்டிவாக அதையும் பேசிக்கொண்டார்கள். ‘மாணவர் பேரவை’ இயங்கிக்கொண்டிருந்த காலம். கட்டுபெத்தைக்கும் பேராதனை பொறியியல் பீடத்துக்கும் ஒரு புரிந்துணர்வு ஏற்பட்டிருந்த – தாய்மொழி வழிக் கல்வியாளருக்கு முன்பே – புதிய மாக்ஸியச் சிந்தனைகள் – சின்னச் சின்னக் கலந்துரையாடல்களும் கருத்தரங்குகளுமாய் – உருக்கொள்ள முனைந்த விடியற்காலம். கனவுகளும் திட்டங்களும் கருக்கொள்ள முயன்ற காலம்.

இந்தப் பேச்சின்போது சிவராஜசிங்கம் தன்னை ஒரு தீர்க்கதரிசி என்று நிரூபித்தான். இந்த அரசியல் – ஸ்போர்ட்டிவ்

– பேச்சினிடைதான் அவன் அதைக் குறிப்பிட்டான் என்ன தொடர்பில் எதற்குப் பதிலாக அவன் அதைச் சொன்னானென்று நினைவில்லையெனினும் அவன் வார்த்தைகளும் அதைச்சொன்ன போது அவன் முகத்தில் பூத்த அந்த வழக்கமான புன்சிரிப்பும் நன்றாக மனதில் பதிந்திருக்கின்றன:

பாதி முடிந்த தன் சிகரெட்டை காமினியிடம் நீட்டியவாறே அவன் சொன்னான். “மச்சான், விஷயங்கள் இதே கதியில் போனால் நாங்களும் நீங்களும் ஆளுக்காள் எதிரெதிராகத் துவக்குத் தூக்க கன நாளாகாது.” எல்லோரும் சிரிக்கத்தான் செய்தார்களெனினும் சிவாவின் கூற்றின் கனத்தை உணராமலில்லை.

இதன் பிறகு தோளிற் கைபோட்டுக்கொண்டு, அந்த பட்மின்ரனுக்கோ ஒத்திகைக்கோ போனார்கள்.

7

தொப்பென்று முன்னால் ஏதோ விழுந்தது. கிருஷ்ணன் திடுக்கிட்டு நிமிர்ந்தான். ஒரு மாங்கொட்டை. பறவைகளும் அணில்களும் அறக்கோதி மீந்த கொட்டை.

பின்னால் யாரோ பேசிக்கொண்டு வரும் சத்தம் கேட்டுத் திரும்பிப் பார்த்தான். அந்தப் புதிய மனிதர் – தெல்லிப்பளையிலிருந்து வந்தவர் – பொன்னுத்துரையோடு பேசிக் கொண்டிருக்கிறார் போலிருக்கிறது.

“... சேர் பொன். ராமநாதன்ரை தகப்பன், பொன்னம்பலம் கேள்விப்பட்டிருப்பியள், மானிப்பாய்தான். அவருக்குத் தர்மவானெண்டு பேர். பெரிய மனுசன் . . . அநாதியாயிருந்து வந்த கோயிலை அவர் தான் முதலிலை கட்டுவிச்சார் எண்டு சரித்திரம் அது கிட்டத்தட்ட இருநூறு வருஷத்துக்கு முந்தி. அதுக்கு ஒரு ஐம்பது வருசத்துக்குப் பிறகுதான் கல்லாலை கட்டினவையாம். அதிலையிருந்து அம்மாளாச்சி ஒவ்வொண்டாப் பாத்துத் தேடிக் கொண்டா. கோயில் பெரிசா வந்தது – மண்டபங்கள், கேணி, கிணறு, கொட்டகை எண்டு யாழ்ப்பாணத்திலை, மாவிட்டபுரம், நல்லூர், அதுகளுக்குப் பிறகு முதலிலை பெரிய கோபுரம் கட்டினது அம்மாளுக்குத்தானெண்டு நினைக்கிறன் – அறுபதிலையாயிருக்க வேணும்.”

கிருஷ்ணனுக்கு ‘சந்தம்’ பத்திரிகையில் கணேசரத்தினம் எழுதிய ‘கோபுரம்’ கதை நினைவுக்கு வந்தது. கணேசு தூரத்து உறவினர். இடதுசாரி. கிருஷ்ணனுக்கு இலக்கியத்திலிருந்த ஆர்வத்தையும் ஆற்றலையும் தூண்டிவிட்டவர். இந்தக் கோபுரத்தை

வைத்துத்தான் அந்தக் கதையை எழுதியதாக அவர் சொன்ன ஞாபகம்.

அறுபதுகளின் நடுப்பகுதியில், கோவில் வீதியில் ஒரு ‘மாபெரும் பொதுக்கூட்டம்’ நடைபெற்றது. தேர்தல் கூட்டம். அப்போது தமிழ்ப் பகுதிகளில் அரசு செலுத்திக் கொண்டிருந்த ஒரு கட்சியின் கூட்டம். கிருஷ்ணனும் ஜெயநாதனும் போயிருந்தார்கள். ஜெயநாதன் நெருங்கின கூட்டாளி. கிருஷ்ணனின் வகுப்பில் படித்துக்கொண்டிருந்தவன். கூட்டத்தில் கணேசைச் சந்திக்க நேரிட்டது. அப்போது அவர் பல்கலைக்கழக விடுமுறைக்கு ஊருக்கு வந்திருந்தார்.

பேச்சாளர்களின் பேச்சுக்களுடன் ஒத்துப்போகாத இடங்களிலெல்லாம் இவர்கள் கை தட்டப் போக, சனம் திரும்பிப் பார்க்க, இந்த ஒத்துப் போகாத் தன்மை அடிக்கடி தலைகாட்ட...

யாரோ முதுகில் தட்டினார்கள். சப் இன்ஸ்பெக்டர் சுப்பையா. டியூட்டியில் வந்திருக்க வேண்டும். முரட்டுத் தனத்திற்குப் பேர்போன ஆள். மூவரையும் தனியே அழைத்துப் போய் அந்தாள் சொன்னது இதுதான்: “உந்தச் சேட்டை எல்லாம் இங்கை வாயாது. நீங்கள் மூண்டு பேரும் கூட்டத்தைக் குழப்ப வந்திருக்கிறியள். உங்களை ஒண்டா இருக்க விட்டாத்தான் பிழை. நீ அந்தப் பக்கம் போ. நீ கோவிலடிக்குப் போ. நீ றோட்டடிக்குப் போ. இனி உங்களை ஒண்டாக் கண்டனோ?”

“எங்கடை கோயிலுக்குப் பாருங்கோ, வராத வித்துவானில்லை” பொன்னுத்துரையர் சொல்லிக் கொண்டிருந்தார்.

“ராஜரத்தினம் பிள்ளையென்ன, டி.கே.சி. நடராஜன் என்ன, தட்சணாமூர்த்தியென்ன... காருக்குறிச்சி, சௌந்தரராஜன்கூட வந்திருக்க வேணும். சரியா நினைவில்லை.”

சனங்களின் கவனம் இப்போது இந்த இடத்திற்கும் திரும்பியிருக்க வேண்டும். ஒருவர் இருவராக ஒழுங்கையால் வந்துகொண்டிருந்தார்கள். இந்த மாதிரி வந்தால் இந்த இடமும் நிரம்பிவிடும் என்று பட்டது கிருஷ்ணனுக்கு.

8

கல்யாண அழைப்பிதழை நீட்டியதும் ஃபெர்னாண்டோ வாழ்த்திக் கை குலுக்கினார். பிறகு சொன்னார். “நான் கட்டாயம் வருவேன். உன்னைச் சாட்டியாவது யாழ்ப்பாணத்தை ஒரு தரம் பார்த்துவிட வேண்டும்.”

ஃபெர்னாண்டோவிற்கு இன்னும் இரண்டு வருடத்தில் ஓய்வு பெறும் வயது.

“நல்வரவு. எங்கள் கோஷ்டி முழுதாக வருகிறது. நீங்களும் சேர்ந்து கொள்ளலாம்.” என்றான் கிருஷ்ணன். “உன் சீடப்பிள்ளைகள் வராமல் விடுவார்களா?” ஃபெர்னாண்டோ சிரித்தார்.

திருமணம் அம்மன் கோவில் முன் மண்டபத்தில்தான் நடந்தது. நல்ல வசந்த காலத்தின் ஒரு பகற்பொழுதில் வெயிலும் தென்றலும் மகிழ் மணமும் சூழ்ந்திருந்த ஒரு வேளையில் சடங்கு நிகழ்ந்தது. கல்யாணத்திற்கு முதல் சனிக்கிழமை மத்தியான யாழ்தேவியில் எல்லோரும் வந்துசேர்ந்தார்கள். ஃபெர்னாண்டோ, ரஞ்சித், காமினி, விமல், நாணா.

கோண்டாவில் ஸ்ரேஷனுக்குக் கார் பிடித்து அனுப்பி யிருந்தான். பூட்டியிருந்த முருகையர் வீடு ஒரு கிழமைக்கு இரவல் எடுக்கப்பட்டுச் சுத்தமாக்கப்பட்டிருந்தது. இவர்களைக் கவனிக்கவென்றே பாலு நின்றான். வந்தவர்கள் விருந்தாளிகளாக உட்கார்ந்துவிடவில்லை. முடிந்த வேலையெல்லாம் இழுத்துப் போட்டுக்கொண்டு செய்தார்கள். பந்தல் போட்டு, அலங்காரம் பண்ணி . . . கல்யாணத்தன்றைக்கு வெள்ளைச் சாரமும் ஷேட்டுமாய் ஓடியாடி . . .

அந்தா, அந்தக் குளக்கரையில் கிருஷ்ணனும் நண்பர்களும் ஒரு ஃபோட்டோகூட எடுத்துக்கொண்டார்கள். அது நடந்தது பதின்நாலு வருஷங்களுக்கு முந்தி.

9

“என்றாலும் இந்த அளவுக்கு மாறிப் போவாய் என்று நாங்கள் நினைக்கவில்லை.” என்று காமினி ஒருநாள் சொன்னான். அதற்கு காரணம் இவன் கூறிய விஷயம்.

“மச்சான் இந்த இனப் பிரச்சனையையும், பிரிவையும் வளர விடுவோமானால் எக்கச்சக்கமான சிக்கலாகும். இந்த நாட்டோடு நிற்காது, இந்து சமுத்திரப் பிரச்சனையாகவும் ஆகும். இதை விளையாட்டாக எடுக்கக் கூடாது.”

தன்னுடைய கணிப்பு சரியாகி விட்டதையெண்ணித் திருப்திப் படுவதா கவலைப்படுவதா? என்று இப்போதெல்லாம் அடிக்கடி யோசிக்கின்றான் கிருஷ்ணன்.

ஆனால் தொண்ணூற்றொன்பது வீதப் பேரைப்போல அவர்களும் அப்போது அவன் சொன்னதை அலம்பலாகத்தான் எடுத்தார்கள்.

“உனக்குக் கற்பனை கனக்க.” இந்தக் கதைகள் நடந்தபோது நண்பர்களின் யாழ்ப்பாண விஜயம் முடிந்து இரண்டாண்டுகள்கூட

ஆகியிருக்கவில்லை. இடையில் ஒரு வருஷம் திருகோணமலை யில் வேலைபார்த்துவிட்டு கிருஷ்ணன் மீண்டும் கொழும்பிற்குத் திரும்பியிருந்தான்.

"திருகோணமலைக்குப் போய் வந்த பிறகு உன்னைப் பார்த்தால் கொஞ்சம் வகுப்புவாதி மாதிரிப் படுகிறது" என்பான் காமினி. பகிடி போலவும் இருக்கும்.

என்றாலும் இன்னொரு திசையிலிருந்து இக்குற்றச்சாட்டு பலமாகவே முன்வைக்கப்பட்டது. திருகோணமலையில் வாழ்ந்த காலத்தில் – எழுபத்தி நாலில் – கிருஷ்ணன் ஒரு சிறுகதை எழுதினான். அங்கு இடம்பெறும் திட்டமிட்ட குடியேற்றம் பற்றிய கதை. அந்தக் கால மார்க்கட் நிலவரப்படி கிருஷ்ணன் வகுப்புவாதியாக முத்திரை குத்தப்பட்டான்.

கண்மூடித்தனமான ஒருமைப்பாட்டுவாதிகள் ஆத்திரத்தால் குழம்பிப் போனார்கள். "எல்லை எப்படிப் போடுவீங்கள்? சொல்லும் பார்ப்பம்" தர்மேந்திரன் ஒருநாள் கேட்டான்.

இந்தக் கேள்வி கிருஷ்ணனுக்கு எக்கச்சக்கமான எரிச்சலூட்டியது. அதிதீவிர இடதுசாரியாகத் தன்னை இனங்காட்ட முயன்ற இந்த இளைஞனின் கொச்சைத்தனமான புரிந்துகொள்ளலுக்கு என்ன பதில் சொல்லலாமென்று உடனே புரியவில்லை.

"உதெல்லாம் படு பிற்போக்குத்தனம்" தர்மேந்திரன் பல்லவி பாடினான். 'செம்பூக்கள்' இலக்கிய வட்டத்தின் உறுப்பினன் அவன்.

"இனத்தின் பேராலை சுரண்டப்படுறதை எதிர்த்துக் குரல் கொடுக்கிறது. பிற்போக்குத்தனமெண்டால் நான் பிற்போக்கு வாதியாயிருக்கிறதிலை எனக்கு வலு சந்தோஷம்" என்று சொல்லிவிட்டு வந்தான் கிருஷ்ணன்.

'ஒரு வருஷத் திருமலை வாழ்வு என்னை இனரீதியில் சிந்திக்கப் பண்ணியிருக்கிறது' என்கிறான் காமினி. ஆனால் இந்தத் தர்மேந்திரன் – அதிசயம், அங்கேயே பிறந்து வளர்ந்தவன் – அவனால் எப்படி அப்படிப் பேச முடிந்தது? தர்மேந்திரனைச் சந்தித்த அதே திருகோணமலையில்தான் சதானந்தனையும் சந்திக்க நேரிட்டது. சதானந்தனின் பேச்சுக்கள் பிரமிக்க வைப்பனவாயிருந்த அதே நேரத்தில் அசாத்தியங்களை அவன் பேசவில்லை என்ற உணர்வையும் உருவாக்கின. பரப்பளவோடு பார்த்தால் எல்லை மிக நீண்ட கிழக்கு. புத்தளத்திலிருந்து ஒரு புது சூயஸ். ஆனையிறவை நிரவுதல். முல்லைத்தீவு ஊடாக ஒரு நெடுஞ்சாலை என்று பேசிக்கொண்டிருந்த சதானந்தன்...

சதானந்தனும் தர்மேந்திரனும் மோதிக்கொள்வதைப் பார்ப்பது வலு விசேஷம். இதற்குச் சாட்சியாய் இருவருக்கும் இடை ஆளாய்ப் பல தடவைகள் இருக்க நேரிட்டிருக்கிறது, கிருஷ்ணனுக்கு. திருகோணமலையை விட்டு வந்த பிறகு சதானந்தனைக் காணக்கூடச் சந்தர்ப்பம் வாய்க்கவில்லை.

ஆனால் தர்மேந்திரனைக் காண முடிந்தது. எழுபத்தேழில் வெள்ளவத்தைப் பிள்ளையார் கோயில் அகதி முகாம் வாசலில்.

“கிட்ணா . . .” பொன்னுத்துரையரின் குரல். திரும்பிப் பார்த்தான். புதியவரைக் காணவில்லை . இவர் மட்டும் தனியே.

“என்ன, இண்டைக்கு வேலைக்குப் போகவில்லையே?”

“எப்படிப் போறது?”

‘எட, நான் வீட்டைகூடப் போய்ச் சொல்லாம லிருந்திட்டேனே’ என நினைத்தான்.

‘ஆனா, இதுவரையிலை புதினம் என்னவெண்டு தெரிஞ்சிருக்கும். நான் சொல்லப்போய் வாறதுக்குள்ளை இங்கை வந்திட்டுப் போட்டா என்ன செய்யிறது?’

கடைசியில் நானுங்கூட ஒரு விடுப்புப் பார்க்கிற ஆளாக மாறிவிட்டேனா என ஒரு விநாடி கூசினான் கிருஷ்ணன். ஆனால் அடுத்த கணமே நினைவு வந்தது. இப்படித்தான் நடக்குமென்றில்லா விட்டாலும் இப்படியானவைகள் நிதர்சனங்களாகையில் – விளைவு எப்படித் தானாகுமென்றாலும் – இதோ முந்தி அவர்கள் சொன்னதுபோல ஒருச் சரித்திர சம்பவம். இதற்கொரு சாட்சியாகிற சந்தர்ப்பம் கிடைத்திருக்கிறது. இது வெறும் விடுப்பல்ல.

10

கட்டுபெத்தையிற் படித்துக்கொண்டிருந்த காலத்தில் ஒரு விடுமுறைக்கு வந்திருந்தபோது கிருஷ்ணன் ஊரிலிருந்த தன் நண்பர்களைச் சேர்த்து ஒரு நாடகம் போட்டான். பிரதியை எழுதிக்கொண்டு வந்திருந்தான். அப்போது தன்னுடையதும் தன்னொத்த மிகச் சிறுபான்மையினரதும் இலட்சியமாயிருந்த ஒரு கருத்தைச் செலாவணியாக்க எழுதப்பட்ட நாடகம். ‘விடிவு’ என்று பெயர். தேர்முட்டியில் வைத்துத்தான் நண்பர்களுக்குப் பிரதியைப் படித்துக் காட்டினான். பாத்திரத் தேர்வும் பொறுப்புப் பகிர்வும்கூட அங்குதான் நடந்தன. நோட்டீஸில் அச்சிடப்பட்ட விளம்பர வரிகள் இன்றும்கூட நினைவிலிருக்கின்றன. ‘பெரும்பான்மையினரின் எதேச்சதிகாரத்தில் பாதிக்கப்பட்ட சிறுபான்மைக் கடம்பர்கள் தங்கள் விடிவிற்காக மரகதபுரியில்

கிளர்ந்தெழுகிறார்கள். அவர்களின் முடிவு 'விடிவு' சொல்லும். இது ஒரு சரித்திர நாடகம். இன்றைய எம் நிலைமைக்கு மாற்றுத் தருகிற கருத்தை இதிலே காணுங்கள். தமிழிளைஞர்கள் எல்லோரும் இதைப் பார்க்க வேண்டும் என்று மட்டுமல்ல, பார்த்துவிட்டுச் சிந்திக்கவும் வேண்டுமென வேண்டுகின்றோம்.'

இரவு பகலாக நாடகம் பழகினார்கள். அப்பு வீட்டின் முன் மண்டபத்தில்தான் நடந்தது. அப்பு இருந்தபோது ஆளும் பேரும் செல்வமும் செல்வாக்குமாய் நிரம்பி வழிந்த வீடு. அவர் இல்லாமலான நாலைந்து வருடங்களிலேயே வெறுமையாகிப் போனது. பழையகால அரண்மனை ஒன்றைப்போலச் சிதிலமுறத் தொடங்கியிருந்த அந்த வீட்டில்தான் அவர்கள் ஒத்திகை நடத்தினார்கள்.

வசதியான இடம். மண்டபத்தின் வலப்பக்கம் கிணறு. கிணற்றுக்கும் வடக்கே வைரவர் கோவில். அந்த வளவுக்கும் சுற்றாடலுக்குமான காவல் தெய்வம். கோவிலைத் தாண்டிப் படலை. ஆள்புழக்கம் குறைந்த அமைதியான இடம். இவர்களின் ஒத்திகைகள் முடிவடைகிற நேரத்தில்தான் யாரோ புதிதாய்க் குடிவந்தார்கள். அதற்குப் பிறகு பதினைந்து வருஷங்களாக அந்தப் படலையைத் திறக்கவே சந்தர்ப்பம் நேரவில்லை கிருஷ்ணனுக்கு. பிறகு நேர்ந்த சந்தர்ப்பந்தான் எவ்வளவு வேடிக்கையான முரண்!

11

எண்பத்து மூன்று ஜூலைக்குப் பிறகு எல்லாமே மாறித்தான் விட்டன. இந்த யாழ்ப்பாணம் இப்படியாகுமென்று எவர் நினைத்திருப்பார்கள்? ஆபத்துகளுக்கிடையில் நெடும் பயண மொன்றிற்கு ஆயத்தமாகிற மனநிலை வந்தது. எல்லோருக்கும் ஒரு விதி என்றாகிப் போனதனாலோ என்னவோ, எல்லோருமே நெருங்கிப் போனார்கள்.

ஒவ்வொரு நாளும் புதிது, புதிதாகச் சேதிகள் வந்தன. விடிந்தால் பொழுதுபட்டால், பட்டணம் போனால், பேப்பர் படித்தால் என்று சேதிகள் வந்தன. புராணங்கள், சரித்திரங்கள் எல்லாம் மீண்டும் ஒருமுறை மெய்யாகிவிடப் பார்த்தன. அசாதாரணங்களே சாதாரணமாகிப் போயின.

ஐந்தாறு மாதங்கழித்து, ஒரு வியாழனாயிருக்க வேண்டும். காலை ராசேந்திரம் மாஸ்ரர் தேடி வந்தார். அவரோடு ஒரு சேதியும் வந்திருந்தது. அது சேதியாக மட்டுமின்றி, போகப் போகக் குற்றச்சாட்டாகவும் மாறப் பார்த்தது. பிறகு அயலவர், ஊரவர், என்று ஒவ்வொருவராக வரவர அது குற்றச்சாட்டாகவே மாறியது.

சாந்தன்

“உனக்குத் தெரியாமல் எப்படி?”

“நீதான் கூட்டிக்கொண்டு வந்திருக்கிறாயாம்.”

“நானா?”

‘எப்படி இந்த முடிச்சைப் போட்டார்கள்? அந்த நாடகம் இன்னும் நினைவிருக்கிறதா? அல்லது அவர்களுக்கெல்லாம் வித்தியாசமான தன் நடத்தைகளாலா அல்லது வீட்டுடைமை யாளர்கள் வெளி நாட்டிலென்பதால் அடுத்த பொறுப்பாளி இவன்தான் என்ற நினைப்பிலா?’

‘அப்பு வீட்டில் பெடியள் வந்து இருக்கிறார்களாம்!’

“நானென்ன செய்ய?” என்று கேட்டான். “அவர்களை மெல்ல எழும்பச் சொல்லு.”

“நான் எப்படிச் சொல்லுறது?”

“அக்கம் பக்கம் குடிசனம் உள்ள இடம். எல்லாரும் பயப்படுகினம் எண்டு...”

“ஏன் பயப்பிடுகினமெண்டு கேட்டா?”

“ஏனோ?” வந்தவர்களுக்குக் கோபம் வந்தது போலிருந்தது.

“ஆமி மணந்து பிடிச்சு வந்தா ஊரை விட்டுவைப்பாங்களே?”

“உப்பிடி எல்லாருங் கலைச்சா அவங்களுமிருக்க இடம் வேணுமே?”

“உன்ர கதையைப் பாத்தா உண்மை போலத்தானிருக்கு.”

“என்ன?”

“நீ தான் கொண்ணந்து...”

“பேய்க் கதை பேசாதையுங்கோ” இடைமறித்துக் கோபத்துடன் சொன்னான்.

“உங்களுக்கு வேணுமெண்டா நீங்களே போய்ச் சொல்லுங்கோ.”

வந்தவர்கள் போய்விட்டார்கள். கோபித்துக்கொண்ட மாதிரித்தானிருந்தது.

அடுத்த இரண்டு நாட்கள் அந்தக் குறிச்சியே அவனைப் பிரஷ்டம் பண்ணிய மாதிரி நடந்துகொண்டது. அந்த வீட்டில் வந்திருக்கிறவர்களைப் பார்க்க நேரிடுகிறபோது இளித்தும் நெளிந்தும் நெருக்கம் காட்டியும் நடந்துகொள்கிறவர்கள், தன்னோடு கோபம் சாதிக்கிற போக்கிலித்தனம் ஆத்திரத்தையும் அருவருப்பையும் ஊட்டியது. அதுவும் தனக்கிந்த விவகாரத்தில்

எள்ளளவு சங்காத்தமும் இல்லாதபோதுகூட. அப்படி நடவாதவர்கள் காணுகிறபோதெல்லாம் முடிந்தளவு வெருட்டினார்கள்.

"உன்ர வீடும் பக்கத்திலதானே..."

பைத்தியம் பிடித்த மாதிரி இருந்தது.

கடைசியாக அவர்களைச் சந்திக்கப் போன தூதுக் குழுவில் அவனும் அங்கம் வகித்தான். "நாங்கள் உங்களோடைதான், எண்டாலும் எங்கட பிரச்சினையை நீங்கள் கொஞ்சம் விளங்கிக்கொள்ள வேணும். இது குடிமனை நெருங்கின இடம் அதுதான்..." தூதுக்குழு பவ்வியமாகத் தன் வேண்டுகோளை முன்வைத்தது.

"உடனடியாக வெளிக்கிடுகிறது கஷ்டம். ஒரு கிழமைக்குப் பிறகுதான் சொல்லலாம்."

தூதுக்குழு திரும்பும்போது வைரவருக்கு நேர்ந்துகொண்டு வந்தது.

ஒரு கிழமைக்குப் பிறகுபோனபோது, "இன்னும் இரண்டு கிழமைக்குள்ளை மாறி விடுகிறம்" என்று உறுதி தந்தார்கள். குறித்த தவணை அரைவாசி கழியுமுன்னரே அதை நிறைவேற்றவும் செய்தார்கள்.

நேர்த்திப் பொங்கல் – எல்லோருக்கும் வசதியான ஒரு ஞாயிறு பிற்பகல் நடந்தது. கிருஷ்ணனும் போயிருந்தான் .

வைரவர் கோவில் மட்டும் மாறாமல் இருக்கிறது. இலந்தை மரத்தினடியில் சதுரமாய் நிற்கிற சீமெந்துக் கட்டிடம். சுவர்கள் கறுத்துப் போயிருந்தன. சின்னக் கதவுகளிரண்டும் கழன்று போயிருந்தன. மற்றப்படி மாற்றமில்லை, கற்பூரம் எரிக்கவென்று முன்னாலிருந்த கல்லிற்கூட. புகை அடிக்கடி கண்களைக் கரித்தது. சுள்ளிகள் சடசடவென்று எரிந்துகொண்டிருந்தன. பொங்கற் பானையில் நீர் கொதித்துக்கொண்டிருந்தது. ஒவ்வொருவரும் ஒவ்வோர் கருமத்தில் ஈடுபட்டிருக்கிறார்கள், அவனைத் தவிர. பக்கத்து வீட்டு செல்வரத்தினத்தாரின் ரேடியோ அவனை ஈர்த்துக்கொண்டிருந்தது.

இந்திய நிலையமொன்றில் நடக்கிற நாடகம். நடிகர்கள் உணர்ச்சிபூர்வமாகப் பேசிக்கொண்டிருக்கிறார்கள். அந்நிய ஆக்கிரமிப்பிலிருந்து தாய் நாட்டைக் காக்கப் போராடுகிற வீரனின் கதையை விபரிக்கிற சரித்திர நாடகம்.

இந்த வேடிக்கை – எந்த நோக்கத்திற்காகக் கடைசித் தடவை இந்த இடத்திற்கு வந்தானோ. அதுவே இன்று யதார்த்தமாகி

வருகையில், தான் அதற்கு மாறாகச் செயற்பட வேண்டி நேர்ந்த இந்த வேடிக்கை – வேதனையாயிருந்தது.

தான் மாறிவிட்டானா என்கிற கேள்வியை கிருஷ்ணன் அடிக்கடி கேட்டுக்கொள்கிறான். ஒரு விதத்தில் மாற்றம்தான். எப்படியான மாற்றம்? முதிர்ச்சி தந்த அனுபவ விசாலிப்பில், பார்வை விரிவில் ஏற்பட்ட மாற்றம். நோய் உண்டென்றும் வைத்தியம் அவசியம் என்றும் ஒப்புக்கொள்கிற அதே வேளையில், சிகிச்சை எது என்பதில் ஏற்பட்ட அபிப்பிராய மாற்றம். அவ்வளவே.

ராசதுரை இதை வெளியாய்க் கேட்டார்.

12

"நான் ஓடிவந்திட்டன்" என்ற குரல் கேட்டது. வீரவாகு சைக்கிளை இழுத்து நிறுத்திக்கொண்டிருந்தார்.

"இன்னும் வரேல்லையோ?"

"ம்... ஹூம்..." நேரத்தைப் பார்த்தபடி தலையாட்டினான் கிருஷ்ணன். ஒன்பது முப்பத்தொன்று.

வீரவாகு கிருஷ்ணனுக்குப் பக்கத்தில் வந்து நின்றார். காற்சட்டையைத் தட்டிவிட்டுக்கொண்டு அவனும் எழுந்தான்.

"நீ ஒண்டைக் கவனிச்சியா. கிருஷ்ணா, நான் இப்ப வரேக்குள்ளைதான் யோசிச்சன்."

"என்ன?" என்பதைப்போல அவரைப் பார்த்தான். "இந்த இனப்பிரச்சினை சம்பந்தமான விஷயங்களெல்லாம் அநேகமாக ஆடியிலைதான் நடக்குது... கவனிச்சியா?"

"எப்படி?"

"இப்ப பார். இது ஆடி... எண்பத்து மூண்டிலை ஆடி... நானும் நீயும் ஓடி வந்ததும், எழுபத்தேழிலை ஆடி..."

அந்தக் கலவரத்தின்போது கொழும்பிலிருந்தான் கிருஷ்ணன். எவர் இட்ட தீயோ... எப்படிப் பரவியதோ... அந்த வெப்பில் தகித்துத் தவித்து ஒரு கிழமையாகப் பட்ட அவதி – எந்நேரமும் ஆபத்தை எதிர்நோக்கியிருக்கிற அந்தப் பதற்றமும் பயங்கரமும் கலந்த அவதி – தாங்காமல், அந்த நாட்களில் வீசிக்கொண்டிருந்த பெரும் புயலில் – அது தந்த கலக்கத்தில் – எந்த நிமிடம் என்ன ஆகுமோ என்ற அந்தரம் தாங்க முடியாமல், வருவது வரட்டும் என்ற முடிவில் வேணியையும் அழைத்துக் கொண்டு ரயிலில் புறப்பட்டான். அதே ரயிலில்தான் வீரவாகுவும்

வந்துகொண்டிருந்தார். யாழ்ப்பாணம் ஸ்ரேஷனில் ஒரே ரக்ஸியையே பிடித்துக்கொண்டு ஊருக்கு வந்தார்கள்.

ரக்ஸி நின்றதும் நிற்காததுமாய்ப் படலையைத் திறந்து கொண்டு யாரோ ஓடி வருவது தெரிந்தது. அம்மா. பார்த்துக் கொண்டு நின்றிருக்க வேண்டும். நாங்கள் இன்று இப்படி வருவோமென்று எப்படித் தெரியும்?

பிறகுதான் தெரிந்தது. இப்போதுதான் பார்த்துக்கொண்டு நிற்கவில்லை. மூன்று நான்கு நாட்களாகவே இந்தக் காத்திருத்தல் தொடர்ந்து படலையடியில் நடக்கிறதென்று.

கொண்டுவந்த ஒரே சூட்கேஸையும் காட்போட் பெட்டியையும் தூக்கிக்கொண்டு உள்ளே வந்தார்கள். அம்மா கண்கலங்க இருவர் தலைகளையும் தடவினா. பேச முடியாமலிருந்தது. ஐயா, யாரிடமோ விசாரித்துக்கொண்டு வரப் போய்விட்டாராம். 'பிளேனிலை வருவீங்களோ? எண்டு கேட்க...'

இன்னும் ஒரு கிழமை காத்திருந்தாலும் இந்திய விமானத்தில் இடங்கிடையாதென்பது இவர்களுக்கு எப்படித் தெரியும்?

"கப்பல் பயணம் உங்களுக்கு ஒத்துக்கொள்ளாதெண்டு ஐயாவுக்கு ஒரே கவலை."

ஒரு கிழமையாகச் சாப்பாடும் நித்திரையுமில்லாமல் பயமும் பதற்றமுமாய்க் கழித்த கதையைச் சொல்லி முடியாதிருந்தது. இங்கும் அதே கதையாகத்தான் இருந்திருக்கிறது.

"உத்தியோகமும் வேண்டாம். ஒண்டும் வேண்டாம். உள்ளதைப் பார்த்துக்கொண்டு இனி ஊரோடையே இருங்கோ" அம்மா சொன்னா.

"ஏதோ அந்த அம்மாளாச்சிதான் இந்தளவிலையாவது கொண்டுவந்து விட்டது."

"ஏதோ, இந்த எழுபத்தேழு ஆடியோடையாவது இந்தப் பிரச்சினை தீர்ந்தாப் போதும். முப்பது வருஷமா மனைஞ்சு கிடக்கு." வீரவாகு சொன்னார்.

"உண்மைதான் – நான் கச்சேரிச் சத்தியாக்கிரகத்திலையிருந்து அடி வாங்கின ஆள்... இப்ப மகேந்திரன் இப்பிடி..."

அவர் மகன் இயக்கத்தில் சேர்ந்திருந்தான்.

"இன்னும் எத்தனை சந்ததிக்கு இது இழுபட வேணும்?"

"உண்மைதான்" என்றான் கிருஷ்ணன்.

மீண்டும் பிரச்சினை இவ்வளவுக்கு இறுகி, எண்பத்தி மூண்டிலை பெடியள் துவக்கும் தூக்கி, இவ்வளவு சங்காரமும் நடந்து முடிஞ்சாப் பிறகு, இப்பதான் இந்தியாவுக்குக் கண் திறந்திருக்கு."

"ம்ம்..."

"இந்தா வருகுது, பின்னை வருகுது எண்டு எத்தனை தரம் பாத்திருந்தம்? அந்த மனுசி இருந்திருந்தா எப்பவோ எல்லாம் நடந்திருக்கும்... எங்கட விதி!" வீரவாகு எட்டிப் போய்ப் புகையிலையைத் துப்பிவிட்டு வந்து சொன்னார்.

"போன மாதம் சாப்பாட்டுப் பார்சல் கொண்டு வந்து பிளேனாலை போடேக்குள்ளையே வந்திட்டுது எண்டு சனம் பட்ட பாடு."

எல்லையைத் தாண்டிப்போன யாரோ ஒருவனைக் காவலுக்கு நின்ற போராளி தடுத்துத் திருப்பி அனுப்பினான்.

"இந்த உலகத்திலுள்ள சகல சாத்தான்களும் சேர்ந்து எங்களைத் துடைச்சு வழிக்க வெளிக்கிட்டாப் பிறகும் இந்தியா இவ்வளவுக்குப் பொறுத்திருந்திருக்கு."

"அவனவனுக்கு அவனவன் பிரச்சினை."

"சரி, என்னவோ... இவ்வளவிலையாவது இது நடக்கிறது பெரிய விஷயம்" என்ற வீரவாகு, "வெள்ளம் வந்த மாதிரிச் சனம் வருகுது பார்" என்றார்.

மருத மரத்தடி, கோவில் மேடை, தேர்முட்டிப் பக்கம், எங்கும் ஒரே தலைகளாய் இப்போது தெரிந்தன. ஹெலி இறங்கப் போகிற இடத்திற்கும் மருத நிழலுக்குமாய் முக்கியஸ்தர்கள் ஓடியாடிக் கொண்டிருந்தார்கள்.

"நான் அதிலை போய் நிற்கப் போகிறன்" கொஞ்சம் முன்னுக்கு இடப்புறமிருந்த மதிற்கரையைக் காட்டினார் வீரவாகு. "நீயும் வாவன்?"

"நான் இதிலை நிக்கிறன், தெரியுதுதானே... நீங்கள் போட்டு வாங்கோ."

சைக்கிள் பூட்டியிருக்கிறதா என்று இன்னுமொருமுறை பார்த்துவிட்டு வீரவாகு நடந்தார்.

புறாக்களும் காகங்களும் பறந்துகொண்டிருந்தன. சோழகமும் சனங்களும் இரைவது கேட்டது.

13

தர்மேந்திரன் தன்னை யாராக இனங்காட்ட முயன்றானோ, அதே குழுவில் அப்போது ராசதுரையும் இணைந்திருந்தார். தொழிலால் ஆசிரியர். நல்ல வாசகர். கிருஷ்ணனுக்கு அப்போது அவரில் மதிப்பிருந்தது. இங்கே அவருக்குச் சொந்தக்காரர் கனபேர். இதுதான் அவர் ஊரோ என்று நினைக்குமளவிற்குப் புழக்கம். திருகோணமலைக் குடியேற்றம் பற்றிய கதை அவர் கண்ணிலும் பட்டிருக்க வேண்டும். அதற்கடுத்த தடவை கிருஷ்ணனும் அவரும் சந்தித்தபோது ஒரு பின்னேரம் முழுவதும் அந்த விவாதத்திலேயே கழிந்தது.

இப்போது அதோ சனம் நிரைகட்டி நிற்கிற அந்த மேட்டொழுங்கையின் சீமெந்து விளிம்பில் இருந்து பேசிக் கொண்டிருந்தார்கள். எக்கச்சக்கமாக விமர்சித்தார், அன்றைக்கு. அநேகமாகத் தர்மேந்திரன் கேட்ட மாதிரித்தான். எல்லாவற்றிற்கும் பதில் சொன்னான். அவர் ஒப்புக்கொள்வதாயில்லை.

“நீ படு வகுப்புவாதி” எதிர்பார்க்கப்பட்ட பாணியிலேயே முத்தாய்ப்பு வைத்துவிட்டுப் போனார்.

அதற்குப் பிறகு, போன வருஷம் திருவிழாவில் சந்தித்தான். மத்திய கிழக்கில் நாலைந்து வருஷம் வேலை பார்த்துவிட்டுத் திரும்பியதாகச் சொன்னார்.

“நீ அப்ப எழுதினது சரிதான்... நாங்கள்தான் கவனிக்கேல்லை.”

புன்சிரிப்புக் காட்டுவதைவிட வேறென்ன செய்யலாம்? ஆனால் உள்ளுக்குள்ளே மனம் கேட்டது. ‘ஏன் அநேகம் பேர் பத்து வருஷம் பின்னாலேயே வருகிறீர்கள்?’

தான் இப்போது சார்ந்திருக்கிறதாக ஒரு இயக்கத்தின் பெயரை அவர் கூறினார். அவன் வியப்புற்றான். இவ்வளவு தீவிரம் இவருக்கு இதற்கிடையில் எப்படி வந்தது? அந்த முற்று முழுதான தளமாற்றம். தன் தற்போதைய நிலைப்பாட்டை நிரூபிக்க அவர் பட்ட அவதி அவனுக்குச் செயற்கையாகப் பட்டது. அந்த முயற்சியைக் கண்டு இலேசாக எரிச்சல் ஏற்படுவது தவிர்க்க முடியாததாயிருந்தது. அர்ப்பணிப்பிலும் மெய்மையிலும் தெரியக்கூடிய ஆழத்திற்குப் பதில் – மேலோட்டமான ஒரு பரபரப்புக் கோலத்தையே அவர் காட்டுவதாக அவன் உணர்ந்தான். தங்களைப் பரித்தியாகம் பண்ணி இளைஞர்கள் வளர்க்கிற வேள்வித் தீயில் பிரக்ஞை பூர்வமாகவோ, அன்றியோ அவர் குளிர்காய முனைகிறாரா?

“நீ யாரோடு?” யாருடனாவது கட்டாயம் சேர்ந்திருக்கத்தான் வேண்டுமென அவர் எதிர்பார்ப்பதாய்ப் பட்டது.

“நான் சனங்களோடு.”

முகத்தில் கேள்விக்குறி தோன்ற அவனைப் பார்த்தார். அவன் சொன்னான்.

“நான் தனிநாட்டுக்கும் மாறில்லை. ஐக்கிய இலங்கைக்கும் எதிரில்லை.”

அவர் இன்னுங் குழம்பிப் போனார். “அதெப்படி?”

“சனங்கள் எதைத் தீர்மானிக்கிறார்களோ, அதுதான். என்னைப் பொறுத்தளவிலை தமிழர்கள் ஒரு தனித் தேசிய இனம். அவர்களுடைய சுயநிர்ணய உரிமை மறுக்கப்பட முடியாதது. எந்தவிதச் சுரண்டல்கள், பாகுபாடுகள். அடக்குமுறைகள். அடிமைத்தனங்களுக்கும் ஆளாகாமல் இறைமையோடும் கௌரவத்தோடும் தாங்கள் வாழ எந்த வழி ஏற்றது என்பதைத் தெரிவு செய்கிற சுதந்திரம் அவர்களுக்கு உண்டு. எந்த விதத்திலென்றாலும் அவர்களுக்கு நியாயமும் பாதுகாப்பும் இருக்க வேண்டும்... பிரச்சினை தீர வேண்டும். அதுதான் முக்கியம்.”

“சுயநிர்ணயம் எண்டு சொல்லுறாய்?”

“ஓம், மாக்ஸிஸ லெனினிஸ கோட்பாடான – விரும்பினால் தங்களது சொந்த அரசினை அமைப்பதற்கான உரிமை உட்பட்ட – தேசிய இனங்களுக்குள்ள சுயநிர்ணய உரிமை” என்ற கிருஷ்ணன் சொன்னான். “ஆனா ஒண்டு...”

“என்ன?”

“ஒரு சோஷலிஸ அமைப்பு முறையின் கீழ்தான் அது முற்று முழுதாக சாத்தியப்படும் எண்டு நான் நினைக்கிறேன்.”

ராசதுரை சிரித்தார்.

“உப்பிடித்தான் நானும் முந்திச் சொல்லிக்கொண்டு திரிஞ்சனான்.”

“‘சோஷலிஸம்’ என்று சொல்லிக்கொண்டு...” அவன் ரசிப்பைப் புரிந்துகொள்ளாமல் அவர் கேட்டார். “ஐக்கிய இலங்கைக்குள்ளை அதெப்படி?”

“பிரதேச சுயாட்சி” கிருஷ்ணன் பளிச்சென்று சொன்னான்.

“வடக்குக் கிழக்குச் சேர்ந்த பிரதேச முழுமை ஒப்புக்கொள்ளப் பட்டு, ஒரு தமிழ் மாநிலமாக – சுயாட்சிப் பிரதேசத்திற்குரிய அதிகாரங்களோடு...”

"ஏன், அது தனி நாடாக இருந்தாலென்ன?"

"இருக்கலாம். அதை நான் மறுக்கவில்லை. அதுதான் சொன்னேன் – அதைத் தீர்மானிக்க வேண்டியது சனங்கள். ஆனா, சாத்தியம், அகப் புறக் காரணிகளின் தாக்கம், சர்வதேச அரசியல், இதெல்லாம் நாங்கள் விரும்பியோ விரும்பாமலோ கவனத்திலெடுக்க வேண்டியிருக்கு."

"நீ போராட்டத்தைக் குறைச்சு மதிப்பிடுகிறாய் போலை..."

"நிச்சயமாக இல்லை. தொடர்ச்சியாக வந்த ஆட்சியாளர்களின் நடவடிக்கைகளால் ஏற்பட்ட நிர்ப்பந்தந்தான் போராட்டம். அந்தப் போராட்டத்தாலைதான் இவ்வளவுக்கெண்டாலும் நிலமை வந்திருக்குது. மற்றது, கொள்கையிலை வித்தியாசமிருந்தாலும் நினைச்சுக் கூடப் பார்க்கேலாத அந்த அளவு அர்ப்பணிப்பு, வீரம், தியாகம் – இதெல்லாத்துக்கும் நான் மரியாதை செய்யிறன். தலை வணங்கத்தான் வேணும்" கிருஷ்ணன் மெய்சிலிர்த்து மீண்டும் சொன்னான்.

"அது நினைச்சுக்கூடப் பார்க்கேலாத அளவு பெரிசு. எங்களுக்கு முன்னாலை நடந்துகொண்டிருக்கு."

"எண்டாலும், நீ மாறித்தான் போனாய் எண்டு நான் சொல்லுறன்."

"அதை நீங்கள் சொல்லக் கூடாது" கிருஷ்ணன் லேசாக உணர்ச்சிவசப்பட்டவனாய் ராசதுரையரைப் பார்த்துச் சொன்னான்.

"ஏனெண்டா நீங்கள் அப்ப தென் துருவத்திலையிருந்து பாத்தீங்கள். நான் வடக்கே நிண்டமாதிரித் தெரிஞ்சுது. இப்ப வடதுருவத்திலையிருந்து பாக்கிறீங்கள். தெற்கே நிற்கிற மாதிரித் தெரியுது... நான் நிண்ட இடத்திலைதான் நிக்கிறன்."

அதன் பிறகு இரண்டொரு தரம் தெருவில் சந்திக்க நேர்ந்த வேளைகளில் அவர் வடிவாகக் கதைக்கவில்லை.

14

சிவராஜசிங்கத்தின் பேச்சு சரியாகப் பதின்மூன்று வருசங்களின் பின் தன்னை நிரூபித்துக்கொண்டது.

கிருஷ்ணன் யாழ்ப்பாணத்திற்கு மாற்றலாகி வந்து ஒரு வருசம்கூட இராது. ஒரு பகல். சாப்பாட்டு வேளைக்கு முந்திய நேரம். வேலையோடு மண்டையை உடைத்துக்கொண்டிருந்தான். ஒரு படிக்கட்டு வடிவமைப்பு சரியாக வரமாட்டேன் என்று

கொண்டிருந்தது. நீளமும் உயரமும் இளக மறுத்தன. எத்தனையோ தரம் விதம் விதமாக மாற்றி மாற்றிப் போட்டுப் பார்த்தும் சரிவருவதாயில்லை. பிளானையே மாற்ற வேண்டியதுதான். பென்சிலைக் கடிக்கத் தொடங்கினான்.

கனத்த வாகனமொன்று வரும் ஓசை கேட்டது. திரும்பி ஜன்னலால் பார்த்தான். ஒரு ஜீப். ராணுவத்தினரினது போலப்பட்டது. அப்போது அது வலு சாதாரண விஷயம் – அவர்கள் நடமாடுவது. கிருஷ்ணனின் கந்தோருக்கு வர அடிக்கடி அவர்களுக்கு அலுவல்களிருந்திருக்க வேண்டும் – கட்டுமானம் பராமரிப்பு, இவை சம்பந்தமாக.

கிருஷ்ணன் தன் வேலையில் ஆழ்ந்துபோய் ஐந்து நிமிடமாகியிராது. இ.இ.யுடன் பேசிவிட்டுத் திரும்பிய அந்த அதிகாரி கனத்த பூட்ஸ் ஒலிக்க கிருஷ்ணன் முன்னால் வந்து நின்றார். "ஹலோ கிருஷ்ணா! நீர் இங்கேயா?" வியப்புடன் ஒலித்தது குரல். கிருஷ்ணன் நிமிர்ந்து பார்த்தான்.

"கீர்த்தி?!" எப்படி விளிப்பது என்று தெரியவில்லை. சிவராஜசிங்கந்தான் கீர்த்தியை விலக்கிவிட்டு முன்னால் வந்தான்.

கீர்த்தி, இப்போது படைத்துறைப் பொறியியல் பிரிவில் ஒரு அதிகாரி. ஆச்சரியமான சந்திப்புத்தான். பழைய புதினமெல் லாம் விசாரித்தான். எப்போது இங்கு வந்தாய்? கொழும்பிலேயே இருந்திருக்கலாமே? கூட்டாளிகள் விமல், காமினி, ரஞ்சித், நாணா, எல்லாம் என்ன செய்கிறார்கள்? "ஏன் நீங்கள்..." மரியாதைப் பன்மைப் பிரச்சினை வரவே – திடீரென ஆங்கிலத்திற்குத் தாவி, "அவர்களைச் சந்திக்கவேயில்லையா?" இந்தத் தடுமாற்றத்தைக் கீர்த்தி கவனித்ததாகத் தெரியவில்லை.

"நான் தான் கிருஷ்ணனுக்கு முதலிலே யாழ்ப்பாணத்து ஆளாகிவிட்டேனே" என்று சிரித்தான்.

"கட்டுபெத்தையை விட்ட பிறகு காணவேயில்லை. ரஞ்சித்தை மட்டும் கண்டிப் பெரஹராவின்போது ஒரு தரம் சந்தித்தேன். அவன் வீட்டுக்குக்கூட கூட்டிப் போனான்... நான்தான் தனி... நீங்கள் எல்லோரும் ஒரே கந்தோர்தானே..."

"நான் இங்கு வரும்வரை..."

"பழைய மாதிரியே வாயடிக்கிறீர்..." கீர்த்தி சிரித்தான். கனக்கப் பேச வேண்டும் போலிருந்தது. ஆனால் ஐந்து நிமிடங் கூடப் பேசவில்லை. எதைப் பேசுவதென்று தெரியாமலிருந்தது. அந்தக் கோலம் மட்டும் இல்லாமலிருந்தால் ஐந்து நாட்கள் பேசியிருந்திருக்கலாம் என்றும் பட்டது. கீர்த்தி முன்புபோலத்

தானிருந்தான். அன்பாக விடை பெற்றான். அதிகாரிக்குரிய மிடுக்குடன் முன் ஸீற்றில் இருந்து கை காட்டிக்கொண்டு போனான்.

அதன்பின் அவனைக் காணமுடியவில்லை. வேறு ஆட்கள் வந்து போனார்கள். கீர்த்தி மாற்றலாகிப் போயிருக்கலாம்.

தான் சரியாகப் பேசாததை அவன் கவனித்திருப்பானா? அதையிட்டு மனம் நொந்திருப்பானா என்று கிருஷ்ணன் பல நாட்கள் யோசித்தான்.

15

ஹெலிச் சத்தம் கேட்டாலே ஒளித்தோடுகிற சனம், இன்றைக்கு அது எப்போ கேட்கும் என்று தவம் கிடக்கிறது! எல்லாம் எப்படி எப்படி மாறுகின்றன... இந்த ஒரு ஐந்து வருடத்திற்குள் என்னென்னவெல்லாம் நடந்துவிட்டன. இந்த இயந்திரப் பறவையைப் பார்த்து மிரள வேண்டிய நிலைகூட இந்த ஊரில்தான் ஏற்பட்டது. உண்மையில் ஆகாயத் தாக்குதல்கள் எல்லாம் இந்த வட்டாரத்தில் தான் அரங்கேற்றப்பட்டன.

அந்த முதல் ஹெலித் தாக்குதல் நடந்து இரண்டு வருஷங்கூட ஆகவில்லை

திருவெம்பாவைக் காலம். பஜனை விடியுமுன் போயிருக்க வேண்டும். ஆறு ஆறரை ஆகியும் குளிர் ஒட்டிக்கொண்டு கிடந்தது. எழும்பலாமா என்று யோசித்துக்கொண்டு கிடந்தான். இருந்தாற் போலக் குருவிகளின் சத்தத்தையும் மீறிக்கொண்டு அது... லான்ட் மாஸ்ரரா? இல்லை.

'இண்டைக்கு வேளைக்கே வெளிக்கிட்டிட்டான்கள்' என்று நினைத்தபோதே இயந்திரத் துப்பாக்கி ஆகாயத்தில் சடசடத்தது! திடுக்கிட்டான். இதுவரை நடவாத விஷயம். ஹெலியிலிருந்து சுடுகிறார்கள். எங்கிருந்து? எதை நோக்கி? சத்தமென்னவோ கூரைக்கு மேல்தான் கேட்டது. கண்டபடி ஊர்மனைகளுக்கு வேட்டு வைக்கிறான்கள் போலும்.

எந்த நேரமும் இந்த அஸ்பெஸ்ரஸ் தகட்டைப் 'புஸ்க்'கென்று துளைத்துவிட்டுக் குண்டு பாயலாம். சட்டென எழுந்தான். சமையலறையிலிருந்து வேணி ஓடிவந்தாள்.

சடைத்த மாவின் அடியோடு ஒண்டிக்கொண்டு இருவரும் கவனித்தார்கள். மெஷின்கன்கள் விடாமல் குரைத்தன. ஒன்றல்ல; இரண்டோ மூன்றோ ராட்ஸஸத் தும்பிகள் வானில் வளையமிட்டன

இடைவிடாமல் சூடு. எங்கே பட்டன என்பது தெரியாம லிருந்தது. இந்தச் சத்தங்களுக்கிடையில் எங்காவது அவலக் குரல் ஏதும் கேட்கிறதா என்று கவனித்தார்கள். ஒன்றும் தெளிவாயில்லை.

சின்ன வயதில் ராமாயணத்தில் படித்த – வானத்தில் வந்து கொடுமைகள் செய்கிற – அரக்கர்களின் நினைவு வந்தது. இதுவரை கேள்விப்படாத, அறிந்திராத, புது விஷயம் நடக்கப்போகிறது?

இப்போது கீழேயிருந்தும் குண்டும் வெடியும் கேட்கத் தொடங்கின. தெருவில் சனங்களின் பரபரப்புக் கேட்டது.

எறும்புப் புற்றுக்குள் தண்ணீர் போனதுபோலச் சனங்கள் கலைவு கொண்டுவிட்டார்கள். படலைக்கு ஓடினான். தெருக்கரை வீடுகளிலிருந்தவர்களெல்லாம் உட்புறமாக வரத் தொடங்கியிருந்தார்கள். மலைவேம்படி ஒழுங்கையில் பெடியளின் முகாமொன்று இருந்ததாயும் அதற்குத்தான் சூடு நடக்கிறதென்றும் சொன்னார்கள். இல்லை, ஆமி ஹெலியில் வந்து பாலாவோடை தோட்ட வெளியில் இறங்கிவிட்டது என்றார்கள். எல்லோரும் குழம்பிப் போயிருந்தார்கள். என்ன செய்யலாம், எங்கு போகலாம், எப்படித் தப்பலாம், ஒன்றுமே தெரியாதிருந்தது.

வேணி கத்தக் கத்த "இந்தா வாறன்." என்று சொல்லிவிட்டு மெல்லத் தெருப் பக்கம் நடந்தான். வேலிக் கதிகால்களின் குழை நிழலிற் பதுங்கிப் பதுங்கி, ஏதோ அந்த வானத்து வல்லூறுகள் தன்னைத்தான் குறிபார்க்கிறதாகப் பயந்து அரசடிச் சந்திக்கு வந்தபோது நாலைந்து பையன்கள் துவக்குகளோடு நின்றார்கள். ஒருவனிடம் ரேடியோக் கருவியிருந்தது. அவர்களைச் சுற்றி ஊர்ச் சனங்கள் கொஞ்சப் பேர் தேத்தண்ணீர், சோடா, வாழைப்பழத்துடன். அந்த நெருக்கம் புல்லரிக்க வைத்தது.

பதினோரு மணிவரை யந்திரத் துப்பாக்கிகள் இடைவிடாது குரைத்தன. மெல்ல மெல்லச் சேதி பரவியது. போராளிகளின் முகாமைப் பிடிக்கத் தோட்ட வெளியில் ஆமி இறங்கியதென்றும் பையன்களுக்குத் தாக்குப்பிடிக்க முடியாமல் திரும்பிப் போனதென்றும் சொன்னார்கள். ஒரு பையன் சண்டையில் இறந்து போனானாம்.

ஊர்ச் சனங்களில் அகப்பட்ட இரண்டு பேரை ஆமி பிடித்துக்கொண்டு போனதாம்.

பிறகுதான் பயம் அதிகரித்தது. அடிபட்ட பாம்பு சும்மா விடாது என்றார்கள். ஊர் கெலித்துப் போனது. தெருக்கரை வீட்டுக்காரர்கள் ஓடிப்போய் ஏதோ அகப்பட்டதை எடுத்துக்கொண்டு குச்சொழுங்கையிலிருக்கிற உறவினர்

அசோகவனம் அல்லது வேலிகளின் கதை

வீடுகளுக்குத் திரும்பினார்கள். எல்லாரும் பெரிதாக ஏங்கிப் போய் இருந்தார்கள். இனி, இந்த ஊரைச் சும்மா விடுவானா?

அடுத்த நாள் பயம் தெளிந்து ஆங்காங்கு பார்க்கப் போனவர்கள் கழுத்தில் கட்டுகிற அட்சரக்கூடு மாதிரி கை நிறைய அள்ளி அள்ளிக்கொண்டு வந்தார்கள். துவக்குக் குண்டுகளாம். பெருவிரலை நுழைக்கக்கூடிய அளவிற்குக்கூட அந்தப் பித்தளைக் குழாய்கள் இருந்தன.

அதற்கடுத்த நாளும் ஒன்றும் நடக்கவில்லை. அடுத்த கிழமையும் ஒன்றும் நடக்கவில்லை. அடுத்த மாதமும். அடிபட்ட பாம்பு மறந்துவிட்டதென்றே பட்டது.

ஊரைக் காத்த கடவுளுக்கு நன்றியாகத் தை மாதம் அம்மன் கோவிலில் ஹோமம் நடைபெற்றது.

16

"இது இங்கை உள்ள ஆக்களுக்குத் தெரிஞ்சுதானே நடக்குது?"

"தெரியாமலிராது."

"எப்படிப் பேசாம இருப்பினம்?"

"அவங்களும் சம்மதிச்சிருக்கலாம்."

"இந்தியா எதையும் செய்யும் எண்டு காட்டியிருக்கு."

"எண்டாலும் அமெரிக்காக்காரன் சும்மா இருப்பானோ... சி.ஐ.ஏ. தானே கால் எல்லாத்துக்கும்?"

"இந்தியாவுக்குப் பின்னாலை ரஷ்யன் இருக்கிறான். அவன் தன்ரை கூட்டாளியை விட்டிடுவானோ..."

சாதாரண சனங்கள் எதையெல்லாம் இப்போது பேசுகிறார்கள் என வியந்தான் கிருஷ்ணன்.

"உலகத்திலை நடக்கிற அட்டூழியங்கள் எல்லாத்துக்குப் பின்னாலையும் கழுகும் அதின்ரை ஆக்களும்தான். இங்கையும் திருக்கணாமலையிலை கண்வைச்சு, இந்து சமுத்திரப் பகுதியிலை அதிகாரம் செலுத்துகிறதுதான் அவயின்ர நோக்கம்."

"அதுக்குத்தான் கால்வைக்க, இடம் எங்கை கிடைக்கும் எண்டு பார்த்துத் திரிஞ்சவைக்கு எங்கட பிரச்சினை நல்ல வாய்ப்பாய்ப் போச்சு. இந்தியாக்காரன் விடுவானோ, இல்லை, ரஷ்யாக்காரன் விடுவானோ உதுக்கு?"

சர்வதேச அரசியல்கூட எப்படித் தண்ணீர்பட்ட பாடாக வருகிறது இவர்களுக்கு? சாதாரண சனங்கள்

– தொழிலாளிகளாகவே படுகிறது – எவ்வளவு தெரிந்து வைத்திருக்கிறார்கள்? இதுகூடப் போராட்டத்தின் ஒரு பெறுபேறுதான் ஒவ்வொரு நாளும் பத்திரிகை படிக்காதவர்கள் இப்போதில்லை. முன்பு பத்திரிகை படித்தவர்களிலும் பாதிப்பேர் சினிமாவையும் விளையாட்டுகளையும் வழக்குகளையும்தான் பார்த்தார்கள். இப்போது அப்படியல்ல. எல்லாம் படிக்க வேண்டியிருக்கிறது. அவர்கள் வாழ்வே அரசியலோடு சம்பந்தப்பட்டுப் போய்விட்டது. உள்நாட்டு அரசியலுடன் மட்டுமல்ல, சர்வதேச அரசியலோடும்.

ஆனால் இவ்வளவுந்தானா? இந்தப் பேச்சுக்களை மட்டும் வைத்துக்கொண்டு திருப்திப்பட்டு விடுவது எவ்வளவு சரி? சனங்கள் அரசியல்மயப்படுத்தப்படுவது வேறு. இன்னும் கன தூரம் போக வேண்டும். வெகுஜனப் பங்களிப்பின்றிப் போராட்டங்கள் சாத்தியமாகுமா? அந்தப் பங்களிப்பு எவ்வளவுக்கு இருக்க வேண்டும்? மக்கள் விலகி நிற்கும் வேளைகளில் வீரங்கள் எல்லாம் சாகசங்களாகவும் தியாகங்களெல்லாம் வீணாகவும் போகும் சாத்தியப்பாடு உண்டல்லவா? இந்த இடைவெளி – இந்தக் கவனயீனம் எப்படி நேர்ந்தது? அரசியல் விழிப்புணர்வு பெறாத வேளையில் முன்னேற்றங்கள் எப்படி நேரும்?

யோசித்தவற்றையே திரும்பத் திரும்ப யோசித்துப் பார்த்தான் கிருஷ்ணன். தன் சிந்தனைத் தடம் சரியாக இருக்கிறதா என்பதை முதலில் நிர்ணயிக்க வேண்டியிருந்தது. இப்போது சில வருஷங்களாக அடிக்கடி வருகிற யோசனைதான், தத்துவம் – நடைமுறை; கோழியும் முட்டையும்.

இந்த வாழ்க்கை எவ்வளவு புதினமானது. எவ்வளவு புதிரானது. இந்தச் சவால்கள் தேடல்கள் எவ்வளவு மகத்தானவை! இவையெல்லாம் இருப்பதால் இந்த வாழ்க்கை எவ்வளவு சுவாரஸ்யமானது. அழகானது!

17

"ஹெலி இங்கேயிருந்து நேரே இந்தியாவுக்குத்தானே போகும்?" யாரோ கேட்டார்கள்.

"பின்னை?"

"எம்.ஜி.ஆரை சந்திச்சிட்டுத்தான். பிறகு டெல்லிக்குப் போவினம்... என்ன?"

"அப்படித்தானிருக்கும்" மற்றவர் ஆமோதித்தார்.

ஒரு கார்ட்டூன்.

எம்.ஜி.ஆரின் கையில் புலியொன்று பொம்மையாக ஆடுகிறது. அவர் இந்திரா காந்தி கையில் ஆடுகிறார். ஒரு பெரிய கரடி இந்திரா காந்தியை ஆட்டுவிக்கிறது. கரடியின் தொப்பியில் அரிவாள், சுத்தியல். 'ஓ' வரைந்ததோ 'வி' வரைந்ததோ நினைவில்லை – ஒரு ஆங்கிலப் பத்திரிகையில் வெளிவந்தது. பொம்மலாட்டம் என்ற தலைப்பு.

இன்னொன்று 'வி' வரைந்தது. 'கிராண்ட் மாஸ்ரஸ் மூவ்' சதுரங்கப் பலகையில் எதிரெதிர்க் காய்களாகத் தமிழரும் சிங்களவரும். ராட்சதக் கைகளிரண்டு – ஒரே ஆளுடையவை – காய்களை நகர்த்துகின்றன. மணிக்கட்டுப் பட்டியில் மீண்டும் அரிவாள் சுத்தியல்.

இப்படியான விஷமப் பிரச்சாரங்கள் எண்பத்து மூன்று ஆடியை அண்டி நடத்தவே பட்டன. அரசாங்கம் கட்சியையும் தடைசெய்தது. ஆடிக் கலவரங்களின் சூத்திரதாரிகளில் ஒன்றெனெ. தென்னை மரத்தில் தேள் கொட்டப் பனை மரத்தில் நெறிகட்டிய இந்த வேடிக்கையை – மொட்டந் தலைக்கும் முழங்காலுக்கும் போடப்பட்ட இந்த வம்புத்தனமான முடிச்சைப் பார்த்து அழுவதா, சிரிப்பதா என்றே தெரியாதிருந்தது. ஆனால் தடை அறிவிப்புகளையும் எச்சரிக்கைகளையும் ஐந்து நிமிடத்திற்கொருமுறை ரேடியோவில் 'திரைவிருந்து' குதூகலத்துடனும் அட்டகாசத்துடனும் அறிவிப்பாளர் சொல்லிக்கொண்டிருந்தபோது அருவருப்பும் ஆத்திரமுமே வந்தன. தடைசெய்யப்பட்ட கட்சிகளின் உறுப்பினர்களுக்குச் சிறைத் தண்டனை, சொத்துக்கள் பறிமுதலாகும், அவர்களுக்குத் தஞ்சம் கொடுப்பவர்களுக்கும் அதே தண்டனை என்கிற பயங்கர அறிவிப்புகள் பீதியைத் தந்தன.

என்ன செய்யலாமென்று தெரியாதிருந்தது. முடிந்தளவு எச்சரிக்கை நடவடிக்கை எடுப்பதென்பது, கடிதங்களையும் டயறிகளையும் சிவப்பு மட்டைகளையும் எரிப்பது, அல்லது ஒளிப்பது என்பதாகவே இருந்தது. ஏற்கெனவே ஒருதடவை வீடுவீடாகப் புகுந்து படையாட்கள் தேடுகிறார்கள் என்ற பயத்தில் வடிகட்டித் தீர்ந்தவைபோக இப்போது இன்னொரு தடவை பெட்டி பெட்டியாக அலுமாரி அலுமாரியாகச் சல்லடை போட வேண்டியிருந்தது. முதல் தரம் வடித்தெடுத்தவை தமிழ், விடுதலை, சுதந்திரம் என்று வருகிறவை. இம்முறை மார்க்ஸிஸம் – லெனினிஸம். இப்படி முக்கியமான சிவத்தப் புத்தகங்கள் சில ஓரிஜினல் சட்டைகளைக் கழற்றிவிட்டுச் சினிமாக் கவர்களில் அடைக்கலம் புகுந்தன. வேறு சில தலைமறைவாயின – அண்டர் க்ரவுண்ட் வாழ்வு. இன்னும் சில தீக்குளித்தன. எவ்வளவு கஷ்டப்பட்டு எப்படியெல்லாம் சேர்த்த பொக்கிஷங்கள்.

தெருவில் இரைகிற வாகனங்களெல்லாம் அழைத்துப்போக வருகிற வாகனமாகவே காதில் ஒலித்தன. ரேடியோ ஓயாமல் வெருட்டியது. தலைமறைவாகலாமா? எப்படி, எத்தனை நாளைக்கு?

போதாக்குறைக்கு நாட்டிலிருந்த கொந்தளிப்பு—அவசரகாலம். ஊரடங்கு – எல்லாவற்றுக்கும் உச்சம் போல வெலிக்கடைக் கொடூரம்... வாழ்க்கை எவ்வளவு பயங்கரமானதாகலாம் என்ற அனுபவம்.

கட்சியில் சேர்ந்ததற்குக்கூட முக்கிய காரணம், இந்தத் தேசியஇனப் பிரச்சினையில் கட்சி எடுத்த நிலைப்பாடுதான். இலக்கியத்திலும் – அதன் பயனாகவோ அன்றி சமாந்தரமாகவோ – அரசியலிலும் இருந்த ஈடுபாடு – இயல்பாகவே மனிதநேயக் கொள்கைகளுக்கு இட்டுச் செல்ல... இந்தக் கொள்கைகளை வரித்தவர்கள் இலங்கையில் மட்டும் இனப்பிரச்சினையில் ஏனிந்த நிலை எடுத்தார்கள் என்ற கேள்வியில் அதற்கு மாற்றாய்த் தளம் தேடி அவனும் அவனொத்த தோழர்களும் சேர்ந்தமைத்த 'செந்தமிழர் அமைப்பு'...

அந்த நாட்களில் சக்திதாசன் ஒன்றைச் சொல்லுவான், வேடிக்கையாக.

"தோழர், நாங்கள் இரட்டிப்புக் கவனமாக இருக்க வேணும். எங்கட அமைப்பின் பெயரிலேயே இரண்டு ஆட்சேபகரமான விஷயமிருக்கு... ஒண்டு சிவப்பு, மற்றது தமிழர்."

அமைப்பு, ஏதோ காரணங்களால், அதே வேகத்தில் மறைய...

என்றாலுமிந்த இடைக்காலத்தில் இவை போன்ற தாக்கங்களால் கட்சி தன்னைச் சுயவிமர்சனம் செய்து சீர்ப்படுத்தி நேர்ப்பட்டமை நிகழ்ந்தது. லெனின் சொன்னது போலத் தவறு செய்யாதவர்கள் இரண்டுபேர். ஒருவன் இறந்து போனவன். மற்றவன் இன்னும் பிறக்காதவன். பரவாயில்லை, இயங்குபவன் தவறிழைப்பது தவிர்க்க முடியாதுதான். இங்கே தவறு நேர்ப்படுத்தப்பட்டு விட்டது.

பதினோராவது மகாநாட்டு அறிக்கையைப் படித்தபின் கட்சியில் சேராமலிருப்பதற்கான காரணமெதுவும் இருப்பதாய்ப் படவில்லை. இன்னும் அந்தக் காலகட்டத்தில் நேரான, வெளிப்படையான, நடைமுறைச் சாத்தியமான, ஒத்துக் கொள்ளக்கூடிய தீர்வொன்றை வேறு யாரும் வைத்ததாயும் நினைவில்லை.

முன்பு ஒரு கட்டுரையில் கிருஷ்ணன் இப்படி எழுதியிருந்தான், 'அவர்களோடு சிலது ஒத்துப்போகிறது. இவர்களோடு சிலது ஒத்துப்போகிறது. எவரோடும் முழுமையாக இனங்காட்ட முடியவில்லை' என்று. இந்தச் சுயவிமர்சனத்துக்கும் மகா நாட்டுப் பிரகடனத்துக்கும் பின்னர் இவர்களோடு முழுமையாக இனங்காட்டுவது இயல்பானதேயாயிற்று. தன் நிலைப்பாடு நிரூபிக்கப்பட்ட திருப்தி.

தடை பற்றிய முதல் அறிவிப்பு, எதிர்பாராத வியப்பாயும் அதிர்ச்சியாயும் வந்தது ஒரு முன்னிரவில். ஊரடங்குக் கெடுபிடிகள் தளர்ந்த முதற் காலையிலேயே அம்மன் கோவிலுக்குத்தான் ஓடி வந்தாள் வேணி.

18

இந்தச் சனக்கூட்டத்தைப் பார்க்கத் திருவிழா ஞாபகம் வருகிறது. இப்படிச் சனம் சேர்ந்து கனகாலந்தான்.

ஒலிபெருக்கியும் கோட்டை வெடியும் காதைச் செவிடு படுத்துகிற திருவிழாக்கள். இரவுகளில் வாணவேடிக்கையும் இசைக் கச்சேரிகளுமாய் அமளிப்படும். முதற் தடவை இரவுத் திருவிழா பார்க்கப்போய் வெடித்துச் சிதறி வீழ்ந்த, தீப் பூக்களைப் பார்த்துப் பயந்தமை இன்னும்தான் நினைவிருக்கிறது.

சோழகத்தில் விண் கூவிய கொடிகளுக்கும் கோட்டை வெடிகளுக்கும் பதிலாக ஹெலிகளும் ஷெல்களும். எல்லாம் எப்படி மாறின? அம்மன் கோவில் திருவிழா வைகாசிப் பூரணையை அண்டி வருகிறது. எண்பத்தி மூன்றின் பிறகு இரவுத் திருவிழாக்கள் இல்லையென்றாகின. ஆறு ஆறரைக்கெல்லாம் எல்லாம் முடிந்துவிடும். பகல் திருவிழாக்கள்கூட அமைதியாயிருந்தன. ஆனால், இம்முறை அப்படிக்கூட நடக்க முடியாது போயிற்று. அதற்குக் காரணமாயிருந்த பயங்கரத்தை கிருஷ்ணன் நேரிலே கண்டான். இங்கிருந்தல்ல, ஆறு மைல்களுக்கப்பால் நின்று.

ஒரு பென்னம் பெரிய ரி.வி. திரையில் பார்ப்பதுபோல எல்லாமிருந்தன. வானம் நல்ல பளிச்சிட்ட நீலமாயிருந்தது, மேகங்கள் திரைந்து ஆங்காங்கே குவிந்து கிடந்தன என்றாலும் முதல் நாள் பெய்த மழையில் கழுவிய மாதிரிச் சுத்தமான நீலம்.

முன்னாலும் பக்கங்களிலும் வயல்வெளி பரந்து கிடந்தது. அறுவடை முடிந்த வெறும் வயல். இடைக்கிடை சணல் பாத்திகள். மஞ்சள் சதுரங்களாகத் தெரிந்தன. வயல்களைத் தாண்டித் தொடுவானில் பனை நிரைகள், குடிமனைகள். காற்று மெல்லக் குளிர்ச்சியாக வீசியது. சணல் பூ மணத்தை அது கொண்டு

வந்தது. வெயில் பளிச்சென்று எறித்தது. அண்ணாந்து பார்த்தால் உச்சிக்கு நேரே மேலே நின்று கண்ணைக் குத்துகிற சூரியன்.

ஆனால், இவையெல்லாவற்றையும் ரசிக்கிற மன நிலையாயில்லை. இந்தப் பகைப்புலனில், இந்த ஒளிர் நீலவானில், மேகங்களுக்கிடையிலும் பனங்கூடல், உச்சிகளுக்கிடையிலும் மறைந்தும் வெளித்தும் கொண்டு, திரும்புகிற, சரிகிற நேரங்களில் பளபளத்துக்கொண்டு விமானங்கள் வட்டமிட்டுக் கொண்டிருந்தன.

"ஆறு பொம்மர்கள், ஒரு ஹெலி" என்றான் கிருஷ்ணன்.

"இல்லை, ஐந்துதான் பொம்மர். மற்றது அவ்ரோ" என நாகு திருத்தினான். இருக்கலாம். இடைவிடாமல் ரீங்கரித்துக் கொண்டு வட்டங்களாக வளைய வந்துகொண்டிருந்தன. அந்த வட்டங்களின் மையம் சுதுமலை, மானிப்பாயாக இருக்கலாம் போலிருந்தது. அவர்களிருந்த இடத்திலிருந்து நேரே கிழக்காக இருந்தது.

"பட்டணமாக இருக்குமோ?" கிருஷ்ணன் தன்னை ஆறுதல்படுத்திக்கொள்ளத் தானே கேட்டான்.

"இல்லை. ஸேர்... அது இன்னும் வலப் பக்கமாகத் தெரியும். அந்தப் பனைக்கு நேரேதான் பட்டணம். இது மானிப்பாய்ப் பக்கந்தான்" நாகு சொன்னான்.

"ஏன் இவ்வளவு பெரிய வட்டமாகப் போடுறாங்கள்! வட்டுக்கோட்டைக்குக்கூட வருகுதே, அந்தா பாருங்கோ" அன்ரனி தலைக்கு மேல் காட்டினார்.

அண்ணாந்து பார்த்தால் ஒரு பருந்தின் அளவில் ஒரு பொம்மர் வானத்து உச்சியில் வழுகிக்கொண்டிருந்தது.

எப்படியாவது உடனே வீட்டுக்குப் போய்விட வேண்டுமென அந்தரமாயிருந்தது. ஆனால் அது முடிகிற காரியமல்ல. ஹெலி நோட்டமடிக்கிற இடத்திற்குள் மோட்டார் சைக்கிளில் போவதைவிடத் தற்கொலைக்குச் சிறந்த வழி வேறிராது. கூட இருந்தால் நல்லதுதான் என்றாலும் ஆபத்தில் தலை போட்டுத் தனக்குத் தீங்கைத் தேடிக்கொள்வது யாருக்குமே நல்லதல்ல. வளவில் பதுங்குகுழி இருக்கிறது. பயமில்லை.

முதற் தடவை இந்த அரக்கத்தனம். அரங்கேறியபோது எங்குதான் தயாரிப்புகளிருந்தன? ஒரு வீட்டில்கூடக் குழி இல்லை. எதிர்பாராமல் வந்த பிரளயம் அது.

வேடிக்கை என்னவென்றால் அன்று பகல்தான் 'குண்டு வீச்சிலிருந்து தப்புவது எப்படி?' என்ற புத்தகம் கிருஷ்ணனுக்குக் கிடைத்திருந்தது.

அசோகவனம் அல்லது வேலிகளின் கதை

"கொண்டுபோய் வாசியுங்கோ. ஸேர்" என்று சொல்லி குமார் ஒரு பிரதி கொடுத்திருந்தான். "இதுகும் நடக்கப் போகுதோ!" என்று வியப்போடு கேட்டுவிட்டுப் படித்துப் பார்க்கலாமென்று வாங்கி வந்திருந்தான்.

எவ்வளவு விசித்திரம் – அந்தப் புத்தகத்தைக் கொண்டுவந்த அந்த மாலையே – அதை விரித்துப் பார்க்க முதலே – எதிர்பாராத அந்த நிகழ்வு நடந்தேறியது. வழமைபோல வட்டமிடும் பிளேன்கள் என்றுதான் நினைத்தார்கள் எல்லோரும். காதைப் பிளக்கும் இடிகள் ஒன்றன் பின் ஒன்றாய்.

குளித்துக்கொண்டிருந்தவன் சவர்க்காரம் போட்டது பாதி, போடாதது பாதியாய் அள்ளி ஊற்றிக்கொண்டு வெளியே பாய்ந்தான். சூடென்றால் கொங்கிறீற் கூரைக்குக் கீழ் பதுங்கலாம். குண்டுக்கு என்ன செய்யலாம்? சத்தங்கள் மிக அருகில்தான் கேட்டன. எங்கென்பது தெரியாதிருந்தது. வீடு நடுங்கியது. காற்றில் கந்தக நெடி கலந்து வந்தது. பயத்திற்கு ஒலியும் மணமுமிருந்தன. அரை மணிநேர ஊழிக்காலம். பயப்பிரமை தெளியு முன்பே சேதிகள் வந்தன. தாவடியில் கருகிய அரும்பையும் மற்றவர்களையும் பற்றி ... இரண்டு கிழமையாவதற்குள் அடுத்த தாக்குதல். இது காலையில்.

இம்முறையும் அதே வட்டாரந்தான். ஏன் இங்குதான் பாய்கிறார்கள்? ஹெலி பொம்மர் குண்டு. சூடு – இவையெல்லாம் சேர்ந்து கிளப்புகிற சத்தம் சாவின் சங்கீதமாய். இத்தடவை மலைவேம்படி ஒழுங்கையிலிருந்த அந்த வெறும் வீட்டில் பழி தீர்த்துக்கொண்டார்கள்.

கிருஷ்ணன் போய்ப் பார்த்தான். போரின் நாச குணம் புரிந்தது. சிதறிக் கிடந்த கட்டிடம். முறிந்து சாய்ந்த மரங்கள். நல்ல காலம், யாரும் உள்ளே இருந்திருக்கவில்லை.

லெனின்கிராத்தில் பார்த்த பிஸ்கரேவ்ஸ்கியே இடுகாடு நினைவு வந்தது. பாத்தி பாத்தியாய் எல்லையற்றுப் பரந்து கிடந்த கூட்டுப் புதைகுழிகள். ஃபாஸிஸ்ட் பிசாசுகள் என்றைக்குமே மனித உயிர்களை மதித்ததில்லைதான். இந்த இரண்டாவது தாக்குதலுடன் பதுங்குகுழி வெட்ட வேண்டியது தவிர்க்க முடியாததாகிப் போனது. கந்தமுத்துவைக் கண்டுபிடிப்பதே கஷ்டமாயிருந்தது. ஆளுக்குச் சொல்லிவைத்துக் காத்திருந்துதான் பிடிக்க வேண்டியிருந்தது. புத்தகத்தில் பார்த்த விஷயத்தைப் படங்கீறி விளங்கப்படுத்த முயன்றபோது, கந்தமுத்து சொன்னார், "அதெல்லாம் எனக்குத் தெரியும். தம்பி ... நீ இடத்தையும் ஒரு தென்னை மரத்தையும் காட்டு ... அஞ்சுயார் பொலித்தீனும் பத்து உரப்பையும் கொண்டா ... அவ்வளவுதான்."

வெட்டும்போது ஒரு நினைவு வந்தது. கீழால் வந்தான்களெண்டால் கண்ணில் படுமே... கூடவே ஒரு சமாதானமும் – அப்படி வரும்போது இங்கிருந்தால்தானே...

இந்தப் பிரச்சினைகள் உச்சங் கொண்டதன் பிறகு இந்த நிலத்தைத்தான் எத்தனை தரம் எத்தனை தேவைகளுக்காகத் தோண்ட நேர்ந்திருக்கிறது... வியட்நாம் யுத்தகாலத்தில் கூட்டுக் குடியிருப்புகளேகூட நிலத்திற்கடியில் உருவாக்கப்பட்டனவாம். அந்த நிலைமை இங்கும் வருமா? பூமி, தாய்தான். தன் பிள்ளைகளைப் பாதுகாக்கிற தாய்.

இந்தப் போரே இப்படி இருந்தால் நியூக்கிளியர் யுத்தம் எப்படி இருக்கும்? ஆனால் ஒன்று, அதில் கவலைப்பட எவராவது மிஞ்சப் போவதில்லை. நட்சத்திரப் போர்த் திட்டங்களும், நியூக்ளியர் ரசாயன ஆயுதங்களும் எஸ்.டி.ஐ.க்களும், ஏவுகணைகளும் அந்தப் புண்ணியத்தைக் கட்டிக்கொள்ளும்.

எதனுடைய உறுமல் எதுவென்று தெரியாமல் ஆறு இயந்திரங்களும் ரீங்கரித்துக்கொண்டிருந்தன.

“என்ன, பத்து நிமிஷமாக வட்டமடிச்சுக்கொண்டே இருக்கிறான்?”

சரியாகப் பதினொன்றே முக்காலுக்கு இந்த இரைச்சல்கள் கேட்டு வெளியே வந்திருந்தார்கள்.

எதெது எங்கே என்று தெரியாமல் அந்த ஆள்தின்னிப் பறவைகள் வட்டமடித்தன.

“முழு யாழ்ப்பாணத்தையும் சுத்துறான்கள்போல இருக்கு” என்றார் அன்ரனி.

“அந்தா. போடப் போறான் ஸேர்... பாருங்கோ” என்றான் நாகு.

எங்கோ உச்சியில் வட்டமடித்துக்கொண்டிருந்த ஒரு விமானம் திடீரென நாற்பத்தைந்து பாகை சரிவில் விரைந்து சறுகியது. ஒரு பனை மட்டத்தில் அதன் வயிற்றிலிருந்து ஒரு புகைத்திரள் வந்து கரைய மீண்டும் முன்னே மேலெழுந்தது.

“போட்டிட்டான்கள்” என்றார் அன்ரனி.

ஆறேழு வினாடிகளின் பின்னர் சத்தம் வந்துசேர்ந்தது.

“எங்கட பக்கந்தான்” என்றான் கிருஷ்ணன், கலங்கிப்போய்.

“இண்டைக்கு அம்மன் கோவிலும் கொடியேத்தம் – இப்பதான் பன்னிரண்டு மணிக்கு.”

பிறகும் ஐந்தாறு சத்தங்கள்.

அடுத்த நாள்தான் சரியான தகவல் தெரிந்தது.

இறந்துபோன ஏழு பேரில், ஐயர் ஒருவர், கிருஷ்ணனின் பால்ய கால நண்பன் – வகுப்புச் சகா – ஒருவன்.

கொடி ஏறவில்லையாம்.

19

அன்றுதான் – அதாவது கோவிலடிக் குண்டு வீச்சின் தாக்கங்கள் பற்றித் தெரியவந்த அன்றுதான் – காலையில், யாழ்ப்பாண வானொலியின் ஜனனம் நிகழ்ந்தது. வடமராட்சியில் விடுவிப்பு நடவடிக்கைகளும் தொடங்கின. முழு யாழ்ப்பாணமும் எனத் தொடங்கி, பின்னர் வடமராட்சியில் மையம் கொண்ட அந்தச் சூறாவளி வீசிய நாட்கள்.

அந்த நாட்களைப் பற்றி 'சக்தி' இதழொன்றில் 'இரா' எழுதிய செய்தி விமர்சனக் குறிப்பொன்று கிருஷ்ணனின் நினைவுக்கு வந்தது.

'சில காலமாகவே இராணுவ நடவடிக்கைகள் பற்றி பேசப்பட்டு வந்ததால் இந்த விடுவிப்பு நடவடிக்கை எவருக்கும் ஆச்சரியமளிக்கவில்லை. ஆனால் இதிற் கண்டதுதானென்ன? யாழ் குடாவின் வடகரையில் – அதுவும் பருத்தித்துறையிலிருந்து காங்கேசன்துறை வரை – ஒரு மூன்று கிலோமீற்றர் அகலப் பரப்பில் தீவிரவாதிகளை – தற்காலிகமாக? – வெளியேற்றுவதில் இந் நடவடிக்கை வெற்றி கண்டுள்ளது. தீவிரவாதிகளுக்கேற்பட்ட பொருள் நஷ்டம் பற்றிக் கணக்கிடுவது சிரமம். எனினும் அவர்களைப் பொறுத்தளவில் ஆட்கள் இழப்பு என்பது மிகக் குறைவாகவே தெரிகிறது. ஆனால் தாங்கள் எதிர்பார்த்ததிலும் அதிகப்படியான இழப்புகளுக்கு இராணுவம் முகம் கொடுக்க நேரிட்டது என்பதும் உண்மை . இந்தப் போர் விளைவுகளை விடவும் இதனால் பொது மக்களிடத்தேற்பட்டுள்ள தாக்கங்கள் பற்றியும் அரசின் நோக்கங்கள், போக்குகள் பற்றியுமே நாங்கள் அதிகம் கவனிக்க வேண்டியவர்களாயுள்ளோம். இந்த நடவடிக்கைகள் பொது மக்களைப் பெரும் பீதிக்குள்ளாக்கின என்பது சரியே. இதுதான் நடவடிக்கையின் முக்கிய நோக்கமுமாகும். மக்களைப் பீதியடையவும் அதன் மூலம் சோர்வடையவும் செய்வதன் மூலமும் தீவிரவாதிகளின் போராட்டத்தைக் கைவிடும்படி செய்வதே நோக்கமாயிருந்தது என ஊகிக்க முடிகிறது.

விமானக் குண்டுகளும் எரியூட்டும் பீப்பாக் குண்டுகளும் ஷெல்களும் துப்பாக்கிகளும் கத்திகளும் நூற்றுக்கணக்கான

பொதுமக்களின் உயிர்களைக் குடித்துள்ளன. கொல்லப்பட்ட தீவிரவாதிகளின் தொகையிலும் இது பன்மடங்கு அதிகம். அடைக்கலந் தேடுமாறு அறிவுறுத்தப்பட்ட ஆலயங்களுட்படப் பல கட்டிடங்கள் – பாடசாலைகளும் வீடுகளும் – தாக்கப்பட்டன.

ஆயிரக்கணக்கான இளைஞர்கள் சுற்றி வளைக்கப்பட்டுத் தென் பகுதிக்குத் தடுப்பு முகாம்களுக்குக் கொண்டு செல்லப் பட்டனர். இவர்களிற் சிலர் உள்ளூர் முகாம்களில் பணயக் கைதிகளாக வைக்கப்பட்டுள்ளனர். வேடிக்கை என்னவெனில், தம்மை விடுவிக்க வந்தோரிடமிருந்து தம்மைப் பாதுகாத்துக் கொள்வதற்காக மக்கள் தப்பியோட நேர்ந்தது.

படைகள் இவ்வாறு நடந்துகொள்ளும்போது, தீவிரவாதிகளே தமது ஒரேயொரு பாதுகாப்பு என மக்கள் எண்ணத் தலைப்படுவது மிக இயற்கையானதுதான்.

இராணுவ நடவடிக்கையானது தீவிரவாதிகளைப் பேச்சு வார்த்தைகளுக்கு வரச் செய்வதற்காகவே எனவும், தீவிரவாதிகள் பேச்சுவார்த்தைகளுக்குப் பின்னிற்கிறார்களெனவும் உலக அரங்கில் அபிப்பிராயமொன்றை உருவாக்குவதற்கான முயற்சிகள் எடுக்கப்படுகின்றன. உண்மையில் பின்னிற்பவர்கள் யார்?

'இணைப்பு–சி' என்பதை அமுலாக்க முன் வந்திருந்தாலோ அன்றி டிசம்பர் பத்தொன்பது யோசனைகளை ஏற்றுக் கொள்வதில் பின்னடைவு காட்டப்படாதிருந்தாலோகூட நிலைமை இவ்வளவுக்கு வந்திருக்காது. இராணுவத் தீர்வை நியாயப்படுத்த முயலாமல் உண்மையாகவே சமாதானத் தீர்வொன்று காணப்படுவதில் அக்கறை இருக்குமெனில் அரசு தனது நிலைப்பாட்டை மாற்றிக்கொள்ள வேண்டும்.'

சக்திதாசன் சொல்லுவான் வேடிக்கையாக, "இந்த விடுவிப்பு என்பது சமயங்கள் கூறுகிற விடுவிப்பாக இருக்கிறது, இந்த உலக பந்தங்களினின்றும் அளிக்கப்படுகிற விடுவிப்பு . . ."

விடுவிப்பு பற்றி நினைவுக்கு வருகிற அடுத்த விஷயம், சுகுணேந்திரன் பற்றிய ஞாபகம். எதிலும் தலைபோட்டுக் கொள்ளாமல் தானுண்டு தன்பாடுண்டு என்றிருந்த அப்பாவி இளைஞன்.

"உங்களைப் பார்த்தா – தாடியும் ஆளும் – மொஸாட்காரன் மாதிரி இருக்கு ஸேர்" என்றான், ஒருநாள்.

"உமக்கென்ன கோபம் என்னிலை?" சிரித்தவாறே கிருஷ்ணன் கேட்டான்.

“பொல்லாத ஆளாயிருப்பீர்போல இருக்கே... எங்கை கண்டீர் அவங்களை?”

“ரீவி. லை ஸேர்.”

ஆஜானுபாகுவான உடலும் அதற்குள்ளொரு குழந்தை உள்ளமும் கொண்ட சுகுணேந்திரன் கலகலப்பாகப் பேசுகிற, படிப்பில் அக்கறை மிக்க இளைஞன். அவனையுந்தான் பிடித்துக்கொண்டு போய்விட்டார்களாம். எல்லோருக்கும் நடக்கும்போது செய்தியாகவும் புதினமாகவும் படுகிற ஒன்று, தமக்கு வேண்டியவர்கள் சம்பந்தப்படுகையில் – உணர்வுப் பரிமாணமும் பெற்று வேறொன்றாகி விடுகிறது.

20

எதிரே இடப்புறமிருந்த வரிசையிலிருந்து யாரோ தன்னைப் பார்த்துக் கை அசைப்பதுபோலத் தெரிந்தது கிருஷ்ணனுக்கு. வீரவாகு. “இங்கே வந்துவிடேன்” என்று சைகையால் கேட்டார். ‘பரவாயில்லை. இங்கேயே நிற்கிறேன்’ என அபிநயங்களாலேயே பதில் அனுப்பினான்.

வீரவாகு கச்சேரி சத்தியாக்கிரகத்திலிருந்து அடிபட்டவர் என்பது இன்றுதான் தெரியவந்தது கிருஷ்ணனுக்கு. ஆள் பரவாயில்லை. கிருஷ்ணன்கூட இந்தச் சத்தியாக்கிரகத்தில் தன் பங்கைச் செலுத்தித்தானிருக்கிறான். ஆதரவு தெரிவித்து நடந்த ஊர்வலங்களிலொன்று அவன் பள்ளியிலிருந்தும் போனது. பத்தாம் வகுப்பு மாணவர்களிலொருவனான கிருஷ்ணனும் அதிலிருந்தான்.

மண்டையைப் பிளக்கும் வெயிலில் தாகம் தொண்டையை வறட்ட வறட்டக் கத்திக்கொண்டு போனார்கள். விக்னராஜா – எச்.எஸ்.ஸி. வகுப்பு மாணவர் – இவர்களுக்கெல்லாம் அப்போதைய காலத்துக்கு ஹீரோ – தலைமையில் ஊர்வலம் போனது. கிரிக்கட் வீரனான, எப்போதும் லோங்ஸூம் வெள்ளை ஷேட்டும் கண்ணாடியுமணிந்து – ஷேட்டை அலட்சிய மாக மூன்று பொத்தான்கள் திறந்துவிட்டு அதற்குள்ளிருந்து சங்கிலியும் நெற்றியில் கற்றை மயிரும் ஊசலாடுகிற விக்னராஜா. ஜேக்கே கொழும்பிலிருந்து வந்த அதே சமயத்தில் அதே மாதிரி வந்தவர் – தொண்டை அறக் கோஷம் போட்டார். அவர் இராணுவத்தைஇங்கிலீஷில் விளிக்கவேண்டியது.இவர்களெல்லாம் “கெற்–அவுட்” என்று கத்த வேண்டியது. இப்படியாக ஊர்வலம் உசாராகப் போனது.

பட்டணத்திற்குள் நுழைந்த பிறகு உண்மையாகவே ஒரு இராணுவ ட்ரக் இவர்களைத் தாண்டிப்போக நேரிட்டது.

துப்பாக்கிகளுடன் உட்கார்ந்திருந்த சிப்பாய்கள் சுட வந்தால் சட்டையைத் திறந்து நெஞ்சை முன் தள்ளிக் காட்ட வேண்டும் என்ற அந்த வயதின் வீரக் கற்பனைகள்.

ஊர்வலத்தின் பிறகு நாலைந்து நாட்கள் தலையிடி, காய்ச்சல், சத்தி என்று பள்ளிக்குப் போக முடியவில்லை.

விக்னராஜா இப்போது எங்கிருப்பார்? அந்த வருட முடிவோடு ஆளைக் காண முடியாமல் போனது. திரும்பவும் கொழும்பிலே குடியேறியிருப்பாரா? அப்படியானால் தன்னுடைய அந்தப் பதினைந்து வருட கொழும்பு வாழ்வின்போது எங்கோ எப்படியோ ஒரு தடவையாவது சந்திக்க முடியாமல் போயிருக்குமா? விக்னராஜா வெளிநாட்டிற்குத்தான் போயிருக்க வேண்டும். அப்போதே பசுமையைத் தேடிப் பறந்திருக்க வேண்டும்.

ஆனால் இந்தப் போராட்டம் என்று வந்த பிறகு போனவர்கள் எத்தனை? உண்மையான பயத்திலும் பாதிப்பாலும் போனவர்கள் பாதிப்பேர் என்றால், நிலைமையைச் சுரண்டித் தம்மைப் பல வழிகளிலும் – வளமாக்கப் பறந்தவர்கள் பாதி.

இந்த இக்கட்டான வேளையில் சொந்த மண்ணை விட்டு ஓடாமல் இங்கே வாழ்ந்து பிரச்சினைகளுக்கு முகங்கொடுத்த ஒவ்வொருவரும் போராளிகள்தாம். சுய இயல்புக்கும் இசைவுக்குமேற்ப அளிக்கப்பட்ட மெய்யான எந்த ஒன்றும் போராட்டத்திற்கான பங்களிப்புத்தான். தன் மனசாட்சிக்கும் அறிவுக்குமேற்ற வகையில் செயற்பட்ட எவனும் விலகி நின்றதாய்க் கூற முடியாது. இன்னொரு வகையில் போராளிக் குழுக்கள் என நேரடியாகக் குறிக்கப்பட்டவர்களைப் போல் அதே அளவுக்கு இக்குழுக்களை – ஆக்கபூர்வமாக விமர்சித்தவர்களும் கொள்கை கருதி விலகி நின்றவர்களும் கூடப் போராட்டத்தின் சமபங்காளிகளேயாவர். போராளிகள் எனக் குறிக்கப்பட்டவர்களுடன் பரிச்சயங்களைப் பேணிக் கொள்வதனாலோ அல்லது வசதி கருதித் தம்மை அவர்களுடன் அடையாளம் காட்டிக்கொள்வதினாலோ பம்மாத்துப் பண்ணுகிறவர்களைவிட, இந்தப் போராட்டத்திற்கு உண்மையான ஆக்கபூர்வமான பங்களிப்பைச் செலுத்தியவர்கள்.

போராட்டம் என்பது குழுக்கள் மட்டும் சம்பந்தப்பட்டதல்ல. அது ஒரு சமூகம், முழு இனம், பரந்த மக்கள் கூட்டம் தழுவிய விவகாரம். இயற்கையின் நியதி. முரண்களின் அறுவடை. இயங்கியல் தழுவிய வளர்ச்சிப் போக்குகளில் இயல்பாகவே முளைகொள்கிற சமாச்சாரம். முக்காலமும் சம்பந்தப்பட்டது.

போராளிக் குழுக்களும் தலைவர்களும் போராட்டங்களை முன்னெடுப்பவர்களாயிருக்கலாம். ஆனால் அவற்றில் பங்கெடுப்ப

வரும் வெற்றிகொள்ள வைப்பவர்களும் மக்களேயாவர். மக்கள் பங்களிப்பில்லாதது எப்படிப் போராட்டமாகும்? அது இங்கே எவ்வளவு சாத்தியமாயிற்று?

மக்கள் பங்களிப்பிற்கான தயாரிப்புகள் நடந்துகொண்டிருந்த வேளையில் அதற்கான ஆரம்ப அறிகுறிகள் தென்பட்ட போதில், முன்முயற்சிகள் மேற்கொள்ளப்பட்டு அது மெல்ல மெல்ல உருக்கொள்கையில், சிதைய நேர்ந்தது எவ்வாறு?

'தமிழ் மக்கள் ஒடுக்கப்படுவதற்கெதிரான போராட்டத் திற்கான இணைப்புக் குழு'. முப்பதுக்கும் மேற்பட்ட மக்கள் அமைப்புகள் சேர்ந்துருவாக்கிய அந்த அமைப்பு; திம்புப் பேச்சு வார்த்தைகளில் வலியுறுத்தப்பட்ட ஐந்தம்சத் திட்டத்தை அடிப்படையாகக் கொண்டு போராடவென்று அமைக்கப்பட்ட அந்தப் பேராயத்தில் கிருஷ்ணன் உறுப்பினனாயிருந்த தொழிற் சங்கமும் சேர்ந்திருந்தது. தங்கள் அமைப்பின் பிரதிநிதியாகக் குழுவில் அவனும் இடம் பெற்றிருந்தான். மகாநாடு, ஊர்வலங்கள், எதிர்ப்பு தினங்கள், ஆர்ப்பாட்டங்கள் எனச் செயற்பாடுகள் சூடு பிடிக்கத் தொடங்கிய வேளையில் ஏற்பட்ட அந்தப் பின்னடைவு...மக்கள் போராட்டம் குறைத்து மதிப்பிடப்பட்டதன் – அதற்குரிய முக்கியத்துவம் அளிக்கப்படத் தவறியமையின் விளைவு மட்டும் தானா?

21

அந்த இடத்திற்கு வந்து பதினைந்து நிமிடங்களுக்கு மேலாகப் போகிறது. எதிரே மருத மரத்திற்கு இப்பால் குளத்தடியில் அமளியாயிருக்கிறது. முக்கியஸ்தர்கள் ஓடியாடிக்கொண் டிருக்கிறார்கள். சனக்கூட்டம் இப்போது இரு மடங்காகி விட்டிருக்கிறது. கிருஷ்ணன் நின்றுகொண்டிருக்கிற இந்த இடத்திற் கூட இப்போது நூறு பேருக்குமேல் சேர்ந்து விட்டார்கள். எல்லோர் முகத்திலும் மகிழ்ச்சி. பெருமிதம். பரபரப்பு.

கிருஷ்ணன் மீண்டும் பக்கவாட்டுச் சிந்தனை பற்றி நினைக்கிறான். கூடுதலாக எதிர்பார்க்கிறார்களா?

கண்களை இடுக்கிக்கொண்டு மேற்கு வானத்தைப் பார்த்தான். ஒன்றும் தெரியவில்லை. கும்பலின் இரைச்சலையும் எங்கோ கத்துகிற காக்கையின் குரலையுங்கூடச் சோழகம் சுழற்றிக் கொண்டுபோய்விடுகிறது.

இந்த வெளியில் இந்த வானத்தைப் பார்க்கிற விளையாட்டு...

கிருஷ்ணனும் கூட்டாளிகளும் விடலைகளாயிருந்த காலத்தில் அவர்களுக்குப் பிடித்தமாயிருந்த ஒரு விளையாட்டு.

இரவுத் திருவிழா வேளைகளில் சனங்கள் ஓரளவு கூட்டமாக நிற்கிற இடத்தருகில் போவார்கள். ஒருவன் கொஞ்ச நேரம் வானத்தை உற்றுப் பார்த்துவிட்டு வலு ஸீரியஸாக மற்றவனைத் தட்டி மேலே காட்டுவான்.

"அந்தா ... அந்தா ..."

"ஓமோம்." என்பான் மற்றவன்.

இப்போது கோஷ்டி முழுவதும் இருவரையும் சுற்றிக் கொள்ளும்.

"அந்தா, அந்தா ..."

"ஓமோம், இங்கை..."

"இல்லையடா அது ..."

"போடா. அதுதான்"

அருகில் நிற்கிற சனக்கூட்டம் இவர்களைச் சூழ்ந்து தானுமிந்த இந்தா – அந்தாவில் பங்கேற்கத் தொடங்க, இவர்கள் ஒவ்வொருவராகக் கழன்று, விலகி எட்ட நின்று தாங்களில்லாமலே தொடர்கிற வேடிக்கையை ரசிப்பார்கள்.

இதுபோல இன்னுமொன்றிருந்தது. ஆனால் அது பகிடி யில்லை. புதிர். அந்த அறுபதுகளின் நடுப்பகுதி மாலைகளில் ஐந்தரை, ஆறு மணிப்போதில் அது நிகழும். தினசரி தேர்முட்டி மீதிருந்து மேலைவானின் உச்சியைப் பார்க்கும் போதில் அநேகமாக அது தெரியும். சரிந்துபோன சூரியனைப் பிரதிபலிப்பதே போல ஒரு ஒளிப்பொட்டு எக்கச்சக்கமான உயரத்தில் சீரான வேகத்தில் சறுக்கிக்கொண்டே போகும் தெற்கிலிருந்து வடக்காக. அது கண்ணுக்குப் பட நேர்ந்த ஆரம்ப நாட்களில் ஜெற் விமானமா, செயற்கைக் கோளா என்று பரபரப்பான விவாதம் நடந்து, பிறகு என்னவென்றில்லாமலே அது இவர்கள் சூழலில் ஒன்றாகிப் போனது.

22

காற்றின் இரைச்சலோடு சேர்ந்தொலித்த அந்த மெல்லிய சுருதி... அதை மீறிக்கொண்டு சனங்கள். கிருஷ்ணனும் கவனித்தான். சத்தம் நெருங்கி வந்தது. ஹெலிதான். ஒன்றல்ல. இரண்டு சத்தம்.

தென்மேற்கிலிருந்து இரண்டு ஹெலிகள் – வழமையானவை யல்ல என்று பார்த்தவுடன் தெரிந்தது. தாழப் பறந்து தோன்றின.

ஆனால் இதென்ன?

வெளியைத் தாண்டி வடக்கே போய் மறைந்து, வட்டம் போட்டு வருவார்களென எதிர்பார்த்த சனம் அண்ணாந்து அதிசயிக்க, ஏன் இறங்க முடியாமல் நேரே போகிறார்கள்? என்றாலும் இவைதான், சரி. அழைத்துப் போக இந்திய ஹெலிகள் வந்துவிட்டன. இனி என்ன நடக்கும்? சமாதானப் பேச்சின் முடிவு எப்படி இருக்கும்? சமாதானம் பிறக்கத்தான் வேண்டும். அது அவசியம். அத்தோடு நியாயமும். அது மிக அவசியம். இவ்வளவு இழப்புக்களுக்கும் கஷ்டங்களுக்கும் எதிர்பார்ப்புகளுக்கும் ஈடுகட்டுகிற தீர்வுதான் நியாயமானது. அதுதான் சமாதானத்தைக் கொண்டுவரும். நியாயமும் சமாதானமும் ஒன்றிலொன்று தங்கியிருக்கின்றன.

சத்தம் மீண்டும் பலத்துக் கேட்டது. ஹெலிகளிரண்டும் திரும்பி வருவது தெரிந்தது. மிகப் பதிவாக, வெளியைச் சுற்றி வந்தன. கரும்பச்சை. இங்கத்தையச் சகாக்களிலும் இவை பெரிதாய்த் தோன்றின. 'இந்திய வான்படை' என ஆங்கிலத்தில் எழுதியிருந்தது.

ஒரு ஹெலி அதே உயரத்திலேயே சுற்றிப் பறக்க, மற்றது, பனை தென்னை வட்டுக்களைத் தழுவுவதுபோலத் தாழவந்து, இறங்குகிற இடத்திற்கு மேலே நிலைகொண்டு – முன்புறம் கோவிலைப் பார்க்க நின்று – தளும்பாமல் மெல்ல மெல்லப் பதிந்தது.

இராட்சத விசிறிகளின் சுழற்சியில் புழுதிப் படலம் கிளம்பிப் படர்ந்தது. மக்கள் கோஷமிட்டார்கள். மெல்லப் பதிந்த அசுரப் பறவை மண்ணில் கால் பதித்தது.

வாரமுரசொலி / 1987

அசோகவனம்

அல்லது

வேலிகளின் கதை

1

"சலோ!"

– சொன்னவன். இரண்டு எட்டு முன்னால் வைத்துத் திரும்பிப் பார்த்தான். சிங்கர் கிருஷ்ணனைப் பார்த்தார். கிருஷ்ணன் சிங்கரைப் பார்த்தான். 'முன்னே போங்கள்' என்பதுபோல ஆளுக்காள் தலையாட்டினார்கள்.

அது பயத்தாலல்ல, மரியாதைக்காக் என்பது இருவருக்குமே தெரியும். ஒரு கணத் தயக்கத்துக்குப் பிறகு வயதுக்கு கிருஷ்ணன் கொடுக்கிற மரியாதையை ஒப்புக்கொண்டவராக – சிங்கர் முன்னால் வந்து அந்தச் சிப்பாய்க்கருகில் போய் நின்றார். அவருக்குப் பின்னால் கிருஷ்ணன் போய்ச் சேர்ந்துகொண்டான்.

திரும்பிப் பார்த்தார்கள். அந்தப் பெரிய விறாந்தை முழுவதும் சனமாய் நின்றது. அம்மா, வேணி, எல்லோருக்கும் முன்னால் கிருஷ்ணனையே பார்த்தபடி நின்றார்கள். 'உனக்கேன் இந்த இருக்கேலாத வேலை? சாப்பாடெதுக்கு? இங்கே இருக்கிற – இந்த – மற்றவர்களைப் போல நீயும் நிண்டிருக்கேலாதா' என்று அவர்கள் நினைப்பது – அவனுக்குக் கேட்டது. 'போய் மினைக்கெடாமல் பத்திரமாய் வந்து விடு,' என்று அந்தப் பார்வைகள் சொல்லின. கிருஷ்ணன் 'இதுக்கென்ன பயம்?' என்பதாக – அவர்களை உற்சாகப்படுத்துவதுபோல – ஒரு மெல்லிய முறுவலுடன் தலையசைத்தான்.

"சலோ" சிப்பாய் திரும்பவும் சொன்னபடி தெருவிலிறங்கினான்.

சிங்கரும் அவரைத் தொடர்ந்து கிருஷ்ணனும் இறங்கினார்கள். படலைக்கு வெளியே நின்ற வேறு நாலு சிப்பாய்கள் இரண்டிரண்டு பேராய் முன்னும் பின்னும் சேர்ந்துகொள்ள, ஒரு வரிசை உருவானது.

இந்த வீட்டிற்கு முன் வீட்டில் சிப்பாய்கள் நிறையப் பேர் நின்றார்கள். அநேகமாக எல்லோருமே மதிலின் மேலால் இங்கு எட்டிப் பார்த்தபடி.

முன்னாலிருந்த காவற்கூட்டுக்குள் நின்றவன் ஏதோ உரத்துச் சொல்லிவிட்டுச் சிரித்தான். நெய்யும் கடலையெண்ணெயும் கலந்த வாடை மூக்கிலடித்தது. அவர்களைப் பார்க்காமல் தாண்டிப் போனார்கள்.

மெல்லத்தான் நடக்க வேண்டியிருந்தது. முன்னால் போகிறவன் ஆறுதலாய்ப் போகிறான் போலும். திரும்பித் தாங்களிருந்த வீட்டின் விறாந்தையில் நிற்பவர்களைத் தெரிகிறதா என்று பார்க்க நினைத்தான் கிருஷ்ணன். வேண்டாம். இவர்கள் ஏதாவது நினைக்கக் கூடும். அதோடு இங்கிருந்து பார்த்தால் மதிலுக்கு மேலால் நிற்கிற மரங்கள் மறைக்கும்.

சிங்கரின் நெடிய உருவம் முன்னால் கையெட்டும் தூரத்தில் போய்க்கொண்டிருக்கிறது. வேட்டியின் கீழ் – அவரது ஒவ்வொரு அடியெடுப்புக்கும் – அந்தக் கறுத்தத் தோல் செருப்புக்கள் டக்டக்கென்று சீரான ஒலி கிளப்பிக்கொண்டிருக்கின்றன. சிங்கர் வழமையான கோலத்தில்தான் இருக்கிறார். வெள்ளை வேட்டி. நஷனல். வெள்ளைச் சால்வை. அது கழுத்தைச் சுற்றிப் போடப்பட்டிருந்தது. நரை மயிரடர்ந்த தலை. வழமையாகத் திருநீறும் சந்தனமும் துலங்குகிற நெற்றியில் இன்று திருநீற்றை மட்டும் பார்த்த ஞாபகம். எப்படியோ, ஆள் தொண்ணூறு வீதமாவது வழமையான கோலத்தில்.

கிருஷ்ணன் தன்னைப் பார்த்தான். மண்ணிற பிஜாமா சாரம். ரப்பர்ச் செருப்பு. வெளியே விட்ட வெள்ளை அரைக் கைச் சட்டை. வீட்டிலிருக்கிற கோலம். நேற்று மத்தியானம் குளித்துவிட்டுப் போட்ட உடுப்பு.

பரவாயில்லை. போய் இந்தச் சாப்பாட்டு விஷயத்தை ஒழுங்கு பண்ணிவிட்டு வந்து மத்தியானம் குளித்து மாற்றி விட்டால் சரி. ஆனால் முகாமிலிருக்கிற சனத்தைப் பார்த்தால் மத்தியானமாவது குளிக்க முடியுமோ தெரியவில்லை. வந்து பார்க்கலாம். எப்படியும் இவ்வளவு பேருக்கும் இந்த மூன்று நாலு

நாளைக்கும் சாப்பாட்டை ஒழுங்கு பண்ணிக்கொள்ளத்தான் வேணும். எத்தனை பேர். எத்தனை குஞ்சு குருமன். நாங்கள் போய்க் கதையாமல் சரிவராதாம்.

தெருக் கரையில்ஆங்காங்கே தேங்கி நிற்கிற வெள்ளத்தை விலக்கி நடக்க வேண்டியிருந்தது. கழுவிவிட்ட நிலத்தில் காலை வெயில் அழகாய் விழுந்தது. நீண்டு நகரும் நிழல்கள். தடம் படாத தெருக்கரை மண். மழை பெய்தது முந்தநாளிரவு.

எங்கே போகிறோம்? எங்கேயிருக்கிறது, செஞ்சிலுவை அலுவலகம்? அம்மன் கோவிலடிப் பக்கம் இருக்கலாம். போனால் உடனே கவனித்து அனுப்பி விடுவார்களென்று பி.கே. சிங் சொன்னான்.

முன்னால் போகிறவன் இடது பக்கமாகத் திரும்பப் போகிறான். திரும்பினார்கள்.

2

என்ன இது?

கிருஷ்ணன் திகைத்தான்.

தெருவின் இரு புறத்து வேலிகளும் எரிந்து, கதிகால்கள் கருகி...

மதில்கள் உடைந்து... கதிரேசு கடைப் பலகைகள்கூட.

இதென்ன?

உயிரசைவே இல்லாத வெறுமை உறைத்தது. எங்கோ ஒரு தனிக் காகம் இரண்டு தரம் கத்தியது. ஆட்களை அமுக்குவது போலிருந்த அமைதி இந்தக் கத்தலில் இன்னமும் பெரிதாய்க் கனத்தது.

சிங்கரை நிமிர்ந்து பார்த்தான். அவருக்கும் உறைத்திருக்க வேண்டும் – பார்த்துப் பார்த்து நடப்பதில் புரிகிறது. கதைக்க முடியாதா? இயந்திரங்கள்போல முன்னும் பின்னும்கூட வருகிற படை ஆட்கள்.

இவர்கள் ஏனிப்படி எங்களைக் கூட்டிக்கொண்டு போகிறார்கள். ஏதோ கைதிகளைக் கொண்டுசெல்வதுபோல? இரண்டு சிவிலியன்களைக் கூட்டிப்போக ஏன் இவ்வளவு பாதுகாப்பு? முன்னால் ஒருத்தன் துவக்கோடு. அதை நீட்டிப் பிடிக்கிற விதமும் நடக்கிற நடையும் எச்சரிக்கையாக அடி வைக்கிறான். அங்குமிங்கும் பார்த்தபடி. அடுத்தவர்களும் அதே மாதிரி!

பின்னால் வருகிறவர்கள் ? அவர்களைத் திரும்பிப் பார்க்க முடியாது – அவர்களும் அப்படித்தான் வருவார்கள்.

எங்கே போகிறோம்? என்னத்துக்கு இப்படி? முட்டாள்த் தனமாக வந்து மாட்டிக்கொண்டோமா? வேலியாயிருந்தவற்றின் விளிம்போடு படர்ந்திருந்த பச்சைப் புல் வரிசைக்கும் வாரடித்த வெள்ளை மணற் கரைகளுக்குமிடையில் கரைந்துங் கலைந்துங் கிடக்கிற கரித் திட்டுக்கள். தெருவின் தாரிலும் குறுணிக் கற்களிலும் அவர்களின் முரட்டுச் சப்பாத்துக்கள் நறுநறுக்கிற நடையொலி. அது மட்டுமே கேட்கிற அமைதி. இந்த வெறுமை. இந்தப் பயங்கரம்...

எங்கள் ஊர்தானா இது? இல்லை. இது கனவில்லை.

நடந்தபடியிருந்தார்கள். பொன்னையர் வீட்டுப் போர்ட்டிக்கோ.

கூரையின் மேல் அவர் வளவின் முன் மதில் கல்லெல்லாம் ஏறி, அது ஒரு கொத்தளமாகி, ஓட்டையிலிருந்து ஒரு துவக்கு நீட்டிக்கொண்டிருந்தது.

துரைலிங்கம் வீட்டு வேலி வெட்டி அடி வளவுவரை தெரிகிறது. கார்க் கொட்டிலில் துரையரின் மொறிஸ் மைனர் எரிந்து கருகி வெறுங் கோதாய்...

இந்தப் பக்கத்துச் சனங்களையெல்லாம் எங்கே கொண்டு போய் விட்டிருப்பார்கள்? அம்மன் கோவிலிலா? எங்களைப் போல இந்தக் குறிச்சியும் இவர்களிடம் அகப்பட்டுக்கொண்டதா, இல்லை சுற்றிவளைப்பிற்கு முன்பே மாறிவிட்டதா?

மணத்தது. மணம் நெருங்கி வந்தது. இங்கே எங்கோ கிட்டத்தில்தான்.

அந்தா, குணம் வீட்டு மதிலின் பின், இரண்டு இடங்களில் ஓட்டைகளுக்கூடாக நீட்டிய துவக்குகள். காவற்கூடுகள். குணம் வீட்டுக்கு அந்தப் பக்கமும் அதேபோல் இரண்டு.

பாக்கியமக்கா வீடு, பரஞ்சோதியர் வீட்டு மதில்களின் கற்கள்! செல்வத்தின் சைக்கிள் கடையின் முன்னாலிருந்த பத்தியின் தகரங்களையும் காணவில்லை. அவைதான்போலும் மேலே! முழு இடமும் புயலடித்து ஓய்ந்த மாதிரி... இல்லை, இனித்தான் புயலோ?

முன்னால் போனவன் வலது புறம் சட்டெனத் திரும்பினான். பரமசிவம் வீட்டுக்குப் போகிற வண்டிப் பாதை!

திரும்பினார்கள்.

3

இதென்ன? மயிர்க்கொட்டி மொய்த்தது போல? இத்தனை பேர்களா?

சிலிர்த்தது.

இதுவுங் கனவில்லை.

இங்கே ஏன் வந்திருக்கிறோம்? இதற்குள் எப்படி நாங்கள் தேடி வந்த இடம் இருக்க முடியும்? இத்தனை பேரிருந்தும் எவ்வளவு அமைதி! இந்த முடக்கினுள் இத்தனை சிப்பாய்கள் இருப்பார்கள் என்று யார் நினைப்பார்கள்?

வேலிக் கரைகளோடு – வரிசை வரிசையாய்... குந்தியும் சப்பாணி கட்டியும் பீடிகளை உறிஞ்சியபடி... நெய்மணத்தையும் மீறி எங்கும் பீடி மணத்தது.

கிருஷ்ணனுக்கு வயிற்றைப் பிசைந்தது. எங்களூரில் இப்படி கூர்க்காக்கள் மொய்ப்பார்களென்று எவராவது எப்போதாவது நினைத்திருக்க முடியுமா?

இவர்களின் வரிசை நடுவால் நடந்தது. இங்கொன்று அங்கொன்றாக ஆங்கார உறுமல்கள். முணுமுணுப்புக்கள். இருந்தாற்போல் ஒரு சீழ்க்கை! எல்லா முகங்களும் ஒரே மாதிரி மரத்துக் கிடந்தன. பார்க்காமல் நடந்தார்கள்.

திடீரென ஒருவன் தலையை உயர்த்திக் கறுவினான். கத்திய சத்தம் திடுக்கிடவைத்தது. 'எல்ரிரீ' என்ற மாதிரிக் கேட்டது!

சிரித்தால் என்ன நடக்கும்? இந்த நேரத்திலும் வருகிற சிரிப்பை கிருஷ்ணன் மறைத்துக்கொண்டான்.

பரமசிவம் வளவுக்குள் நேரே போனார்கள். கேற்றில் நுழைந்து திரும்பியதும். சிவத்தார் வளவு விரிந்து கிடந்தது. மேலே விதானம் விரித்த தென்னைகளும், கீழே சணைத்த புற்றரையும். இந்த இடத்தில் சந்தடியில்லை. ஆனால் நேரே முன்னால், சற்றுத் தொலைவில் வீட்டின் போர்ட்டிகோ பரபரத்துக்கொண்டிருந்தது.

கொஞ்சத் தூரம் போனார்கள். ஒரு தென்னையருகில் வந்ததும் அழைத்து வந்தவன் இவர்களை நிற்கச் சொல்லிக் கை காட்டினான். நின்றார்கள். அவன் மட்டும் நேரே போனான்.

இது இவர்களின் இடம். அலுவலகமோ, முகாமோ, எதுவோ. அதிலும் இந்த அமளியைப் பார்த்தால் – பரமசிவத்தாரின் பழைய மோட்டார் சைக்கிள் எண்ணெய் சொட்ட நிற்கிற –

இந்தப் போர்ட்டிகோதான் அவர்களின் கட்டளை மையமாகத் தெரிகிறது...

முப்பதடிக்கு முன்னால் அந்தப் போர்ட்டிகோ. அங்கு நடக்கிறதெல்லாவற்றையும் நன்றாகப் பார்க்க முடிகிறது. நடுவில் ஸோஃபாக் கதிரையில் ஒருவன். அதிகாரி போலும். அவனும் கூர்க்கா. சற்றுத் தள்ளி ஒரு மேசையின் மேல் தொலைதொடர்புக் கருவிகள். அவற்றின் முன்னால் மூன்றுபேர். கதிரைகளில் உட்கார்ந்து மாறி மாறிக் கத்திக்கொண்டிருந்தார்கள். வெவ்வேறு இடங்களுக்கு இங்கிருந்து கட்டளைகள் போவது மாதிரி இருந்தது. வயர்லெஸ்காரர்களின் பின்னால் அவர்களின் கதிரைகளில் கையை ஊன்றி வளைந்து ஒரு நெட்டை மனிதன், கட்டளைகள் இட்டபடி. அவன் கூர்க்கா அல்ல. நல்ல சிவலை. கறுத்த சீருடை. முழு மொட்டையாக மழித்திருந்த தலை.

இவர்களைக் கூட்டிப் போனவன், கூர்க்காவின் முன்னால் போய் நின்று சல்யூட் அடிக்கிறான். ஏதோ சொல்வது தெரிகிறது. திரும்புகிறான்.

அவன் வருவதைப் பார்த்துக்கொண்டிருந்தார்கள். அருகில் வந்ததும், "ஆவ்..." என்றான்.

முகாமிலிருந்து புறப்பட்டபோது வந்த "சலோ"வுக்குப் பிறகு அவன் வாயிலிருந்து வருகிற அடுத்த வார்த்தை இதுதான்.

4

காலுக்கு மேல் காலைப் போட்டுக்கொண்டிருந்த அதிகாரி இவர்களையே உறுத்துப் பார்த்தபடி இருந்தான். தொப்பி மடியிலிருந்தது. அங்குமிங்கும் நரையோடிய தலை. ஐம்பது வயதிருக்கலாம். அருகில் போன பிறகுதான் அங்கே வேறு கதிரைகள் இல்லாதது கண்ணில் பட்டது.

கூர்க்கா அதிகாரி ஒன்றுமே பேசவில்லை. இவர்களையே இன்னமும் உற்றுப் பார்த்தபடி இருந்தான்.

"குட் மோணிங்" என்றார் சிங்கர்.

அவன் முறைத்தான்.

"வெயிட் தேர்!" உறுக்கியபடி தூணைக் காட்டினான்.

"விக்ரம் சிங்!"

அழைத்து வந்தவன் அவசரமாக முன்னால் வந்தான். அதிகாரி சொன்னதை அட்டென்ஷனில் நின்று கேட்டான்.

சல்யூட் அடித்துத் திரும்பி நடந்தபோது அந்த விக்ரம் சிங்கின் பின்னால். அவனோடு கூடவந்த நாலு பேரும் போனார்கள்.

கிருஷ்ணன் திடுக்கிட்டான். நாங்கள் இங்கே வந்திருக்கவே கூடாது. சாப்பாடாவது, ஒன்றாவது... போகிறவர்கள், பி.கே. சிங்கின் ஆட்கள். இவர்களைக் கொண்டுவந்து விட்டுவிட்டுப் போகிறார்கள்! இனித் திரும்புவது? இந்தச் சூழலில் தனியே இவ்வளவு தூரமும் அரைமைல் தானென்றாலும் - போக முடியுமா? இவர்கள் யாராவது கொண்டுபோய் விடுவார்களா? நடக்கிற நடப்பைப் பார்த்தால். போகத்தான் முடியுமா என்பதே சந்தேகமாயிருக்கிறது.

கிருஷ்ணன் புறங் கையால் முகத்தைத் துடைத்துக் கொண்டான். பி.கே.சிங்கின் முகத்தில் - பொய்யோ மெய்யோ - புன்சிரிப்பாவது தெரிந்தது. கதிரையிலிருக்கிற இந்தக் கூர்க்கா முகத்தில் அதன் சாயலையே காணவில்லை. பிடித்துத் தின்று விடுகிறவன் மாதிரி...

நெஞ்சு படபடத்தது.

வீட்டுக்குள்ளிருந்து ஒருவன் வந்தான். கையில் வெள்ளித்தட்டு அது நிறைய வெள்ளையாய்ப் பூக்குவியல்போல தேங்காய்ச் சொட்டு! வந்தவன் கூர்க்காவின் அருகே போய்த் தட்டை நீட்டினான். அவன் கையை மட்டும் நீட்டிப் பிடியாக அள்ளிக் கொண்டதும் தட்டுக்காரன் மொட்டைத் தலை ஆளின் முன் போய் நின்றான்.

கிருஷ்ணன் இப்போதுதான் கவனித்தான். அந்த ஆளின் தலை, முழு மொட்டையில்லை. உச்சிச் சுழியருகில் மட்டும் விரல் தடிப்பில் நீளமாய் எலி வால்போல ஒரு குடுமி. அம்புலிமாமாப் படங்களில் வருகிற சில ஆட்களின் தலை மாதிரி.

அந்த ஆள் கதிரையில் கிடந்த வெள்ளைத் துவாய் ஒன்றை எடுத்தான். ஒற்றைக் கையால் முகத்தை அழுந்தத் துடைத்தபடி. மற்றக் கையால் சொட்டுகளை எடுத்தான். தட்டுக்காரன், கூர்க்காவின் அருகிலிருந்த சிறிய முக்காலியில் தட்டை வைத்து விட்டு உள்ளே போனான்.

எதிரே இவர்கள் நிற்கிற உணர்வேயில்லாமல் இருவரும் சப்புகிறார்கள். கிருஷ்ணனுக்கு எரிச்சல் மண்டியது. இருக்கக்கூட இடந் தராமல்... சிங்கரைப் பார்க்க வேண்டும் போலிருந்தது. அவர், பக்கத்தில் - தோளோடு தோள் முட்ட - நிற்கிறார். ஆனால் எப்படித் திரும்புவது?

கதிரையில் இருக்கிறவனின் பெயர்ப் பட்டி இப்போது வடிவாகத் தெரிகிறது. மேஜர்! பெயரைப் படிப்பதற்குள் கூர்க்கா

கையை அசைத்துவிட்டான் இப்போ தெரிகிறது. பதாவோ, பாதாவோ – எப்படி உச்சரிப்பது?

கறுப்புச் சட்டைக்காரனின் பெயரையும் பார்க்க வேண்டும் போலிருந்தது. அவன் நின்ற நிலையிலேயே வயர்லெஸ்காரர்களை அதட்டியபடி வலது கையால் வாய்க்குள் சொட்டுக்களை எறிந்தபடியிருக்கிறான். கப்டன். வன்பர். அதைக் கூடச் சில வேளை வான்பர் என்றோ வான்பார், வன்பார் என்றோ, உச்சரிக்க வேண்டுமோ!

5

பதா, கிருஷ்ணனைக் கூப்பிட்டான். "கம் ஹியர்!"

கதிரையில் காலுக்கு மேல் கால் போட்டபடி இருந்து கூப்பிடுகிறான்.

இது காலம் வரை இப்படி எவருந் தன்னைக் கூப்பிட்ட தில்லை!

வந்த எரிச்சலுக்கு...

என்னதான் செய்துவிட முடியும்? கையாலாகாத கோபம். இரண்டடி எடுத்து வைத்தான்.

"நீ இங்கிலீஷ் பேசுவாயா?"

அது பேசப் போய்த்தானே பி.கே. சிங் இங்கே அனுப்பி யிருக்கிறான்!

"ஓரளவு..." தெரிந்ததாக இவர்களுக்குத் தெரிந்துவிட்டது எவ்வளவு பிரச்சனையாகப் போயிற்று!

"என்னுடைய கேள்விகளுக்கு ஒழுங்காய்ப் பதில் சொல்ல வேண்டும்... பொய் சொல்லித் தப்ப நினைக்கக் கூடாது."

உறுத்து மிரட்டும் கண்களால் தன் உளஉறுதியைச் சிதறடிக்க முயல்கிறானா இந்த இராணுவத்தான்?

இதுதான் உணவுக்கு ஏற்பாடு செய்கிற வள்ளல்!

"நீ ஒரு எல்ரீரியா?"

"இல்லை."

"பொய் சொல்லாதே! சொன்னால்..."

கிருஷ்ணன் விறைப்பாகச் சொன்னான். "இல்லை, நான் ஒரு ஆசிரியன்... குடும்பகாரன்."

"ஆசிரியன் என்கிற முறையில் உண்மையைச் சொல்லு. எல்ரிரிஈக்காரர்கள் எங்கே? இங்கே யார் எல்ரிரிஈ?"

"இங்கு ஒருத்தரும் இல்லை…"

"நீ ஒரு இளம் ஆள். உனக்குக் கட்டாயம் தொடர்பு இருந்திருக்கும்…"

"எனக்கு அவர்களோடு எந்தத் தொடர்பும் கிடையாது."

"ஷட் அப்!" அவன் கதிரையிலிருந்து துள்ளி நிமிர்ந்தான்.

கன்னத்துத் தசைகள் துடிப்பது வடிவாகத் தெரிந்தது. இமை கொட்டாமல் இவனையே முறைத்தான்.

"எனக்குப் படிப்பிக்க நினையாதே!" கன்னத்துத் தசைகள் இன்னமும் துடித்தன.

இதற்கு என்ன சொல்வது? கிருஷ்ணன் பேசாமல் நின்றான்.

"சரி, இந்த ஊர் புலிகளின் கோட்டை என்று சொல்லப்படுகிற இடம். நீ, இந்த ஊரவன். உனக்கு அவர்களைத் தெரியாது என்கிறாய்! எப்படி நம்புவது?" அடிக்காத குறையாகக் கையை நீட்டி இரைந்தான் மேஜர்.

"இருந்திருக்கலாம்… ஆனால் எனக்குத் தெரியாது."

"அதெப்படி?" பதா கோபமாய் உறுமி, நக்கல் சிரிப்புச் சிரித்தான்.

"என்னை முட்டாளாக்கப் பார்க்கிறாயா?"

"என்னைச் சொல்லவிடுங்கள்" வருவது வரட்டும் என்று கிருஷ்ணன் சொன்னான்.

"இப்போது இங்கே நீங்கள் இவ்வளவு பேர் இருக்கிறீர்கள். உங்களை யார், எவர்? யார் அதிகாரி, யார் சிப்பாய்? எங்கிருந்து வந்தீர்கள், இனி எங்கே இருப்பீர்கள்? – இது ஒன்றுமே எங்களுக்குத் தெரியாது. எங்களைப் பொறுத்தளவில் நீங்கள் இங்கே இருந்தீர்கள்–

இதைத்தான் நீங்கள் போன பிறகு யாராவது கேட்டாலும் எங்களால் சொல்ல முடியும்!"

முடித்தபோது பதற்றமாயிருந்தது. அதிகம் பேசிவிட்டேனோ?

பதா உற்றுப் பார்த்துக்கொண்டேயிருந்தான். வளைந்த புருவங்களின் கீழ் அந்த இடுங்கிய மொங்கோல் கண்கள் இன்னும் சிறிதாகி, அவை கிருஷ்ணனைத் துளைக்க முயன்றன.

மார்பின் மேல் கட்டிக்கொண்டிருந்த கைகளை விலக்கி முகத்தைத் துடைத்தான் கிருஷ்ணன்.

அரை நிமிஷமிருக்குமா? பதா சொன்னான்:

"இங்கே பார்!"

கிருஷ்ணன் பார்த்தான்.

"இப்போ நான் உன்னை ஓடும்படி சொல்ல முடியும். ஆனால் நீ எவ்வளவு தூரம் ஓடி விடுவாயென்றும் நான் பார்த்து விடுவேன்..."

அவன் சொன்னது விளங்கச் சில விநாடிகள் பிடித்தன. கிருஷ்ணனுக்கு. வியர்த்தது.

'உன்னைச் சுடுவேன்' என்பதை இதைவிட வடிவாக வேறெப்படிச் சொல்ல முடியும்?

6

என்ன செய்ய நினைக்கிறான் இவன்? கிருஷ்ணனுக்கு நெஞ்சிடித்தது. சிங்கர் பின்னால் நிற்கிறாரா?

அந்த மொட்டைத் தலை மனிதன் கழுத்திலொன்றும் கைகளில் இரண்டுமாய்த் தொலைபேசிகளுடன் மல்லாடியபடியே இங்குமங்கும் பார்த்துக்கொண்டிருக்கிறான்.

"பின்னால் போ!" கூர்க்கா கத்தினான்.

'என்ன சொல்கிறான், இவன்? சற்று முன் சொன்னதுபோல் சுடப் போகிறானா?' கடவுளே... அசையவே முடியாதிருந்தது.

"பின்னால் போய் நில்." மேஜர் மீண்டும் கூவினான்.

"யூ, கம் ஹியர்!" என்றான், சிங்கரைப் பார்த்து.

கிருஷ்ணனுக்கு நம்ப முடியவில்லை. இப்போதைக்கு விட்டிருக்கிறானோ? தன்னையறியாமலே பின்னால் நகர்ந்தான்.

சிங்கர் முன்னால் போனார். தோளில் கிடந்த சால்வையைச் சரியாக இழுத்துவிட்டபடி நின்றார்.

"இப்போது நீ சொல்லலாம்!" பதாஉறுமினான்.

"நான் என்ன சொல்ல வேண்டுமென்கிறீர்கள்?" அந்தக் குரலும் ஆங்கிலத்தின் சுத்தமும் அவனை ஒருகணம் அசைத்திருக்க வேண்டும்.

"உண்மையை! உண்மையைச் சொல்லு."

"நாங்கள் இந்தியாவை எங்கள் தாய்நாடாக மதிப்பவர்கள்."

அவரை அவன் முடிக்கவிடவில்லை.

சாந்தன்

“உன்னுடைய புலுடாவை நிறுத்து!” கத்தினான்.

“இந்தியாவுக்கெதிரானவர்கள் இந்தியாவுக்குள்ளேயே இருக்கிறார்கள்!”

அந்தப் பெரியவரைத் தன் முன்னால் நிற்க விட்டு இவன் கதிரையில் கால் மேற் கால் போட்டபடி உட்கார்ந்து கதைக்கிற விதம்! அவருடைய படிப்பென்ன, பழக்கவழக்கமென்ன, வயதென்ன, மதிப்பென்ன...

இன்று, எங்களை இவர்கள் ஏதோ அடிமைகள் மாதிரி...

இராணுவம் என்கிற திமிர்! ஆயுதங்களும் ஆட்களுக்குமிருக்கிற அகம்பாவம்!

“ஸோ, உனக்கும் ஒருவரையுந் தெரியாது?”

“தெரியாது.”

“போய் நில்!” பதா கத்தினான்.

“எக்ஸ்கியூஸ் மி” சிங்கர். நிதானமாகச் சொன்னார்.

“நீங்கள் எங்களைத் தவறாகப் புரிந்துகொண்டு விட்டீர்கள். காலையில் எங்கள் முகாமைப் பார்க்க வந்த உங்கள் கப்டன் பி.கே. சிங், வீடுகளுக்குப் போக நீங்கள் அனுமதிக்கும் வரை ஊரவர் எல்லோரும் முகாமில்தானிருக்க வேண்டுமென்றார். அதுவரை எங்களுக்கான சாப்பாட்டு ஏற்பாடுகள் பற்றி...”

“ஷட்அப்” மேஜர் உச்சக் குரலில் இடைமறித்தான். முகம் இரத்தமாய்ச் சிவந்து, வியர்வையில் பளபளத்தது.

“இரண்டு பேரும்...” – அவன் காட்டினான்.

“அந்தா, அந்த ‘மதிலோடு’ போய் நில்!”

7

மதிற் கரையோடு மாரிப் புல் மெத்தையாகச் சணைத்திருந்தது.

சிவத்தார் வீட்டுப் பூமரங்கள் இந்த மழைக்கு வஞ்சகமில்லாமல் மதாளித்து நின்றன. அவன் கன காலம் தேடித் திரிந்த சரக்கொன்றைக் கன்றுகள், இந்தா – இதில் கைக்கெட்டும் தூரத்தில் – முளைத்து நிற்கின்றன! என்ன வேடிக்கை! யார் செய்கிற வேடிக்கை இது?

சிங்கர் அருகோடு நிற்கிறார். ஆளை ஆள் பார்த்துக் கொண்டார்கள். அவரின் முகமெல்லாம் வியர்த்திருந்தது.

கண்ணாடியைக் கழற்றிவிட்டுச் சால்வையால் ஒற்றிக்கொண்டார். கதைக்கவே பயமாயிருந்தது.

'என்ன நினைப்பான்களோ... இப்பிடி வெருட்டினால், எங்களுக்கென்ன தெரியும்?'

கிருஷ்ணன் திரும்பிப் பார்த்தான்.

எதிரே போர்டிக்கோ. இங்கே கதைத்தால் கேளாதுதான். என்றாலும்... பதாவை இப்போது காணவில்லை.

அம்புலிமாமா ஆள் தொலைபேசியுடன் இன்னமும் அமளியாக இருக்கிறான். அவனோடு மட்டும் ஐந்தாறு ஆமிக்காரர். வீட்டின் கோடிப் பக்கத்தில் – சமையல் வேலை நடக்கிறதா? – கிடாரங்கள் வாளிகளின் சத்தம் கேட்டுக்கொண்டிருக்கிறது.

இவர்களின் இடது பக்கம் கேற் முடக்கின் மறைவில் – அந்தக் கையொழுங்கையில் – மொய்த்துக்கொண்டிருந்த ஆட்கள் இன்னமும் அங்கேதானிருக்க வேண்டும்.

பீடிப் புகை காற்றெல்லாம் கலந்திருந்தது. இங்கிருந்து ஒன்றுமே தெரியவில்லை.

களைப்பாக இருந்தது. பசியில்லை. ஆனால் தண்ணீர் விடாய்த்தது. காலையில் எழுந்ததற்குப் பச்சைத் தண்ணீர்கூடக் குடிக்கவில்லை.

"இந்தா. பத்து நிமிஷத்தில் பேசிவிட்டு வந்து விடலா'மென்று கூட்டி வந்து! என்ன நயவஞ்சகம்!"

"இதிலை இருப்பம்" என்று சிங்கரைப் பார்த்தான்.

"ம்ம்?..." என்றவர், உடனே, "ஏதும் சொல்லுவாங்களோ?" என்றார்.

"இருந்து பாப்பம்..."

காலால் புற்பரப்பை மெல்லத் தடவிவிட்டுக் குந்தினான். சப்பாணி கட்டிக்கொண்டபோது, காலுக்கு இதமாக இருந்தது.

சிங்கரும், பக்கத்தில் சால்வையைப் போட்டுவிட்டு அமர்ந்தார்.

யாராவது பார்க்கிறார்களா? இல்லை. ஒருவரும் இதைக் கவனித்ததாகத் தெரியவில்லை.

புல்லின் பூங் காம்பொன்றைக் கிள்ளி கிருஷ்ணன் தன்னையறியாமலே பற்களால் நன்னலானான்... என்ன நடக்கும்?

8

படபடவென்று முறியும் சத்தம் கேட்டுத் திரும்பினார்கள். வளவின் மேற்கு வேலி விழுந்துகொண்டிருந்தது. பென்னாம் பெரிய லொறியொன்று முக்கியபடி உள்ளே வர முயன்றுகொண்டிருந்தது. உச்சக் கியரில் அதன் உறுமல்.

ஒவ்வொரு கதிகாலாக முறிந்தது. அந்த மூரி வேலி – முடியாமல் – வழிவிட்டுக்கொண்டிருந்தது. ஒரேயொரு வாதநாராயணி மட்டும் கொஞ்சம் – மொத்தமாக – தாக்குப் பிடித்தது. காட்டுக் கத்தியும் கையுமாய் ஒரு சிப்பாய் ஓடி வந்து அதை அடியோடு தறிக்கலானான்.

வெட்டிய வேலிக்கப்பால், அடுத்த வளவு. அதுவுந் தென்னங்காணி. முருகேசருடையது. அதையுந் தாண்டி மதவடி றோட்டுத் தெரிந்தது! முருகேசர் வளவின் ரோட்டு வேலி வெட்டித்தான் லொறி இங்கு வந்திருக்கிறது. இந்த வளவுக்கு வருகிற கையொழுங்கையால் பெரிய வாகனங்கள் வர முடியாதென்று இந்த வேலை பார்க்கிறார்கள்! இப்போது மதவடி ரோட்டிலிருந்து வலு சுகமாக வந்துவிடலாம்.

லொறி, தென்னைகளைத் தாண்டி வளைந்து வளைந்து வந்து கொண்டிருந்தது. இவர்களின் இந்த வேலைகளைப் பார்த்தால் – இவ்வளவு வாகனங்களும், ஆட்களுமாய் – இப்போதைக்கு விட்டுப் போகிற நோக்கம் இருப்பதாய்த் தெரியவில்லை.

குறுக்குப் பாதையை ஆட்கள் சீர்ப்படுத்துகிறார்கள். இந்த வளவுக்கு இவ்வளவு கிட்டவா மதவடி றோட் இருக்கிறது! தெருவுக்கு அந்தப் பக்கம் பள்ளிக்கூடத்தின் பழைய விளையாட்டு மைதானம்.

தண்ணீர்தான் நன்றாக விடாய்த்தது. எங்கே குடிக்கலாம்? அந்தா, அந்தத் தகர மறைப்பின் பின்னால் சிவத்தார் வீட்டுக் கிணற்றடி. வேலிக்கப்பாலும் முருகேசர் வளவுத் துலா தெரிகிறது. முழத்திற்கொன்றாய்க் கிணறுகள். மாரிக்கு முட்டி வழிந்தபடி! ஆனால்? நினைக்க நினைக்க ...

இப்படியே இந்தப் புல்லில் படுத்துவிட வேண்டும் போல் அசதியாயிருந்தது. தங்களைக் காணாமல் முகாமில் என்ன பாடு படுகிறார்களோ ... இதெல்லாவற்றையும் அநுபவிக்கட்டு மென்றுதான் இப்படித் தடுத்து வைத்திருக்கிறான்கள்!

என்ஜினை ஒரு தடவை ஓங்கி ஒலித்துவிட்டு லொறி மாவின் கீழ் வந்து மௌனமாய் நின்றது.

ஷக்திமான். சாணி நிற உடம்பில் தூசி – இந்த மாரியிலும்.

சில்லுகளில் சேறு. ட்ரைவர் குதித்தான். வேறெவரும் வந்ததாயில்லை. குதித்தவன் தொப்பியைக் கழற்றியபடியே முன்னால் நின்ற ஆளிடம் ஏதோ உரத்துச் சொன்னான்.

'பாணி, பாணி' என்று கேட்டது. மற்றவன் பதில் பேசாமல் வீட்டின் பின்னால் போகிறான். ட்ரைவர் முகத்தைத் துடைத்தவாறே இவர்கள் பக்கம் பார்ப்பது தெரிந்தது. கிருஷ்ணன் பார்வையைத் திருப்பிக்கொண்டான்.

வெயில் ஏறிக்கொண்டிருக்கிறது. முகாமை விட்டுப் புறப்பட்டு இரண்டரை மணித்தியாலம்.

9

வீட்டின் பின்னாலிருந்து ஒருவன் வருகிறான். ட்ரைவருடன் பேசிவிட்டுப் போன அதே ஆள். கையில் பெரிய வெள்ளிச் சொம்பு. சிவத்தார் வீட்டுச் சொம்போ? ட்ரைவரிடம் போய் நீட்டுகிறான். ட்ரைவர் அண்ணாந்து மடமடவென்று குடிப்பதைப் பார்க்க கிருஷ்ணனுக்கு இன்னும் விடாய்த்தது.

சிங்கர் காலை நீட்டி நெட்டி முறித்தார்.

"எழும்புவமா?"

"ம்ம்..." கிருஷ்ணனும் எழும்பினான்.

எவருமே பார்க்கவில்லை.

தண்ணீர் குடித்தவன் புறங்கையால் வாயைத் துடைத்தவாறே சொம்பைக் கொடுக்கிறான். அவன் தங்களைப் பார்க்கிறானோ? இங்கேதான் வருகிறானோ?

இரண்டடி முன்னால் வைத்தட்ரைவர், மீண்டும் மற்றவனைக் கூப்பிட்டுச் சொம்பை வாங்குவது தெரிகிறது. இவர்களை நோக்கி வருகிறான்.

"தண்ணி குடிக்கிறீங்களா?" அருகில் வந்ததும் சொம்பை நீட்டினான். தமிழனா?

என்ன செய்யலாம்? சிங்கர் தயங்கியபடி வாங்கினார்.

"நீங்க தமிழ் ஆளா?"

"குடியுங்க..."

"எங்களை ஏன் இப்பிடி நிக்கச் சொல்லியிருக்கு?" குமுறலுடன் கேட்டான் கிருஷ்ணன்.

"என்ன ஆச்சு?" சொன்னார்கள்.

194 சாந்தன்

"விட்டுருவாங்க..." என்றான், கேட்டுவிட்டு. "விசாரிக்கிறாங்க நோ ப்ராப்ளம்! குடியுங்க..."

"நீங்கதான் ஒரு ஆள். இவ்வளவு நேரத்துக்கு. இப்பிடி வந்து மனுசத் தன்மையாக் கதைச்சிருக்கிறியள், தண்ணியும் தந்து..."

"என்னதா இருந்தாலும் நாம ஒரே ஆளுங்க, இல்லியா?"

"உங்கட பேரென்ன?" சிங்கர் கேட்டார்.

"கோபாலன்."

குடித்துவிட்டுச் சொம்பை கிருஷ்ணனிடம் நீட்டினார் சிங்கர். தண்ணீர் நாக்கு, தொண்டை, நெஞ்செல்லாம் நனைத்துச் சில்லென்று இறங்கியது.

"நான் மலையாளத்துக்காரன்... வர்றேன், சார்." அந்த ட்ரைவர் அவசரமாகச் சொம்பை வாங்கிக்கொண்டு திரும்புவ தாகப் பட்டது. லொறியை நோக்கி நடந்தான்.

சிங்கரும் கிருஷ்ணனும் ஆளைஆள் பார்த்துக்கொண்டார்கள். என்ன நடந்தது, இவனுக்கு? எங்களுடன் பேசிக்கொண்டிருந்ததை யாராவது பார்த்துவிட்டார்களா? அல்லது பார்த்துவிட்டால் என்ற பயமா? தான் தமிழன் என்ற ஒப்புக்கொள்ள இந்த ஆளைத் தடுப்பது எது?

எல்லாமே புதிராக இருந்தது.

"இருப்பம்..."

மீண்டும் புற் சணைப்பில் குந்தினார்கள். புல் மணத்தது.

10

எவ்வளவு நேரம் இருக்க வேண்டும், இன்னும்? என்ன நடக்கப் போகிறது?

உடலே ஓய்ந்த மாதிரி...

இடது புறம் ஒழுங்கை மறைவில் அத்தனை பேரும் இருக்கிறார்களென்றே படுகிறது. போர்ட்டிகோவில் அதே ஐந்தாறு பேர்தான். ஆனால் வீட்டிலுள்ளும் பின்னாலும் எத்தனை பேரென்றே தெரியவில்லை.

ஒருவர்கூட இவர்களிடம் வரவே இல்லை – அந்த கோபாலனைத் தவிர. அவன் எங்கே? வேலி வெட்டிய ஆட்களெல்லாம் எங்கே? பீடிப் புகை, நெய் மணம், சமையல் புகை, வாகனங்களின் அருகாமையில் கிளம்பும் புழுதியும் பெற்றோலும் கலந்த நெடி, பச்சைப் புல் வாசம்... ஒவ்வொன்றை யும் சுமந்து அலைந்த காற்று இருந்தாற்போல இரைந்து கடந்தது.

தென்னோலைகள் அலையாய் அசைந்தன. திட்டுத் திட்டாய் விழுந்து கிடந்த வெயில் ஓடி ஓடி ... உருமாறி ... இந்த மாரியிலும் நல்ல வெக்கை.

சிங்கர், கந்தர்சஷ்டி கவசத்தை முடித்துவிட்டுத் தேவாரமொன்றை வாய்க்குள் மெல்ல – மிக மெல்ல – சொல்லிக் கொண்டிருக்கிறார்.

“நாமார்க்குங் குடியல்லோம் ... நமனை அஞ்சோம் ...”

நேரம் பன்னிரெண்டு இரண்டு. கிருஷ்ணன் மணிக்கட்டைப் பார்க்கும்போதே அந்தக் கறுத்தப் பிளாஸ்ரிக் டிஜிற்ரல் கடிகாரத்தில் இரண்டு மூன்றாக மாறிற்று – தோன்றித் தோன்றி மறைகிற புள்ளிகளில் தெரியும் அதன் உயிர்த் துடிப்பு.

இந்தப் பிரச்சினை மட்டும் இல்லையென்றால் இந்த நேரம் உச்சிவேளைப் பூசைக்காக ஒலிக்கிற கோவில் மணிகள் எல்லாப் பக்கமும் கேட்கத் தொடங்கியிருக்கும் ...

இருந்தாற்போல சடசடவென்று... சூட்டுச் சத்தந்தான்! கிழக்கே கேட்டது. கிருஷ்ணன் சிங்கரைப் பார்த்தான். துப்பாக்கிகள் ஆக்ரோஷமாய்க் குரைக்கத் தொடங்கின. கிழக்கேதான். கிட்டவுமில்லை. தூரவுமில்லை.

“சண்டைதான்.”

எங்கள் பாடு? முகாமிலிருக்கிறவர்கள் பாடு?

வேட்டொலிகள் விடாமல் கேட்டன. இருபுறமும் மாறி மாறி, கூடியும் குறைந்தும், ஒன்றுக்குள் ஒன்றாய், ஒன்றை மீறி மற்றதாய் ...

இனி? கிருஷ்ணன் முழங்கால்களில் கைகளைக் கட்டியபடி குனிந்துகொண்டான். மயிர் கலைந்த தலையின் நிழல் முன்னால் விழுந்தது.

வீட்டுப் பக்கம் ஏதோ அசைவு தெரிந்ததில் திரும்பினார்கள். சிப்பாய்கள்! வரிசையாக, பெரியதொரு பாம்புபோல் சரசரவென்று அந்த வரிசை. சந்தடியேயில்லாத அந்த வேகம் பயமாயிருந்தது. உரு மறைப்புச் சீருடைகள், இரும்புத் தொப்பி களை மறைத்த பச்சை மிலாறுகள், ஹோல்ஸ்ரரும் தயாராய்ப் பிடித்த துவக்குகளுமாய் ... முழங்கால்களருகில் உப்பியிருக்கிற பைகளில் கைக்குண்டுகளோ? நிதானமாய்ப் பதியும் கனத்த காலணிகள் ...

வரிசை இப்படித்தான் வருகிறது முன்னே வந்தவன் நெருங்குகிறான்.

எழும்பலாமா? வேண்டாம். இப்போ எழும்பினால் பிரச்சினை. கை கால்களை அசைக்க முடியாத மாதிரியும் இருந்தது. சிங்கரும் எழும்பவில்லை. எழும்பாமலேயிருந்தார்கள்.

வந்துகொண்டிருந்தவர்களுக்கு இவர்கள் கண்ணிலேயே படவில்லைப் போலும். தம்பாட்டில் இவர்களைக் கடந்து திரும்பி... அங்கு ஒழுங்கையில் ஏற்கெனவே இருந்தவர்கள்?

வரிசை வந்தபடியேயிருந்தது. எத்தனை ஆட்கள்!

உயரமான ஒரு மெல்லிய சிப்பாய், தும்புக்கட்டு மீசையும் ஆளுமாய், வரிசையில் சேராது அருகோடு வந்தான். முதுகில் வயர்லெஸ். ஓடாக் குறையாகத் தாண்டிப் போனான். ஏரியல் உயரமாய், தென்னங் கீற்றுப்போல் அவன் நடைக்கேற்பத் துடித்தசைந்தது.

இப்போது வருகிறவர்கள் இடைக்கிடை இவர்களையும் கவனிக்கிறார்கள். ஒருவன் ஏதோ சொல்லிவிட்டும் போகிறான்.

இருநூறு பேராவது தாண்டியிருப்பார்களா? இன்னமும் வருகிறார்களா? அடுத்த பக்கத்து வளவுக்குள்ளும் ஆட்களிருக்க வேண்டும்.

அந்த அம்புலிமாமா ஆள் – அவன் பெயர் பன்வரா? – போர்ட்டிகோவிலிருந்து வெளியே வருகிறான். அதே கறுப்புச் சீருடை. இப்போ தொப்பி அணிந்துகொள்கிறான். அவன் முதுகிலும் ஒரு வயர்லெஸ். பின்னால் இரண்டு பேர் தொடர வேகமாக வருகிறான்.

ஆளைப் பார்த்தால் கம்பீரமாய்த்தானிருக்கிறது. இந்திப்பட நடிகனாய்ப் போயிருக்க வேண்டியவன். இல்லை, நடிப்பென்று பார்த்தால் அந்த பி.கே. சிங்கை யாரும் மிஞ்ச முடியாது! என்ன மாதிரிப் பேசி இங்கே அனுப்பினான்!

கப்டன் நெருங்கித் தாண்டியபோது இவர்களைப் பார்த்தான்.

போகிற போக்கில் சொன்னான்:

“நீங்கள் போகலாம்!”

சொல்லிவிட்டுப் போனான்.

11

ஒன்றுமே விளங்கவில்லை.

இப்போது போகச் சொன்னால் – போகலாமா?

சிலவேளை...

நினைத்ததும் மீண்டும் நெஞ்சிடித்தது – போகச் சொல்லி விட்டு?

"இப்ப, 'போ' எண்டா இதென்ன?" சிங்கரும் குழம்புவது தெரிகிறது.

"போவம்?" கிருஷ்ணன் திரும்பிப் பார்த்தான்.

கப்டனைக் காணவில்லை.

"பாப்பம். இவங்கள் போய் முடியட்டும்... இப்ப எழும்பினாலும் பிழை."

சரிதான், போகட்டும். வரிசை வந்துகொண்டேயிருந்தது.

'இவங்களுக்குள் – எங்களால் ஆளை ஆள் வித்தியாசங் கண்டு பிடிக்க முடியுமா? ஒரே சாயல், ஒரே நிறம், ஒரேஉயரம்...'

தன்னையறியாமலே தான் அவர்களைக் கவனிப்பதைக் கிருஷ்ணன் உணர்ந்தான். வேண்டாம். ஏதாவது நினைத்தாலும்... அங்கே பார்க்கக் கூடாது.

வலப் பக்கம் யாரோ ஓடி வருவது மாதிரி...

திரும்பினான்.

ஐந்தாறு பேருக்கப்பால் வருகிற ஒருவன் வரிசையை விட்டு விலகித் தங்களை நோக்கிக் கத்தியபடி ஓடி வருவது தெரிகிறது! நீட்டிய துவக்கு...

என்ன இது? அவனை ஏன் மற்றவர்கள் பிடிக்கவில்லை? ஆவேசங் கொண்டு அவன் கத்துவது இந்தியிலா என்றுகூடத் தெரியவில்லை.

கடைசிச் சொல் மட்டும் புரிந்தது.

"எல்ரிரிஈ!"

அவன் உறுமியபோது நெற்றியை மறைத்த மயிரும், கொலை வெறி துள்ளும் கண்களுமாய் அவன் முகம். மூன்றடிக்கு முன்னாலிருந்தது.

ஏறிட்டுப் பார்த்த கிருஷ்ணனின் நெஞ்சில் துப்பாக்கி இடித்தது. கண்களை மூடிக்கொண்டான்.

தானும் அப்போது மூடிக்கொண்டதாகச் சிங்கர் பிறகு சொன்னார்.

***வெளிச்சம்* 1994**

அடையாளம்

கருநாகப்பள்ளி.

விழிப்புத் தட்டியபோது ரயில் நின்று கொண்டிருந்தது. இருளுங் குளிரும் இன்னமுந்தான். இப்போதைக்கு முழுதாக விலகுமென்று தோன்ற வில்லை. படுத்தவாக்கிலேயே கண்ணாடி ஜன்னலூடாக எதிரே ஸ்ரேஷன் பெயர்ப் பலகை. எங்கிருந்தென்றில்லாமல் வந்த மின்னொளிக் கசிவில் தெரிந்த எழுத்துக்கள். பெரிதாக ஆங்கிலத்தில். அதற்கு மேலே மலையாளம், இந்தி.

"குட் மார்னிங்" நவாஸ் ஏற்கெனவே விழித்து விட்டிருந்தார். குரல் உற்சாகச் சிரிப்போடு இழைந்து வந்தது.

"மோணிங்" கொட்டாவியை இடைவெட்டிக் கூறினான்.

"எப்படி? நல்லா தூங்கினீங்களா?"

"நல்ல நித்திரை!" தடித்த போர்வையைத் தள்ளியபடி எழுந்தான்.

"... படுத்ததுதான் தெரியும்."

"இப்படிக் குடுங்க" நவாஸ் போர்வையை வாங்கி மடிக்கக் கையை நீட்டினார்.

எழுந்து நின்று சோம்பல் முறித்துவிட்டு, படுக்கையாய் மாற்றிக் கிடந்த தன் இருக்கையை நிமிர்த்தி மீண்டும் உட்கார்ந்தான். எதிரே நவாஸின் படுக்கை ஏற்கெனவே இருக்கையாக மாறிவிட்டிருந்தது.

"காஃபி சாப்பிடுங்க, ரமணன்..." தயாராக வாங்கி வைத்திருந்த சிறு கேத்திலையும் கோப்பையையும் எடுத்தார் நவாஸ்.

"நீங்கள்?"

"அப்பவே சாப்பிட்டாச்சு." கோப்பையில் ஊற்றி நீட்டிய படியே கேட்டார்.

"...சூடு ஆறிட்டுதா?"

"சரியாயிருக்கு, தாங்க்ஸ்."

ரயில் மெல்லிய குலுக்கலுடன் இழுத்து, மீண்டும் நின்றது. தளும்பிய கோப்பையைச் சமாளித்து இருக்கையில் சாய்ந்து கொண்டான். விளிம்பால் மெல்ல வழிந்த கரும் பானம் வட்டிலிற் தேங்கிற்று.

"உங்களைத் தூங்கவே விடாமல் இரவு முழுதும் பேசிக் கொண்டிருந்து விட்டேன், இல்லையா?" நவாஸ் சிரித்தார்.

"இல்லை, உங்களோட பேசினதிலை முட்டுத் தீர்ந்த மாதிரி!"

"முட்டு!" நவாஸ் அந்தச் சொல்லைச் சிலாகிக்கத் தொடங்கினார்.

"... பிரஷர், டென்ஷன், அமுக்கம்! எப்படி இவ்வளவு அற்புதமான சொற்களையெல்லாம் அழிஞ்சு போகாம வச்சிருக்கிறீங்க, யாழ்ப்பாணத்தில?"

"நவாஸ்..." சிரித்தபடி மிடறு விழுங்கிவிட்டுக் கூறினான்.

"நீங்கள் பேசாமல் என்னோட யாழ்ப்பாணத்துக்கே வந்து விடுங்களேன்."

நவாஸும் சிரித்தார்.

"அந்த ஆசை எனக்கு ரொம்ப இருக்கு ரமணன்."

"நேற்றிரவு நான் சொன்ன கதைகளைக் கேட்ட பிறகுமா?"

"ம்ம்!" அழுத்தி ஒலித்தார் நவாஸ். "அதுக்கப்புறந்தான் அதிகமாகியிருக்கு!"

ரயில் மெல்ல வழுகத் தொடங்கியிருந்தது. கூட ஓடிவந்த இன்னொரு சோடி தண்டவாளத்திற்கப்பால் புலரி மைம்மலிலும் புரிந்துகொள்ள முடிந்த பசுமை. சேப்பங் கன்றுகள் குத்துக் குத்தாய் முளைத்து இளங்காற்றில் அற்புதமான அசைவு காட்டிப் படபடத்தன. ஆலவட்டமாய் ஆடும் முக்கோண இலைகள்...

"ஊர் நினைப்பு வந்திட்டுதா?" நவாஸ் மெல்லக் கேட்டார்.

"ஒரு மாதிரி இங்கே வந்தாச்சு! இனித் திரும்பிப் போய்ச் சேர வேணுமே!" ரமணன் குரல் கனத்திருந்தது.

"பத்திரமா வந்த மாதிரியே பத்திரமாத் திரும்பியும் விடுவீங்க, இன்ஷா அல்லா!"

நவாஸ் குரல் தணியப் பிறகு சொன்னார்.

"ஸாரி... இப்படியான நேரத்தில் உங்களை இங்க வரச் சொல்லி நாங்க அழைச்சிருக்கக் கூடாதோ என்று படுகுது."

"இல்லையில்லை" அவசரமாய் இடைவெட்டினான். "...வந்தது எப்படியோ நல்லதுதான். வெளியே வெளிக்கிடாமல் எவ்வளவு காலத்துக்குப் பதுங்கியே கிடக்க முடியும்?" எழுந்து வெறுங் கோப்பையைத் தட்டில் வைத்தான்.

"அதோட, எனக்காக நீங்கள் இவ்வளவும் செய்திருக்கேக்கை... வராமலிருக்க முடியுமா?"

"என்ன பெரிசா செய்துட்டோம்?"

"அது உங்களுக்குப் பெரிசாத் தெரியாமலிருக்கலாம்" என்ற ரமணன் பிறகு சொன்னான் "உங்கட அழைப்பு வந்த உடனே, நெருக்கமான இரண்டு மூண்டு பேரோட கலந்து யோசிச்சன்..."

"என்ன சொன்னாங்க அவங்க எல்லாம்?"

"ஒண்டையேதான் சொல்லிச்சினம் எல்லோரும். 'இங்க பார் ரமணன், நீ இப்ப யாழ்ப்பாணத்தை விட்டு வெளியாலை போய்ப் பத்து வருஷமாகப் போகுது! நிலைமை இப்பிடியேயிருந்தா நீயும் இப்பிடியே இருக்கப் போறியா? ஒரு அவசரம் தேவை வராதா? ஆனபடியா, இப்ப ஒருக்கால் போய்வந்து பாக்கிறதுதான் நல்லது! இது நல்ல சந்தர்ப்பம், ஒரு பயிற்சி...' எண்டு."

"பத்து வருஷம்!"

ரயில் முழு வேகமெடுத்திருந்தது. வெளியே மாறி மாறித் தென்னந் தோப்புகளும் நீர்நிலைகளுமாய்க் கண்ணைக் கவர்ந்து கொண்டிருந்த கேரளத்து வனப்பு இப்போது கருத்தில் படத் தொடங்கியிருந்தது. பனிப்புகார் படிந்த பசுமையின் மேல் மஞ்சள் பூசி வேற்றுலக வண்ணங் காட்ட முயன்றுகொண்டிருந்த இளங் காலை வெயில்.

2

பயணங்களை ரசித்த காலமொன்றிருந்தது. அதிலும் எதிர்பாராத பயணங்களை. திடீரென்று வாய்க்க நேரும் நெடும் பயணங்களை. எந்தத் தயக்கமுமில்லாமல் இலங்கை முழுவதும் இப்படிச் சுற்ற முடிந்திருக்கிறது. அது ஒரு காலம்.

திட்டம் போட்டு, கடிதமெழுதி, வருகிறேன் என்று தந்தி அடித்து . . . இப்படிப் போவதில் பயணங்களின் சுவை கெட்டுப் போவதாயிருந்தது, அவனளவில்! திடுதிப்பென்று ஏதோ ஒரு தேவை வரவேணும், கையில் அகப்படுகிற ஒரு சோடி உடுப்பைத் துணிப்பையில் போட்டுத் தோளில் மாட்டிக்கொண்டு, அடுத்ததாயிருக்கிற ரயிலிலோ பஸ்ஸிலோ தொற்றிக்கொள்ள வேணும்!

என்றாலும், ரயில் பயணங்களைவிட பஸ் பயணங்களே அவனுக்குச் சிறு வயதிலிருந்தே – அதிகம் பிடித்தவையாயிருந்தன. நெரிசல் இல்லாத நெடுந்தூர பஸ்கள். ரயில்கள் ஏனோ அந்நிய உணர்வு தந்தன. அடிக்கொரு தரம் காலாற இறங்க, வழிக் கடைகளில் தேநீர் குடிக்க, எல்லாம் பஸ்களில்தான் முடிந்தது. பஸ் இல்லாத வேளைகளில்தான் ரயிலில் போக மனம் வந்தது.

படிக்கிற காலத்தில் நாளைக்கு நாலு யாழ் – கொழும்பு ரயில்கள் ஓடின. நினைத்தவுடன் நினைத்ததில் ஏறிக்கொள்ளலாம். பதினொன்றோ பன்னிரண்டோ மணிக்கு வருகிற தபால் பார்த்து, அதில் தகவலேதும் வந்தால்கூட இரண்டு மணி யாழ்தேவியில் ஊருக்குப் புறப்பட முடிந்தது. பயணக் கட்டணங்கூடப் பத்தோ பதினைந்தோ.

வகுப்புக்கள் முடிந்து ஒரு நாள் அறைக்குத் திரும்பியபோது, கடிதமொன்று காத்திருந்தது. அவசரம். வீட்டுக்குப் போய் அங்கிருந்து அம்மா மறுவிலாசமிட்டு அனுப்பிய கடிதம். ஐயாவுடன் கலந்தாலோசிக்க வேண்டிய விஷயம். அவருக்கு மட்டக்களப்பில் வேலை. ஃபோனில்கூடப் பேசியிருக்கலாம்தான். என்றாலும் அறை நண்பனிடம் சொல்லிவிட்டு இரவு ரயில் ஏறி அடுத்த நாள் ஐயாவுடன் பேசி முடித்து அப்படியே கொழும்பு திரும்ப மனம் வராமல் அன்றிரவு பஸ்ஸில் யாழ்ப்பாணம் போய் அதற்கடுத்த நாள் இரவு ரயிலில் மீண்டுங் கொழும்பென்று! இப்படி எத்தனை. எல்லாம் சாதாரணம்.

வேலையில் சேர்ந்த பிறகும்கூட அப்படித்தான். வீட்டிற்குப் போகும் நினைவு வந்தால் அலுவலகத்தில் அப்படியே அரைநாள் லீவு போட்டு அங்கிருந்தே அறை நண்பனுக்கு ஃபோன் பண்ணிக் காற்சட்டைப் பைக்குள் கையை விட்டபடி கோட்டை ரயில் நிலையம் போனால், அன்றிரவு சாப்பாடு அம்மா கையால்! அப்படியிருந்த காலம். திருகோணமலையில் வேலை பார்த்தபோதுகூட கொழும்பென்றும் அநுராதபுரமென்றும், யாழ்ப்பாணமென்றும் வேலை விஷயமாயும் சொந்த அலுவலாயும் வாழ்விற், பாதி பயணத்தில் கழிந்தது.

இப்போது பத்து வருஷமாய் ஆனையிறவுக்கு அப்பாலேயே போகவில்லை! அதிசயந்தான்.

இந்தியன் ஆமிக்காலத்தில் இரவு பஸ்கள் ஓடின. பெரிய பஸ்கள். 'சொகுசு' என்று சொன்னார்கள். வீடியோ படம் ஓடும். பிடிக்கவில்லையென்றால் கண்ணை இறுக மூடி, காதைப் பொத்திக்கொண்டு இருக்கையைச் சரித்துக்கொள்ளலாம். கொழும்பு – யாழ்ப்பாணம் ஏதோ நூறு ரூபா சொச்சம். காலாறவும் தேநீருக்கும் இறங்க முடிந்தது. முறிகண்டியில் பிள்ளையாரைக் கும்பிடவும் முடிந்தது.

ஆனால், இவற்றைவிடக் கட்டாயமாக இறங்கியே தீர வேண்டிய இடங்களுமிருந்தன. செக்கிங்! இந்திய இராணுவம் வடக்காலும் இலங்கை இராணுவம் தெற்காலுமாக ஏழெட்டு இடங்களில் சனங்களை இறக்கி ஏற்றின! குஞ்சு – குருமன், குழந்தை – கிழம், ஆண் – பெண் எல்லோரும் இறங்கத்தான் வேண்டியிருந்தது. பெட்டி பைகள் – சாப்பாட்டுப் பார்சல்களைக்கூடக் கொட்டிக் கிளறினார்கள். ஒரு முறை திறக்கச் சொன்னபோது சூட்கேஸின் பூட்டு சொருகிக்கொண்டுவிட்டதில் பட்ட அந்தரம்!

இதே போலொரு தடவை கொழும்பிலிருந்து திரும்பி வந்தபோதுதான் இந்தப் பயணங்களையே பார்த்துப் பயப்படவும் பிறகு பத்து வருஷங்கள் அவற்றை நினைக்காமலேயே இருக்கவும் வைத்த சம்பவம் நிகழ்ந்தது.

அதிகாலை நாலு மணி. கரடிப்போக்குச் சந்தியில் செக்கிங். ஏறிப் பார்த்து, ஐஸி கேட்டு, பொதிகளைத் தட்டி – எல்லாம் வழமைபோல் செய்த சிப்பாய்கள், இருந்தாற்போல் பயணிகளில் இரண்டு பேரை இறங்கச் சொன்னார்கள். ஒருவன், ரமணன்.

"இவங்க நிக்கட்டும் . . . பஸ் போ!"

பகீரென்றது.

"ஏன் ?"

சிப்பாய் நக்கலாகச் சிரித்து விட்டு உறுமினான்.

"பெரியவரு வரட்டும்! கேட்டுப் பாருங்க."

என்ன சொல்வதென்று தெரியாதிருந்தது. என்ன ஆதாரத்தில் என்னைச் சந்தேகிக்கிறாய் என்று கேட்க முடியுமா? அவன் கண்களுக்கு 'அப்படி' பட்டிருந்தது. அது போதாதா? இப்படியாக முன்னர் ஊரில் அநியாயமாக மாட்டிக்கொண்ட சந்தர்ப்பங்கள் இரண்டு இருக்கத்தான் செய்தன. என்றாலும் அப்போது அவன்களுக்குச் சந்தேகப்பட ஏதோ முகாந்திரமாவது இருந்தது. இப்போது?

சொல்லக்கூடிய விளக்கமெல்லாம் சொல்லி, காட்ட வேண்டிய ஆதாரமெல்லாம் காட்டி... எதுவுமே ஏறுவதாயில்லை.

சற்றுத் தள்ளிப்போய் நின்றுகொண்டிருந்த பஸ்ஸை இனியும் மினைக்கெடுத்துவது நியாயமாகப் படவில்லை. ட்ரைவர் சிங்கள ஆள்தான். விட்டு விட்டுப் போக மனமில்லாமல் தயங்கித் தயங்கி போய்த்தான் பஸ்ஸில் ஏறினார்.

இனி என்ன நடக்கும்? வீட்டுக்குத் தகவல் சொல்வது எப்படி? பசியுங் களையும் பயமுமாய்...

3

எட்டரைக்கு யாழ்ப்பாணம் புகைவண்டி நிலையத்துக்கு வந்து விட வேண்டுமென்று சொல்லியிந்தார்கள்.

அதுவா இது?

கட்டிடம் இடிந்து சிதைந்து கிடந்தது. எப்படியிருந்த இடம்! முன்னாலிருந்த பூஞ்செடிகளுக்கான பாத்திகூடப் பாழடைந்து... முன் விறாந்தை மட்டும் எப்படியோ தப்பி விட்டிருந்தது. அதில் தான் பயணிகள் நின்றுகொண்டிருந்தார்கள், மூன்றோ நாலோ வரிசைகளாக.

விமான நிறுவன ஆட்கள், பொலிஸ், இராணுவச் சிப்பாய்கள் என்று அந்த இடம் அசாதாரணப் பரபரப்புடனிருந்தது.

தன்னை வழியனுப்ப எவரும் வரவேண்டியதில்லை என்று சொல்லிவிட்டான். அழைத்து வந்த ஓட்டோக்காரர் அயலவர்தான். கொண்டு வந்து இறக்கிவிட்டதை வீட்டில் சொல்லிவிடுவார்.

"எவ்வளவு நேரமெண்டு நிக்கப் போறியள்? நீங்கள் போங்கோ" அவரை அனுப்பிவிட்டு வரிசைகளை நோக்கி நடந்தான்.

எதில் நிற்பதென்று தெரியாதிருந்தது. அங்குமிங்கும் ஏமலாந்தாமல் நேரே போய் விமான நிறுவன ஆள் என்று தெரிந்த ஒருவரிடம் கேட்டான்.

"எந்த ஃப்ளைற்?"

"இரண்டாவது"

"நேரமிருக்கிறது" மூன்றாவதைக் காட்டிச் சொன்னார், "அந்த வரிசை."

அது அரைகுறையாக நின்றது. ரமணன் பார்த்துக்கொண்டு நின்றபோதே வயதான ஒருவர் அதில் போய் நின்றார்.

"தாங்க்ஸ்," என்று இந்த ஆளுக்குச் சொல்லிவிட்டு. பையைத் தோளில் மாட்டியபடி போய்ப் பெரியவரின் பின்னால் நின்றான்.

"இது இரண்டாவதுக்குத்தானே?" அவர் திரும்பிக் கேட்டார்.

"ஓம்"

"இன்னும் முதலாவதே போகேல்லைப் போல கிடக்கு."

முதல் வரிசைக்காரர்கள் ஒழுங்காகப் போய் எதிரே கிடந்த நீள மேசைகளில் ஒவ்வொருவராகத் தங்கள் பொதிகளைப் பிரிக்க வேண்டியிருந்தது. மேசைக்கு மறுபுறம் பொலிஸ்காரர்களும் படையாட்களுமாய் அவற்றை அலசிக்கொண்டிருந்தார்கள். துணிகளை உதறி, சரைகளைப் பிரித்து, கடிதங்களைத் திறந்து...

"ஒண்டுங் கொண்டு போகேலாது!" பெரியவர் குரலில் வெப்பியாரம். ஒவ்வொரு பயணிக்கும் ஐந்து நிமிஷத்திற்குக் குறையாமல்.

"போற போக்கைப் பாத்தா எத்தினை மணியாகுமோ?" என்ற பெரியவர், நிச்சயப்படுத்திக் கொள்பவர்போலக் கேட்டார்: "எட்டரைக்குத்தானே வரச்சொன்னது?"

"ஓம். முதல் ஃப்ளைற் பத்து மணிக்கு வெளிக்கிடுமெண்டும் எங்கட பன்னிரண்டுக்கு எண்டுந்தான் அறிவித்தல்."

எதிரே, உள்ளே, நிலைய மேடை தரையின்றி வெளித்துக் கிடந்தது. தண்டவாளமிருந்த இடத்தில் மண்டிய பற்றை.

இன்னுமொருவர் பின்னால் வந்து நிற்பது போலிருந்தது, திரும்பிப் பார்க்க முதலே வந்தவர் அவன் தோளில் வைத்தார்.

"ரமணன்!"

உடனே அடையாளம் தெரிவதாயில்லை.

"நடா!"

"பயணமா?" நடா நன்றாகத்தான் மாறித் தெரிந்தார். கன்ன மயிர் நரைத்து, முகஞ் சுருக்கங் கொண்டு... வயது விளையாடியிருந்தது. ஆனால் கண்கள் மட்டும் அதே சிரிப்புடன்.

"என்னடாப்பா, ஆளைக் கண்டே பதினைஞ்சு வருஷம்!" அவன் கைகளைப் பற்றிக்கொண்டார்.

"இப்பவும் அதே மாதிரித்தானிருக்கிறாய். ஒரு மாறுதலு மில்லை!" நடாவின் குரலில் வியப்புத் தொனித்தது.

"அதுதானே ஆபத்தாயிருக்கு!"

"என்னடா, அது?" நடா புருவங்களைச் சுருக்கினார்.

"பிறகு சொல்றன்" என்றவன், "கொழும்புதானே இப்பவும்?" கேட்டான்.

"ஓ! நீதான் அவசரப்பட்டு வேலையை விட்டிட்டாய்... மடத்தனம்." நடாவின் வார்த்தைகளில் உண்மையான அக்கறை தெரிந்தது.

ரமணன் ஒன்றும் சொல்லாமல் புன்னகைத்தான்.

"எனக்கு உன்னை நினைக்கிற நேரங்களிலையெல்லாம் அந்த ஜேவிபி காலந்தான் நெடுக ஞாபகம் வரும்!"

நடா சிரித்தார்.

"அதே நிலைமைதான் அண்ணை எனக்கு இன்னும்! மாறேல்லை!"

"என்னடா நெடுக நொடி போடுகிறாய்?"

முதல் வரிசை ஆறுதலாகத்தான் நகர்ந்துகொண்டிருந்தது.

"இந்த போக்கில் போனால் நாங்கள் இங்கையிருந்து வெளிக்கிடவே பன்னிரண்டாகும்" முன்னால் நின்ற பெரியவர் சலித்தார்.

4

அவர் சொன்னது போலத்தான் ஆகியது. இவர்களை ஏற்றிக் கொண்டு இரண்டாவது பஸ் புறப்பட்டபோது,

"ஃப்ளைற் வெளிக்கிட வேண்டிய நேரம் இது," யாரோ சொன்னார்.

சித்திரை வெயில் நெருப்பாயிருந்தது. போகப் போகப் பாதை வெறிச்சோடிற்று. இடம் பெயர்ந்து திரும்பி வந்த பிறகு இதுவரை உரும்பிராய்க்கு வடக்கே போகவேண்டி வரவில்லை. புன்னாலைக்கட்டுவன் தாண்டியதுமே கண்கொண்டு பார்க்க முடியாதிருந்தது. இடிந்து பிளந்த வீடுகள், வானம் பார்த்த சுவர்கள், அவற்றை மூடி மேவிய பற்றைகள் . . . பள்ளிகள், கோவில்கள், தோட்டங்கள் எல்லாமே காடு பற்றி... உருப்படியாய் ஒன்றுகூடத் தெரிவதாயில்லை.

கடவுளே!

காங்கைக் காற்று முகத்தைச் சுட்டது. 'இங்கு வாழ்ந்த சனங்களெல்லாம் எங்கு போயிருப்பார்கள்? என்னாகியிருக்கும் அவர்கள் வாழ்வு?'

பஸ் நின்றது. பாதை மறித்திருந்தது.

"வாகனம் செக்கிங்."

அது முடிந்து தடைத்துலா மேலுயர அரைமணியாயிற்று. பஸ் மீண்டும் புறப்பட்டபோது கூடுதலாக இரண்டு படையாட்கள் ஏறியிருந்தார்கள்.

அந்தப் பாதை மாதிரித்தான் இருக்கிறது இதுவும்! இருந்தாற் போல உறைத்த ஒற்றுமைகள் – அதே வறட்சி, அதே வெக்கை… பற்றை படர்ந்த பாதை ஓரங்கள்… வெறிச்சிட்ட வீதி… வெயில் கூட!

என்னாகுமோ என்ற பதைப்புடன் கரடிப்போக்குச் சந்தியில் மூன்று மணித்தியாலத்திற்கு மேலாய் நின்ற பிறகு, கடைசியில், வெயில் வேறு ஏறிக்கொண்டிருந்த வேளை, அந்தச் சிப்பாய்களின் 'பெரியவன்' ஒரு மொட்டை ஜீப்பில் வந்திறங்கினான். இரண்டே கேள்விகளுடன் 'நீங்கள் போகலாம்,' என்றபோது… கடவுளே!

ஆறுதலும் மகிழ்ச்சியுமாய், வந்த ஒரு பஸ்ஸை மறித்து ஏறிப் பயணந் தொடர்ந்தபோதும் பாதை இப்படித்தானிருந்தது!

அன்றைக்கு அந்த அதிகாரியும் ஒரு முட்டாள் முரடனாயிருந் திருந்தால்?

இன்று நான் புறப்பட்டது புத்திசாலித்தனந்தானா? தன்னைத் தானே கேட்டுக்கொண்டான் ரமணன்.

பஸ் தெருவை விட்டு வலப்புறமாய் ஒரு மண் பாதையில் திரும்பிற்று. வளைந்து நெளிந்து, திக்குத்திசை தெரியாமல் இருபுறத்துச் செடிகளும் உரச வேகம் தணித்துப் போனது.

மீண்டும் தெருவிலேறியபோது எதிரே ஓரிரு தகரக் கொட்டகைகள் தெரிந்தன.

"வந்தாச்சு."

வந்தாச்சு? என்ன வந்தாச்சு? எங்கே விமான நிலையம்? ரமணனுக்குத் தெரியாத விமான நிலையமா? எத்தனை தரம் வந்திருக்கிறான்! அந்த அழகான கட்டடம், முன்னால் அழகழகான பூஞ்செடிகள், எல்லாம் எங்கே?

பஸ் மெல்லப் போய் தெரு அருகோடு மர நிழலில் நின்றது. இறங்கினார்கள்.

இந்தக் கொட்டகைகளைவிட, தோட்டங்களில் எருக்கட்டும் குடில்கள்போல ஆங்காங்கே இரண்டு மூன்று. சரி, கட்டடம்தான் இல்லாது போனாலும் ஓடுபாதை எங்கே?

"அந்த வேலிகளெல்லாந் தாண்டிப் போகவேணும்…" நடா வரும்போது பிளேனில்தான் வந்திருக்கிறார்.

கொட்டகையில் வரிசையாகப் போய் உட்கார்ந்தபோது நேரம் இரண்டாகிக்கொண்டிருந்தது. தான் குடித்துவிட்டுத் தண்ணீர்ப் போத்தலை நீட்டினார் பெரியவர்.

“கொஞ்சம் குடியுங்கோ, தம்பி.”

5

ரமணனின் தோள் பையில் பெரிதாக ஒன்றுமில்லை. மூன்று சோடி உடுப்பு. ஒரு சாரம், ஒரு துவாய். ஒரு சவர்க்காரம். ஒரு சிறிய பவுடர் பேணி. பிளேட் கொண்டுபோகக் கூடாதென்றதில் ‘ஷேவிங் ஸெற்’றையும் விட்டுவிட்டு வந்திருந்தான். கொழும்பில் ‘பிக்’ ஒன்று வாங்கினால் சரி. பஸ்ஸில் ஏற முதல் செக் பண்ணியதையே பிறகும் பண்ணுகிறார்கள்! அது பாதுகாப்பு வலயத்துக்குள் வர. இது பிளேனில் ஏற!

“யன்ட ...” அனுமதி கொடுத்த விமானப் படையாள் என்ன நினைத்தானோ “...பொட்டக் இன்ன” என்றபடி பவுடர் டப்பியைத் திறந்து கையில் சிறிது கொட்டி முகர்ந்துவிட்டு “ஹறி...” என்றான்.

ஸ்ரேஷன் பரிசோதனையில் பவுடரை யாரும் கொட்டி மணக்கவில்லை.

இங்கே இந்தப் பொதிப் பரிசோதனைக்கு முன் உடம்புப் பரிசோதனையும் நடந்தபோது காற்சட்டைப் பையைத் தடவிப்பார்த்த ஆள் உசாரடைந்து “அது என்ன?” என்றான். சீப்பை எடுத்துக் காட்ட வேண்டியிருந்தது. .

வெளியே குடிலொன்றில் பெரியவர் ஏற்கெனவே போய் உட்கார்ந்திருந்தார். அடையாள அட்டை, போர்டிங் காட், திரும்புகிற ரிக்கெற் என்று எல்லாவற்றையும் ஒன்றுக்கு இரண்டு தரம் சரிபார்த்தபடி போனான். அடையாள அட்டை, உயிர் நாடி. ஏழோ எட்டோ ஆண்டுகளுக்கு முன் எடுத்த அந்தப் படத்தைப் போலவே இப்போதும் இருக்க வேண்டுமென்று மீசையை மழித்துத் தலையையும் உச்சி பிரித்து வாரியிருந்தான். கண்ணாடியைக் கழற்றிக்கொள்ளலாம். தவிர வழமையாகக் கண்ணாடி போடுபவர்கள்கூட அடையாள அட்டைக்குப் படமெடுக்கும்போது அதைக் கழற்றத்தானே வேண்டியிருக்கிறது! “இரும் தம்பி” என்றார் பெரியவர்.

வாங்கு போலிருந்த ஒன்றில் குந்த முதல் நடா வந்துவிட்டார். அரசு ஊழியர். கொழும்பில் வேலை. தாமதமிருந்திராது.

“எத்தனை மணி” பெரியவர் கேட்டார்.

“மூண்டே கால்!”

“அங்கைபோய் இறங்கியே இரண்டு மணித்தியாலமாகியிருக்க வேணும்.”

விமானமொன்றின் உறுமல் எங்கோ பெரிதாய் ஒலித்தது.

"இப்பதான் முதற் ஃப்ளைற் வெளிக்கிடுகுது போலை..."

"இது போய்த் திரும்பிவர குறைஞ்ச கணக்கு அஞ்சரை! எப்பிடிப்பார்த்தாலும் நாங்கள் வெளிக்கிட ஆறாகும்?" பெரியவர் கணக்குப் போட்டார்.

"சரிதான்." நடா ஒப்புக்கொண்டார்.

'ஏன் வெளிக்கிட்டேன்,' என்றிருந்தது, இருந்தாற்போல. வில்லங்கத்தை விலைக்கு வாங்க வேண்டுமா, அதுவும் இவ்வளவு கஷ்டப்பட்டு?

தூரத்தில் நின்ற பஸ்ஸை நடாவிடம் காட்டினான் ரமணன்.

"நாங்கள் வந்த பஸ்தானே அது?"

"திரும்பி இனி யாழ்ப்பாணம் போகும்?"

"இப்ப கொழும்பாலை வந்து இங்கே இறங்கின ஆக்களை ஏத்திக்கொண்டு..."

"அதிலை நானும் திரும்பிப் போக யோசிக்கிறேன்..." பாதிதான் பகடி...

நடா, ரமணனை அதிசயமாகப் பார்த்தார்.

"இல்லை அண்ணை, வெறுத்துப் போச்சு!" பயத்தை மூடிச் சலிப்பு மட்டும் வெளிவந்தது.

"திரும்பிப் போறதெண்டா, உன்னை விடுவானெண்டோ நினைக்கிறாய்?"

அது சாத்தியமில்லை என்பது அவனுக்குத் தெரிந்ததுதான்.

" 'உளவு பாக்க வந்த நீ' எண்டு உள்ளேதான் போடுவான்!" நடா சிரித்தார்.

பிறகும்!

ரமணனுக்குச் சிரிப்பு வரவில்லை .

"கனகாலம் வெளிக்கிடாமல் இருந்திட்டாய்... அதுதான் இப்பிடி!"

காரணம் சொன்னார் நடா.

அது சரிதான். ஆனால் காரணத்தின் காரணம்?

"அப்போதை, எல்லாம் பிறகு சொல்றன் எண்டாய்! சொல்லு."

"நீங்க சொன்ன கதை மாதிரித்தான்!"

"மறு பிறவியடா அது!" அந்த வியப்பு நடாவைக் குழந்தை போல் காட்டியது.

எழுபத்தொன்று ஆடி. தென்னிலங்கை தீப்பற்றிக் கொண்டிருந்தது. கொழும்பிலும் மெல்லப் பரவத் தொடங்கிய சூடு. ஒரு முற்பகல். தேநீருக்காக அலுவலகத்தை விட்டுச் சற்றுத் தள்ளியிருந்த 'வொண்டர் பா'ருக்குப் போனார்கள். ரமணன், நடா, ரஞ்சித். வழமையாகப் போகிற இடம். பாதை கூட ஒரு நாளைக்குக் குறைந்தது நாலு தடவையாவது கடக்க நேர்கிற பாதை. காலையில் வேலைக்கு வந்தபோதுகூட எல்லாம் வழமைபோல்தானிருந்தன. இப்போது இந்த இரண்டு. இரண்டரை மணிநேரத்தில் பக்கத்து அலுவலகம் முன்புறமெல்லாம் ஒரே பரபரப்பு. அது முக்கியமான ஒரு அலுவலகம் போலும். காவல் போட்டிருக்கிறார்கள் என்று தெரிந்தது.

தேநீருக்குப் பின் திரும்பி வருகையில் அமளி அதிகமாகி விட்டிருந்தது. கடற்படையின் காவல். கேற்றில் இருவர், உள்வாசலில் இருவர். சீருடை இள நீலமும் கரு நீலமுமாய் அழகாய்த் தானிருக்கிறது.

"ஹோல்ற்!" கர்ஜனை கேட்டது.

என்னவென்று பார்ப்பதற்குள் அந்த இரண்டடி உயர அலங்கார எல்லைச் சுவரைத் தாண்டிப் பாய்ந்து வந்த சிப்பாயின் பளபளக்கும் துப்பாக்கிமுனைக் கத்தி ரமணனின் மார்பின் குறுக்கே காற்றைக் கிழித்தது! என்ன இது?

பயங்கூட வரமுடியாத அளவு விரைவு!

"எங்கே போகிறாய்?" சிங்களத்தில் வந்தது கேள்வி.

"அலுவலகத்திற்கு." சமாளித்துக்கொண்டு ஆங்கிலத்தில் சொன்னான்.

"ஒஃபிஸ்?" படையாள் உறுமினான். "எங்கே ஒஃபிஸ்!"

"அது" காட்டிச் சொன்னான், "அங்கே வேலை செய்கிறேன்."

ஆங்கிலந்தான். நல்ல காலம்.

துப்பாக்கி கொஞ்சம் விலகியது. "தமிழ் ஆளா நீ?"

"யெஸ்."

எட்டுப் பத்து விநாடி வடிவாக உற்றுப் பார்த்துவிட்டுச் சொன்னான்.

"போ."

பத்தடி தள்ளி ஏதோ பேசிக்கொண்டு வந்த நடாவும் ரஞ்சித்தும் மெல்ல அருகில் வந்தார்கள். தங்கள் அலுவலகத்தில் நுழையும் வரை மூவரும் வாயே திறக்கவில்லை. கேற்றைத் தாண்டியதுதான் தாமதம், ரஞ்சித் கட்டி முத்தமிட்டான்.

"அந்த முட்டாள் கத்தியை விசிறியதை வடிவாய்க் கண்டேன்!"

"மறு பிறவியடா!" அன்றைக்கும் நடா அதைத்தான் சொன்னார்.

"உன்னுடைய தாடி ஆபத்து! உதை எடுத்துவிடு" கந்தோரில் எல்லோரும் சொன்னார்கள்.

"ஜேவிபிக்காரருக்குத்தான் உப்பிடித் தாடி..."

ஊரில் இரண்டு தடவை பிடிபட்டபோதோ அல்லது கரடிப்போக்கு சந்தியில் பிடிபட்ட போதோ தாடி பிரச்சினையேயல்ல, மீசைதான்! இப்போது அதுவுமில்லை!...

"இப்ப என்ன பிரச்சனை?" நடா கேட்டார்.

"மூண்டு தரம் எந்தக் காரணமுமில்லாமல் அநாவசியமாய்ச் சிக்கல் பட்டிருக்கிறன் அண்ணை! வெளிக்கிடவே பயமாயிருக்கு."

வியப்புடன் தன்னையே பார்த்துக்கொண்டிருந்த நடாவிடம் ரமணன் சொன்னான்.

"அண்டைக்குத் தமிழன் எண்டதாலை தப்ப முடிஞ்சுது. இப்ப தமிழனெண்டதாலை பிரச்சினை வருகுது! அதுவும் இப்ப பத்து வருஷமாய் யாழ்ப்பாணத்துக்குள்ளேயே இருந்திட்டு வாறன்!"

அந்த விமானமே திரும்ப வந்து மீண்டும் கிளம்பியபோது ஆறுமணி. வெயில் தாழவில்லை. மேலே போனதும் வட்ட ஜன்னலால் எட்டி வேறு பார்த்தது.

6

இரத்மலானையில் இறங்கியபோதும் மாலை வெளிச்சம் மங்கவில்லை. அந்திவானம் செக்கச் செவேலென்று உச்சிவரை பரந்து கிடந்தது. காற்று மட்டும் குளிராய் முகத்தை மெல்ல வருடிச் சென்றது.

பத்து வருஷம்! தன் உள்ளங்கைபோல் அறிந்து புழங்கிய இந்தப் பகுதிகளுக்கு இத்தனை ஆண்டுகளின் பிறகு வந்திருக்கிறான்! வர முடிந்திருக்கிறது! நம்ப முடியவில்லை . கூடவே, ஒளிக்கவே இடமில்லாத ஒரு வெட்டவெளியில் எக்கச்சக்கமாக மாட்டிக் கொண்டதுபோல ஒரு அவதியும்.

விமான நிலைய பஸ் ஒரு வட்டமடித்துத் திரும்பியது. பக்கத்திலிருந்த நடா காதில் மெல்லச் சொன்னார்.

"அந்தா பார்... பொடீஸ்!"

ஒரு அம்புலன்ஸில் எதையோ ஏற்றிக்கொண்டிருந்தார்கள். நீளமாய், பெரிதாய், பொதிகள்போல.

"என்னது?"

"உடம்புகள்..." நடா, சத்தத்தை உயர்த்தாமலே சொன்னார்.

"சண்டையில செத்தவங்கட! வந்து இறங்கியிருக்கு."

ஆண்டவா! எக்கச்சக்கமாக வந்து இப்படியா மாட்டுவது?

எண்பத்து மூன்று ஜூலை நினைவு வந்தது. "அப்ப என்ன நடக்குமோ?" என்றான் ரமணன், பயம் படர.

"ஒண்டும் நடக்காது!" மெல்லிய முறுவலுடன் நடா அமைதியாகச் சொன்னார்.

"எல்லாருக்கும் பழகிப் போச்சு! இப்ப இது நாளாந்த சங்கதி?"

காலி வீதியில் கொண்டுபோய் விட்டது பஸ். நடா கொட்டாஞ்சேனை, பெரியவர் செட்டித்தெரு.

"உன்னை வெள்ளவத்தையில் இறக்கிவிட்டுப் போறம்" என்றபடி த்றி–வீலர் ஒன்றுக்குக் கை காட்டினார் நடா.

ஒவ்வொரு நாளும் பயணித்த தெரு! இப்போ கொஞ்சம் மாறித்தான் இருந்தது. புதிய கட்டடங்கள். பெருத்துவிட்ட போக்குவரத்து. பெயர் தெரியாப் புது மொடல் கார்கள்! இத்தனை வருடம் கழித்தா வந்திருக்கிறேன் என்றும் இத்தனை வருடம் கழித்தாவது வந்திருக்கிறேனேயென்றும் மீண்டும் மீண்டும் அதிசயமாயிருந்தது.

விளக்குகள் எரியத் தொடங்கியிருந்தன. கடற்காற்று முகத்திலடிக்க சிவா அண்ணரின் வீட்டு எண்ணைப் பார்த்து நடந்தான். ஏன் வெளிக்கிட்டேன்? ஏன் இவ்வளவு பாடும்? அவசரம் தேவை என்று வந்திருந்தால் அந்த நேரம் பார்த்திருக்கலாம்! இப்போ ஏன் இந்தப் பரீட்சை?

வாசல் அழைப்பு மணியை அழுத்தியதுமே சிவா வெளியில் வந்தார். பார்த்துக்கொண்டிருந்தாரோ?

"ஏன் இவ்வளவு பிந்தினது? இனி வரமாட்டியோ எண்டும் நினைச்சன்."

எட்டு மணிக்குப் புறப்பட்ட கதையைச் சொன்னான்.

"பொறு, ரீ குடிச்சிட்டுப் போவம்" சிவா எதிரே உட்கார்ந்தார்.

"என்ன புதினங்கள்? சொல்லு..."

"புதினங்கள் பேப்பரிலை உள்ளதுதான் விசேஷமாயில்லை" என்ற ரமணன் மெல்லச் சொன்னான். "...ஆனா, நான்தான் வந்திருக்கப்படாது அண்ணை!"

"ஏன்? என்ன?" சிவா அண்ணா கூர்ந்து பார்த்தார். "அதுதானே அண்டைக்கு எல்லாம் ஃபோனில் கதைச்சது! ஏன் இவ்வளவு பயப்படுகிறாய்?"

பேசாமலிருந்தான்.

கதவை யாரோ தட்டினார்கள். பக்கத்துக் கடைப் பையன் தேநீர் கொண்டுவந்திருந்தான். எடுத்து நீட்டினார்.

"தாங்க்ஸ்."

பையன் போகும் மட்டும் பார்த்திருந்தார். பிறகு கேட்டார். "இவ்வளவு தானா, நீ?" அவனை உசுப்புவது போலிருந்தது.

"இல்லை, அண்ணை..."

"மடையா, அவனை நம்பு!" மேலே கையைக் காட்டியவாறு சிவா தொடர்ந்தார். "...ஒண்டும் நடவாது! வீண் பயம்... உனக்கு வந்த அநுபவங்கள் உன்னை இவ்வளவு தயங்கப் பண்ணியிருக்கு!"

"உண்மைதான், அண்ணை."

"கொழும்பென்ன உனக்குப் புது இடமே? மீன் குஞ்சைத் தண்ணியிலை விட்ட மாதிரி இருக்கும்." ரமணன் மெல்லப் புன்னகைத்தான்.

"சிங்களம் பேசினா, தமிழன் எண்டு சொல்லமாட்டாங்கள்."

சிவா தொடர்ந்தார்.

"நீதானே சொன்ன நீ, அந்தக் கோட்டை ஸ்ரேஷனிலை டிக்ஷனறி வாங்கின கதை!"

ரமணன் இப்போது தன்னையறியாமலே சிரித்தான்.

அது நடந்து கனகாலம். அப்போது கோட்டையிலிருந்த கந்தோரில் வேலை பார்த்துக்கொண்டிருந்தான்.

இருந்தது, அங்குலான. தினசரிப் போக்குவரத்து ரயில்தான்.

ஒரு நாள் வழமையான ரயில் பிந்தியதில் அடுத்த மேடையிலிருந்த 'மக்கலம்' புத்தக விற்பனை நிலையத்தில் ஏதாவது சந்திக்கிறதா என்று பார்க்கலானான். விற்பனையாளரும் ஏதேதோ காட்டிக் கொண்டிருந்தார். கடைசியாக ஒரு மூலையிலிருந்த

ஒரு சிறிய புத்தகம் கண்ணில் பட்டது. சிங்கள – தமிழ் அகராதி. விலை கொஞ்சம் அதிகந்தான். குறைக்க முடியாது என்று விட்டார் அந்த மனிதர். சரி, வாங்கினான். மீதிக் காசைக் கொடுத்தபடி விற்பனையாளர் கேட்டார்.

"உங்களுக்குத் தமிழ் தெரியுமா?"

"யாழ்ப்பாணத்தில் கொஞ்சக் காலம் இருந்திருக்கிறேன்," என்றுவிட்டு வந்தான்...

சிவா அந்தக் கதையை இன்னமும் நினைவு வைத்திருக்கிறார்!

"வா, எட்டரையாகப் போகுது. பாத்துக் கொண்டிருக்கப் போறாங்கள்."

தெருவிலிறங்கியதுமே கடற்காற்று முகத்தில் உயிர் தெளித்தது. மேற்கே திரும்பி நடந்தார்கள். தொலைவில் இருண்டு கிடந்த கடலின் இரைச்சல் மட்டும் மெலிதாய். மேலே வானில் இன்னொரு விளக்கே போல நிலவு தெரிந்தது. எங்கோ நங்கூரமிட்டு நிற்கும் கப்பலொன்றின் ஒளிப்பொட்டுக்கள் கண்சிமிட்டின.

"மற்றது, பார்..." சிவா அண்ணா சொன்னார்:

"அங்கயிருந்து உன்னையும் மதிச்சுக் கூப்பிட்டிருக்கிறாங்க. அதை விடலாமோ?"

"சரிதான்."

"அது ஒரு அன்பு, மரியாதை. நல்ல சந்தர்ப்பம். சந்தோஷமாய்ப் போய்ட்டு வா!"

இருந்தாற்போல ஒரு துணிவு பொங்கிற்று; தயக்கம் பயமெல்லாம் கழன்று விழுந்த மாதிரி!

"சரி அண்ணை."

சிவா அண்ணர் ஊரவர், உறவினர். நீண்ட காலமாய்க் கொழும்பு வாசி. தனிக்கட்டை. நல்ல உத்தியோகம். மீதிப் பொழுதெல்லாம் தியானம், கோவில், சேவை என்று போகிறது. அவர் செல்வாக்கில்லாமல் இப்போது போகிற இடத்தில் தங்க அறை கிடைத்திராது. அறிமுகமில்லாதவர்களுக்கு அங்கே அனுமதி இல்லை. மூன்று நாட்களுக்கு முதலே ஃபோன் பண்ணிச் சொல்லி வைத்தாயிற்று.

"விஸா மினக்கேடு இல்லையெண்டா போக முதல் மூண்டு நாள். பிறகு அடுத்த கிழமை திரும்பி வரேக்கை இரண்டு நாள் போதும்."

7

அறையில் ஏற்கெனவே மூன்று கட்டில்களும் கொடுபட்டிருந்தன. நாலாவது இவனுக்காகக் காத்திருந்தது. பதிவு வேலை முடிந்து அறையைக் காட்டக் கூட்டிவந்த அலுவலர் தட்டியதும் கதவைத் திறந்தவன் ஒரு இளைஞன். கறுப்பாய் வாட்டசாட்டமாய் இருந்தான். ட்ரௌசரும் ரீ–ஷேட்டும். பளிச்சிட்ட கூரிய கண்கள். கறுப்பிலும் கறுப்பாய்க் கனத்த மீசை. முகம் மட்டும் சிரிப்பில் செந்தளித்தது.

"வாங்கோ" ஏதோ தன் வீட்டுக்கு வந்தவர்களை வரவேற்பதே போல வரவேற்றான்.

எல்லாம் பேசிவிட்டு எழுந்து, "ஏதாவது தேவை எண்டால் ஃபோன் பண்ணு. அல்லது நாளைப் பின்னேரம் என்னட்ட வா..." என்று சொல்லிவிட்டு சிவா அண்ணர் விடைபெறுமட்டும் தன் கட்டிலில் சுவரோடு சாய்ந்து உட்கார்ந்து பேப்பர் பார்த்துக் கொண்டிருந்தவன், அவர் கதவடிக்குப் போனதும் எழுந்து விடைகொடுத்து விட்டு ரமணனிடம் கேட்டான்.

"தண்ணி குடிக்கப் போறீங்களா அண்ணன்?"

"இருக்கா தம்பி?"

வெற்றுப் பிளாஸ்ரிக் போத்தல் ஒன்றுடன் வெளியில் போனான்.

சாரத்திற்கு மாறிக்கொண்டு உடுப்புகளை உதறி மாட்டிய போது கதவைத் தட்டியபடி உள்ளே வந்தான்.

"இந்தாங்க."

அந்த விடாய்க்கும் நீரின் குளிர்ச்சிக்கும் அரைப் போத்தல் வெறுமையானது.

"தாங்க்ஸ்" போத்தலைத் திருப்பிக் கொடுத்தபடி கேட்டான்.

"உங்கட பேரென்ன தம்பி?"

"சுரேஷ்."

சொந்த இடம் மட்டக்களப்பு. அவனும் ஏதோ அலுவலாய் இந்தியா போவதற்குத்தான் வந்து நிற்கிறான். நாளைக்கு விஸா விண்ணப்பம் கொடுக்க வேண்டும். எல்லாம் சொல்லிவிட்டுக் கேட்டான்:

"சாப்பாடு என்ன மாதிரி அண்ணன்?"

"கடைதான். பூட்ட முதல் போக வேணும்."

"நானும் போகத்தான் வேணும். குளிச்சிட்டு வாங்கோ. இரண்டு பேருமாய்ப் போகலாம்."

குளியலறையின் தனிமையில் மீண்டும் சோர்வு கௌவ முயன்றது. சவர்க்கார நுரையில் அதையும் கரைத்துக் கழுவ முயன்றான். பசி இப்போ உறைக்க ஆரம்பித்தது.

தலை துவட்டிக்கொண்டிருந்தபோது 'சுரேஷோடு வெளியே போவது புத்திசாலித்தனமா?' என்றொரு கேள்வி முளைத்தது.

'சும்மா போகிறவர்களின் கவனத்தையும் இழுக்கிற மாதிரி இருக்கிறான். அப்படிப்பட்டவனோடு போவது வில்லங்கத்தை விலைக்கு வாங்குவதாகாதா?'

புத்துணர்வும் சோப் மணமுமாய் அறைக்குத் திரும்பியபோது தீர்மானித்திருந்தான்.

'இப்போது பசிக்கவில்லை என்று சொல்லிவிடுவோம்!'

கூடவே ஒரு வருத்தமும். 'எவ்வளவு நல்ல பெடியன், இப்படிக் கடத்திவிட வேண்டி இருக்கிறதே!'

கதவைத் தட்டிவிட்டு உள்ளே நுழைந்தபோது இன்னொரு ஆளும் திரும்பியிருந்தார்.

பால்கனிக்குப் போகிற கதவோடு உள்ள கட்டிலுக்குச் சொந்தக்காரன். அதாவது இந்த நால்வரில் ஆகக் கூடிய அதிர்ஷ்ட சாலி!

ரமணனை வடிவாகப் பார்த்தார்.

"உங்களை எங்கேயோ பாத்திருக்கிறன்."

பக்கென்றது. ஒன்றும் பேசாமல் பெரிதாய் முறுவலித்தான். சட்டையை எடுத்துப் பிரித்துக் கைகளை மடிக்க ஆரம்பித்தான்.

"நல்ல தெரிஞ்ச முகமாயிருக்கு... எந்த இடம்?" புதியவர் விடுவதாயில்லை.

"யாழ்ப்பாணம்" முறுவலை இதமாக்கி, சாதுரியமாய்ச் சொன்னான்.

இங்கிருந்து இந்த ஆளுக்குப் பேட்டி கொடுப்பதைவிட சுரேஷோடு புறப்பட்டுவிடலாம்.

வழியில் எங்காவது மாறுவோம்.

"வெளிக்கிடுவமா?" என்றான் சுரேஷைப் பார்த்து.

"நான் ரெடி."

"எக்கச்சக்கமான பசி" அதே முறுவலுடன் புதியவரிடம் கூறிவிட்டுக் காற்சட்டையுடன் சுவரைப் பார்த்துத் திரும்பினான்.

'திரும்புவதற்குள் இந்த ஆள் நித்திரையாகிவிட வேண்டுமே,' என்றிருந்தது.

படிக்கட்டால் இறங்கி முதலாம் மாடிக்கு வந்தபோது கீழேயிருந்து மேலே ஏறி வந்துகொண்டிருந்த மனிதர் கண்ணில் பட்டார்.

மண்ணிற நஷனலும் வேட்டியுமாய் அந்த வாட்டசாட்ட மான பெரியவர்.

அவரா அது? அவர்தானா?

நிமிர்ந்தபோது முகம் தெரிந்தது. அவரேதான்!

எப்படி வந்தார்? ஒரே நேரத்தில் பயமும் துணிவும் அவனைப் பற்றின.

இவரைச் சந்திப்பதால் என்னாகுமோ என்ற பயமும் இவரே இங்கிருக்கையில் என்று துணிவுமாய்.

ஈசரும் அவனைக் கண்டு திடுக்கிட்டது வடிவாகவே தெரிந்தது. உற்றுப் பார்த்தார். அவரைக் கண்டதால் தனக்கேற்பட்ட அத்தனை உணர்வுகளும் தன்னைக் கண்டதால் அவருக்கும் ஏற்படுகின்றன என்பதை அவரின் முகங்காட்டிற்று.

"ஓம், அய்யா" என்னதானிருந்தாலும் நல்ல மனிதர் என்கிற மரியாதையுடன் சொன்னான்.

ஈசரின் கண்கள் சுரேஷை மட்டுக்கட்ட முயன்று கொண்டிருந்தன. ரமணனை எதிர்பாராமல் இங்கு கண்டதில் எச்சரிக்கை காட்டிய முகம் இப்போது இன்னும் இறுகியதாய்த் தெரிந்தது.

ஒரு கணம்தான்.

"வரட்டா தம்பி? பிறகு சந்திப்பம்" என்றபடி நிற்காமலே மேலேறத் தொடங்கினார்.

அப்பாடா என்றிருந்தது.

இவரும் இங்கேதான் தங்கியிருக்கிறாரோ?

சுரேஷைக் கண்டதில் அவர் முகம் போன போக்கு!

இல்லை, ஈசரைக் குறை நினைத்துவிட முடியாதுதான் – என்னைப் போலத்தான் அவருக்குமிருந்திருக்கும்.

இப்போது இங்கேயே தவிர்க்க வேண்டிய இருவர் என்றாகி விட்டது.

காலி வீதி இன்னமும் பரபரப்பு அடங்கவில்லை . தெருவில் வாகனங்களும் ஓரங்களில் கட்டிடங்களும் அதிகரித்திருந்தாலும் நடைபாதைகள் மட்டும் மாறாதிருந்தன. குண்டும் குழியும் குப்பையும் மணமுமாய்! ஒவ்வொரு அடியையும் பார்த்துத்தான் எடுத்து வைக்க வேண்டியிருந்தது. எதிரில் வருகிறவர்களோடு மோதிக்கொள்ளாமலும்...

தெரிந்த முகங்கள் சில தாண்டிப் போயின. பாதையையோ சுரேஷையோ பார்க்கிற சாக்கில் பார்வையைத் திருப்பிக் கொண்டான்.

'முன்னர் இங்க அறிமுகமான ஆட்களென்றால் பரவாயில்லை. ஊரிலிருந்து வந்து குவிந்திருக்கிற கும்பலில் தெரிந்த எவரேனும் இருந்தால் உபத்திரவம்!'

அம்புலன்ஸ் ஒன்றின் அபாய அலறல் தெஹிவளைப் பக்கமிருந்து முன்னேறி அவசரமாக நெருங்கிச் சிவப்பு விளக்குச் சுழன்று மின்ன, தாண்டி வடக்கே போய் மறைந்தது. அப்போது நடா சொன்னதுபோல்தான் இப்போது சுரேஷும் சொன்னான்.

"சண்டையில் காயப்பட்டவங்கள் அண்ணன். அடிக்கடி இப்பிடித்தான் போகுமாம்... சாதாரணமாயிட்டுது."

சாப்பிட்டுவிட்டு ஊருக்கும் சென்னைக்கும் ஃபோன் பண்ணி, தான் பத்திரமாய்க் கொழும்பு வந்துசேர்ந்ததைச் சொல்லிவிட முடிந்தால் நன்றாயிருக்கும். உடனேயே திரும்பி அந்த இருவருடனுமோ இருவரில் ஒருவருடனோ மாட்டிக் கொண்டதாயுமிராது.

சாப்பாட்டுக் கடையில் நுழைந்து வெறுமையாய்க் கிடந்த மேசையொன்றின் முன்னால் உட்கார்ந்தபோது எதிர்ச்சுவரில் மணிக்கூடு ஒன்பதரை காட்டிக்கொண்டிருந்தது.

'இந்தப் பெடியனைத் தவிர்த்துவிடுகிற தீர்மானம் எப்படி வழியில் மறந்துபோனது' என்பது நினைவு வந்ததில் ரமணன் வியப்பும் பயமும் கொண்டான்.

8

திருவனந்தபுரம் ஸ்ரேஷனில் இறங்கியபோது ஒருமணி. மதுசூதன் நாயர் காத்திருந்தார். நவாஸின் நண்பர். அந்த ஊர்க்காரர். அழைத்துப்போக என்று ஷோர்ட் லீவ் போட்டுவிட்டு வந்திருந்தார்.

ஆட்டோ பிடித்து மிஸ்டர் நாயர் அறை பதிவு செய்துவிட்டு வந்திருந்த ஹோட்டலுக்குப் போய் செக்–இன் முடித்து, அவருடன் சிறிது நேரம் பேசி நன்றி சொல்லிவிட்டு மேலே அறைக்குப் போக இரண்டு மணி.

குளியலறை அலுவல்களெல்லாம் முடித்து மீண்டும் புறப்பட்டபோது மூன்றுக்கும் மேலே.

"சாப்பாட்டுக்கு வெளியே போவோம்" என்றார் நவாஸ்.

"சரி"

"இரண்டு காரணங்கள் ரமணன். ஒண்ணு, இந்த நேரத்தில் இங்கே சாப்பாட்டு வேளை முடிந்திருக்கும். மற்றது, நல்ல 'வெஜிட்டேரியன்' சாப்பாடு இங்கு கிடைக்காது."

"கொழும்புக்கு ஒரு 'கோல்' எடுத்திட்டுப் போவமா?"

"எடுத்தாப் போச்சு! நம்பர் சொல்லுங்க."

நவாஸ் டயல் பண்ணத் தொடங்கினார்.

நாளைப் பகல் அங்கு போய் இறங்கும்போது நிலைமைகள் எப்படி இருக்கும்? ஒவ்வொரு நாளும் மாறுகிற நிலைமைகள்! சிவா இப்போது அலுவலகத்திலிருப்பார். பண்ணிக் கேட்டால் தெரிந்துவிடுகிறது!

'நிலைமைகள் திருப்தியில்லையென்றால் ஃப்ளைற்றைக் கான்ஸல் செய்துவிடவா போகிறாய்?' என்று கேள்வியும், இல்லை, பிரச்சனையில்லையென்றால் நிம்மதியாய்ப் போகலாம், பிரச்சனையென்றால் எச்சரிக்கையாய்ப் போகலாம் என்று பதிலுமாய் அவனுள் ஒரே சமயத்தில் எழுந்தன.

"ஸாறி, ரமணன்" நவாஸ் றிஸீவரை வைத்தார். "பக்கத்தில இருக்கிற கொழும்புக்கு ஐடிடி கிடைக்கிறதுக்கு இவ்வளவு கஷ்டமா?" என்றபடி நேரத்தைப் பார்த்தார்.

"வெளியே போய் சாப்பிட்டப்புறம் ட்றை பண்ணுவோம் ரமணன்."

வரவேற்பிடத்தில் அறைத் திறப்பைக் கொடுத்துவிட்டு வந்த நவாஸிடம் கேட்டான் ரமணன்.

"எதுக்கு இவ்வளவு பெரிய ஹோட்டல்? சாதாரணமான ஒரு இடத்திலை நிண்டிருக்கலாந்தானே, நவாஸ்?"

"இது பெரிய ஹோட்டலா?" நவாஸ் சிரித்தார். "த்றி ஸ்டார்தான்!" பிறகு சொன்னார்.

“ரொம்ப நாளைக்கு என்றால் நீங்க சொல்வது சரி. ஆனா இது, ஒரு நாளைக்குத்தானே... சௌகரியமாத் தங்கினா ஆச்சு!”

“எண்டாலும் எனக்காக இவ்வளவு கஷ்டப்பட்டு...”

“ஒரு கஷ்டமும் கிடையாது ரமணன்” இடைவெட்டினார் நவாஸ்.

“நாங்கதான் உங்களை வரச் சொல்லிக் கஷ்டப்படுத் திட்டோமோன்னு படுது.”

எப்போதும் சிரித்துக்கொண்டிருக்கிற நவாஸின் கண்கள் ரமணனை ஊடுருவின.

“இல்லையில்லை” என்றான் ரமணன் அவசரமாக.

வெளியே வந்தபோது வெயில் பிரகாசமாக இருந்தது. ஆட்டோவைத் தேடியபடி மெல்ல வெளியே நடந்தபோது முன்னாலிருந்த அந்தப் பெயர்ப் பலகை கண்ணில் பட்டது.

‘வெடிப் பொருட்கள், துப்பாக்கிகள் விற்க உரிமம் பெற்ற முகவர்’ என்று ஆங்கிலத்தில் பெரிதாக இருந்தது.

கடவுளே!

“நவாஸ், அதைப் பாத்தீங்களா?”

பார்த்த உடனேயே அவர் கடகடவென்று சிரிக்க ஆரம்பித்தார். “ரமணன் ஒரு ஜோக் சொல்லாமா?”

“சொல்லுங்கோ.”

“பயந்திடமாட்டீங்களே?”

“சொல்லுங்கோ.”

“ஸ்ப்போஸ், எங்க நாட்டு அல்லது உங்க நாட்டு ஒற்றர்கள் யாராவது நம்மைக் கவனிக்கிறாங்கன்னு வைச்சுக்கலாம்.”

“ம்ம்?” மெல்ல உதறிற்று மனம்.

“ஜோடனை எப்படியிருக்கும் தெரியுமா?”

ரமணனும் இப்போ மெல்லச் சிரிக்கத் தொடங்கினான். நவாஸ் என்ன சொல்லப் போகிறாரென்பது புரிந்த மாதிரி.

அதற்குள் அறிவிக்கிற பாணியில் அவரே சொன்னார்.

‘இலங்கைப் போராளிகளுக்கும் இந்திய – முஸ்லிம் தீவிரவாதக் குழுக்களுக்கும் இடையில் இரகசிய உறவு! ஆயுதக் கொள்வனவில் இருதரப்பும் கூட்டு முயற்சி!”

இருவரும் விழுந்து விழுந்து சிரிக்க ஆரம்பித்தார்கள்.

"சரிதானே? அவர்களைப் பொறுத்தளவில் நான் இலங்கைத் தமிழன். நீங்கள் இந்திய முஸ்லிம்! அது போதாதா? வேற ஆதாரம் வேணுமா என்ன?"

"நாளை பத்திரிகையெல்லாம் ஓஹோன்னு விக்கும்!"

சிரிப்பு மாறாமலே ஆட்டோவுக்குக் கை தட்டினார் நவாஸ்.

'திருவள்ளா லொட்ஜ்' நகர் மையத்திற்கு அண்மையில்தான் இருந்ததென்றாலும் அமைதியாக இருந்தது. அந்த வேளையிலும் சுடச்சுடச் சாதம், கூட்டு, நேந்திரங்காய் வறுவல், ரசம் என்று அந்தப் பசிக்கு எல்லாமே அமிர்தமாய் இருந்தன. ஸ்பெஷல் பிரதமன் வருவதற்கு நேரமானது.

"நீங்க உக்காந்திருங்க. நான் உங்க நம்பரை ட்றை பண்ணிப் பாக்கிறேன்."

நவாஸ் உணவு விடுதியின் முன்புறம் அமைந்திருந்த தொலைபேசி அழைப்பகத்தை நோக்கி நடந்தார்.

சீரக வெள்ளத்தை உறிஞ்சியபடி நேரத்தைப் பார்த்தான். நாலு! சிவா அலுவலகத்திலிருந்து புறப்படாமலிருக்க வேணுமே என்றிருந்தது. புறப்பட்டிருந்தால் ஆறுமணிக்குப் பிறகுதான் வீட்டிற்கு எடுக்க இயலும்.

கண்ணாடித் தடுப்பின் அந்தப் பக்கமிருந்து நவாஸ் எண்களை அழுத்திக்கொண்டிருப்பது வடிவாகத் தெரிந்தது. படியாத கேசத்தால் பாதி மறைந்த நெற்றியும் ஒரு குழந்தை முகத்தில் கனத்த மீசையுமாயிருக்கிற இந்த நவாஸ்!

ஒரு சகோதரனாகவே தன்னை நிரூபித்துக்கொண் டிருக்கிறவர். இரண்டாண்டுகளுக்கு முன்னர் இடம் பெயர்ந்து பின் எப்படியோ திரும்பி எதிர்காலமே என்னவென்று தெரியாது திகைத்திருந்த அந்த ஆறுமாத காலத்துள் 'இங்கேயே வந்துவிடுங்கள்' என்று ஆறு கடிதமாவது எழுதியிருப்பார்.

ரமணன் நெகிழ்ந்தான். சென்னையில் ஒருவாரம் தங்கிவிட்டுக் கொழும்பு திரும்புவதற்காக நேற்றிரவு இங்கு ரயிலில் வரும்போது கூட நவாஸ் சொன்னார்.

"இப்போ நீங்க திரும்புறதில் பிரச்சனை இருக்குமா, ரமணன்? அப்படின்னா எவ்வளவு காலம் வேணுமானாலும் நீங்க இங்கேயே தங்கிக்கலாம்! சொல்லுங்க?"

"நீங்கள் இப்படிக் கேட்பீங்களெண்டு தெரியும்! ஆனா நான் போய்ப் பாக்க வேணும். அதுதான்! ஒரு பரிசோதனை. ஒரு 'ட்ரயல்!"

அசோகவனம் அல்லது வேலிகளின் கதை

"ஆஹா! சரிதான்!" அவன் சொல்லியதன் முழு அர்த்தத்தையும் புரிந்துகொண்டராகத் தலையாட்டினார் நவாஸ்.

"புரியுது, செய்யுங்க."

பிரதமனுடன் பணியாள் வரவும் நவாஸ் திரும்பவும் சரியாயிருந்தது.

"அந்த நம்பர் கிடைக்கவே மாட்டேங்குது" உட்கார்ந்தார்.

"பரவாயில்லை, நாளைக் காலமை பாப்பம்."

"சரி, இன்னைக்கு ஈவினிங் நிறையப் புரோகிராம்கள் இருக்கு."
"சொல்லுங்கோ."

"மூணு பேரை சந்திக்கணும்."

"யார் யார்?"

"உங்க ஃப்ரெண்ட் – உங்களோட ஃபாரின்ல இருந்தாங்களே, அவங்க."

"சரி."

"உங்க அபிமான எழுத்தாளர் நீல பத்மநாபன்."

"ஆஹா…"

"அடுத்து அருந்ததி ராய்!"

"ராயா? அவவுடைய புத்தகத்தையே நான் இன்னும் படிக்கல்லையே!"

"அவங்ககூடத்தான் உங்க புஸ்தகங்களை இன்னும் படிக்கலை!"

சிரித்தபடி எழுந்தார்கள்.

9

இரவு முழுதாக நித்திரையில்லை. முதல் நாள் அசதியில் அயர்ந்தாலும் அடிக்கடி விழிப்பு வந்தது. ஒரு தடவை தூக்கம் கலைந்தபோது விடியப்போகிறது போலிருந்தது. அறை முழுவதும் இருட்டு. பல்கனிக் கதவு திறந்திருந்ததில் வந்த மங்கல் ஒளி. எழுந்து மெல்ல பல்கனிக்குப் போனான். நேற்றிரவு விசாரித்தவருடைய குறட்டை சீராக ஒலித்துக்கொண்டிருந்தது. நல்ல காலம், அவன் திரும்பியபோது அவர் தூங்கிவிட்டிருந்தார். இன்றைக்கும் ஆள் எழும்ப முதல் கிளம்பிவிட வேணும்.

வெளியே குளிர்ச்சியாயிருந்தது. கடற் காற்று. அலைகளும் தென்னோலைகளுமான மெல்லிய இரைச்சலை விட எங்கும்

அமைதி படிந்திருந்தது. நட்சத்திர வெளிச்சமும் தூரத்துத் தெரு விளக்குகளுமென்று கலந்து கசிந்த மாய ஒளியில் நேரங்கூடப் பார்க்கக் கூடியதாயிருந்தது.

நாலு இருபது. இனித் தூக்கம் வராது. தூங்கவும் கூடாது. வேளைக்கே வெளிக்கிட வேணும்.

விடிய முதலாவதாகச் செய்ய வேண்டிய வேலையை நினைத்ததுமே மனம் பரபரப்புக் கொண்டது. உரலுக்குள் தலையை வைத்துவிட்டு இனி உலக்கைக்குப் பயந்து என்னாகிறது...

"நீ நினைக்கிற மாதிரிப் பிரச்சினையில்லை." என்று நேற்றிரவும் சிவா அண்ணர் சொன்னது நினைவில் வந்தது.

கண்களைத் துடைத்துக்கொண்டு வானத்தைப் பார்த்தான். மெல்ல மிதந்துகொண்டிருந்த முகிற் கூட்டங்கள் நகர்ந்து விளக்குகளைப் பிரதிபலிக்க முயன்றதில் பிரகாசம் கொண்டிருந்தன. இந்த இடத்தில் அறை எடுத்ததே கூட இந்தப் பதிவுக்காகத்தான். இங்கே தங்குபவர்களில் அநாவசியச் சந்தேகங்கள் வருவதில்லை யென்றும் உபத்திரவமில்லாமலே பொலிஸ் பதிவு முடிந்துவிடுமென்றும் அறிந்திருந்தான். இங்கு தங்குபவர்களுக்குக் கௌரவமிக்க இந்த விடுதிப் பொறுப்பாளரே பொறுப்பு நிற்கிறார் – பதிவு நாடும் வெளியூர்க்காரர்கள் தங்கப்போகிற வீட்டுச் சொந்தக்காரரின் பெயர், முகவரி, கையொப்பத்திற்குப் பதில் இவ்விடுதியின் பெயர் முகவரியும் பொறுப்பாளரின் ஒப்பமுமிருக்கும்! பிறகென்ன?

இவற்றையறிந்துதான் நேரகாலத்துடனே சிவா அண்ணருக்கு ஃபோன் பண்ணியிருந்தான்.

"உனக்கு விசர் ரமணன்!" சிவா தொலைபேசியிலேயே சிரித்தார்.

"ஏன் இவ்வளவு பயம்? உனக்கு ஒண்டுமில்லையே, பயப்பிடுறதுக்கு!..."

'பயப்பிடுறதுக்கு ஏதாவது இருக்கத்தான் வேணுமா என்ன? இந்தியன் ஆமி ஏன் இரண்டு தரம் என்னைப் பிடித்தான்? நேவி ஏன் பிடித்தான்? வெறும் சந்தேகம் போதாதா? யாழ்ப்பாணத்திலிருந்து வருவது போதாதா? அதுவும் இவ்வளவு காலம் அங்கிருந்துவிட்டு! போதாக்குறைக்கு...'

பின்னால் யாரோ வருவது போலிருந்தது திடுக்கிட்டுத் திரும்பினான்.

சுரேஷ்.

“வணக்கம் அண்ணன்” கையைக் குவித்துக் கொட்டாவி விட்டான்.

“வணக்கம் சுரேஷ்.”

“என்ன வேளைக்கே எழும்பிற்றீங்க?”

“நித்திரை வரேல்லை.”

“இண்டைக்கி நீங்க பதிவுக்குப் போக வேணுமில்லயா?” என்றவன் மீதியையும் சொன்னான்.

“அதெல்லாம் அவ்வளவு கஷ்டமிராது. சட்டெண்டு குடுத்திடுவானுகள். இங்கயிருந்து இல்லயா போறம்?”

“அதை முடிச்சிட்டு பாஸ்போட் அலுவல் பாக்க வேணும்.”

“ஒன்பதுக்குக் குடுத்தீங்கெண்டா அஞ்சு மணிக்குத் தந்திடுவானுகள்.”

“அப்பிடிக் கிடைச்சால்தான் நாளைக்கு விசாவுக்குப் போய் நிக்க முடியும்.”

“நான் இண்டைக்குப் போய்ப் பாக்க வேணும். இரண்டு பேருக்கும் தாமதமில்லாமக் குடுத்திட்டானுகளெண்டா ஒண்ணாயே ஸீற் புக் பண்ணீரலாம். என்ன, அண்ணன்?”

“குடுக்கிறானா பாப்பம்...” இதைச் சொன்னபோது ரமணனுக்குத் தன் மேலேயே கோபம் வந்தது.

‘எவ்வளவு நல்ல பெடியன். இவனைப் போய் காய்வெட்டிவிட நினைக்கிறேனே!’

‘ஆனா என்ன செய்யிறது? எனக்கே இவனைப் பார்க்க இப்பிடியிருக்கு. மற்றவங்களுக்கு எப்பிடியிருக்கும்? இருக்கலாம் – எப்பிடியெண்டாலும் சேராமலிருப்பது இரண்டு பேருக்குமே நல்லதுதான்! சில வேளை – மறு வளமா – என்னாலை அவனுக்குப் பிரச்சனை வரலாம்.’

“என்ன அண்ணன் உங்க பாட்டிலேயே சிரிக்கிறீங்க?”

“இப்ப உள்ள நிலைமையளை நினைச்சுத்தான்!”

“எல்லாரும் எழும்ப முதல் பாத்ரூம் வேலை முடிச்சிடலாம். இப்ப போனா எல்லாம் ஃப்ரீயா இருக்கும்.”

பல் துலக்கிக்கொண்டிருக்கும்போது ஈசரின் நினைவு வந்தது. ரமணனும் சுரேஷும் இரவு சாப்பிட்டுவிட்டுத் திரும்பியபோது அவர்களுக்காகக் காத்திருப்பவரே போல முதலாம் மாடிக் கூடத்தில் ஈசர் உட்கார்ந்திருந்தார்.

“நல்லகாலம். நேரத்துக்குத் திரும்பிற்றீங்கள்” அவர் மணிக்கட்டைக் காட்டியபடி சொன்னார்.

“இங்க பதினோரு மணிக்கு வெளி கேற் பூட்டி விடுவினம்.” அவரருகில் நிற்பதா, போய்விடுவதா என்று தெரியாமலிருந்தது. சுரேஷ் தள்ளிப்போய் நின்றுகொண்டிருந்தான்.

“நித்திரை வருகுதா? இருமன்...” பக்கத்து ஸெற்றீயைக் காட்டினார்.

அப்போது – திடீரெனக் கண்டதில் – அவரும் என்னைப் போல் தடு தாலிப்பட்டுவிட்டு இப்போது சுதாரித்துக்கொண்டு விட்டிருக்கிறார் போலும். குறை சொல்ல முடியாதுதான்! சரி என்ன பேசுவது?

“அண்ணன் நான் அறைக்குப் போறன்” என்ற சுரேஷை ஈசரின் பார்வை வடிவாக அளந்துகொண்டிருந்தது.

‘ஓ! நான் அஞ்சு நிமிஷத்தில் வாறன்” என்றபடி அமர்ந்தான்.

யார் தொடங்குவது? ஈசரே தொடங்கினார். “இவர்?...”

“என்னோட அறையில் இருக்கிறவர்.”

ஈசர் நம்பினாரோ தெரியவில்லை.

“நீர் எங்கை இந்தப் பக்கம்?”

“இந்தியாவுக்கு ஒருக்கால் போய்வர வேண்டியிருக்கு.”

“கனகாலம் நிக்கிற பிளானோ?”

“சே! ஒரு கிழமையில் திரும்பிவிடுவன்.”

தான் இப்போது ஆறேழு மாதமாக நீர்கொழும்பில் மகளுடன் இருப்பதாகக் கூறினார் ஈசர். யாரோ சொந்தக்காரர் வெளிநாடு போகிற விஷயமாக இரண்டு மூன்று நாட்கள் தொடர்ச்சியாகக் கொழும்பில் நிற்க வேண்டியிருப்பதால் இங்கு தங்கியிருக்கிறாராம். அவரைக் கண்டீரோ, இவரைக் கண்டீரோ, இன்னாரைப் பார்த்தீரா என்று அவர் கேட்ட எவரையுமே ரமணன் பார்த்து மூன்று வருடங்களாகப் போகின்றன!

“நான் யாழ்ப்பாணத்திலதானே!” என்றான்.

“அங்கால போய்ட்டு வந்த நீரோ?”

“இல்லை.”

“போகவேயில்லையா?” வியப்பு முன்னால் நின்றது.

“இல்லை! முடியவுமில்லை. வசதியுமில்லை.”

“என்ன ?” என்பதாய் ஏறிட்டு நோக்கினார்.

“எங்கட குடும்பத்தில் எழுபது வயதுக்கு மேற்பட்ட ஆட்கள் மூண்டு பேர்! அவயளைச் சாவகச்சேரிக்குக் கூட்டிக்கொண்டு வரவே பட்டபாடு. அங்காலை எங்கை போறது ?”

தலையாட்டிக்கொண்டே ஆர்வக் குறுகுறுப்புடன் கேட்டார்.

“அப்ப ஊரில் பிரச்சனை ஒண்டுமில்லையோ ?”

“கடவுள் செயல்.”

தன்னையறியாத புன்சிரிப்பில் நெளிந்த கடைவாயில் பற்பசை நுரை வழியப் பார்த்தது. எதிரே வாஷ்பேஸினில் துப்பி விட்டு வாயைக் கொப்புளித்தான்.

10

பொலிஸ் பதிவு ஒரு மணித்தியாலம்கூட ஆகவில்லை. இனி இந்தியாவிலிருந்து திரும்பி வந்து நிற்கும்போதும் ஒரு தடவை பதிய வேண்டியிருக்கும். அது ஒரு பொருட்டாகவே படவில்லை இப்போது!

வெளியே வந்ததும் பாஸ்போட் அலுவலகத்திற்கு நடந்தே போய்விடலாமென்றிருந்தது. நல்ல காலம் சிவா அண்ணர் சொல்லிவிட்டிருந்தார். இல்லாவிட்டால் ரமணன் முந்திய ஞாபகத்தில் போய், நேரே மத்திய வங்கிக்கு அருகில் இறங்கி நின்று ‘முழுச’ வேண்டியிருந்திருக்கும்! பக்கத்தில் முக்கியமான இடங்கள் வேறு!

பஸ்சுக்கு நின்று வினை கெடுவது என்பதைவிடவும் காத்து நிற்கையில் தெரிந்தவர்களைக் காண நேர்கிற சாத்தியத்தையும் தவிர்த்துவிடலாம். நேரமும் போதுமாயிருந்தது. தவிர கொழும்பு நடைபாதைகளில் நடந்துதான் எவ்வளவு காலமாகிவிட்டது! தெருவைத் தாண்டி எதிர்ப்புறம் போனான். வெயில் படாது கைப்பையிலிருந்த தொப்பியை எடுத்து மாட்டிக்கொண்டு கண்ணாடியைக் கழற்றிப் பைக்குள் வைத்தபடி நடந்தான். காலைக் காற்றும், பெரிதாய்ப் பயந்திருந்த வேலையொன்று இலேசாய் முடிந்துவிட்ட உற்சாகமும், மறந்திருந்த பழம் பாடலொன்றை மனதில் வரவழைத்தன. “உன்னையறிந்தால், நீ உன்னையறிந்தால் உலகத்தில் போராடலாம்!”

ஹை ஸ்றீற் இப்போது அகலித்துக் குறுக்கிட்டது. இங்கே அனெக்ஸ் ஒன்றில் ஆறேழு வருட வாழ்க்கை. எழுபத்தேழு கலவரத்தில் பாதிக்கப்பட்டு ஓடிய காலம்வரை...

‘அலெரிக்’ஸைக் காணவில்லை. ‘பிளாஸா’ இல்லை. ‘ஸவோய்’ இருந்தது. பாலத்து நடைபாதை சீமெந்துப் பூச்சு விட்டிருந்தது.

லோறன்ஸ் றோட்! இங்கேயும் இரண்டு வருஷம்.

பிள்ளையார் கோவிற் கோபுரம் பெரிதாய் அழகாய்த் தெரிந்தது. கோவில் திறந்திருந்தது. வெளியே நின்று கும்பிட்டு விட்டு அருகிலிருந்த சாப்பாட்டுக் கடைக்குள் நுழைந்தான்.

சாப்பாட்டுக் கடைகளும் நடைபாதைகள்போல மாறியதாயில்லை. அதே வெக்கை, நெரிசல், புகை, புழுக்கம்!

பம்பலப்பிட்டி மாறித்தானிருந்தது. குடிவரவு – குடியகல்வு அலுவலகம் கலாதி! ஸ்ரேஷன் றோட் இப்பிடியாகுமென்று நினைத்திருக்கவில்லை.

பக்கத்தில், கிளென்–அபர் பிளேசில், ஐந்து வருஷம் இருந்திருக்கிறான்.

தேவையான ஆவணங்களெல்லாம் தயாராக இருந்ததில் கடவுச்சீட்டு விண்ணப்பத்தைக் கொடுப்பதிலும் தாமதமிருக்க வில்லை. எல்லாம் சரிபார்த்து வாங்கிவிட்டு ஒரு துண்டைக் கொடுத்தார்கள்.

“ஐந்து மணிக்கு வந்து எடுங்கள்.”

நல்லகாலம், அங்கிருந்த வரிசைகளில் தெரிந்த முகங்களாக ஒன்றுமிருக்கவில்லை. வெளியே வந்தபோதுதான் புதிய பிரச்சனை ஒன்று முளைத்தது. இப்போது மணி பத்தரை. பின்னேரம் ஐந்து வரை என்ன செய்வது?

விமான இருக்கை பதிவு செய்வது, அந்நியச் செலாவணி கொஞ்சம் எடுப்பது – எல்லாம் விசா எடுக்காமல் பார்ப்பது முட்டாள்த்தனம்!

வெயிலேறிவிட்டதுதானென்றாலும் கடற்கரைப் பக்கம் போய்ப் பார்க்க மனம் உன்னியது. ஸ்ரேஷனைத் தாண்டிப் பாறைகளைக் கடந்து கடல் நீரில் காலையும் பழைய நினைவுகளில் மனதையும் நனைக்க ஆசையாயிருந்தது. ஆனால் அதைவிட மடைத்தனம் வேறிராது! தாழைகள் ஏதும் மீந்திருக்குமா?

கால்லி வீதிப் பக்கம் திரும்பி நடந்தான்.

இந்த இரண்டு வேலைகளும் இவ்வளவு விரைவில் முடிந்து விடுமென்று யார் நினைத்தது?

சும்மா சுற்றுவதும் புத்தியில்லை. போய்ச் சந்திக்கக் கூடியவர்கள் ஒவ்வொருவராய் நினைவில் வந்தார்கள். போகத்தான் மனம் வரவில்லை!

அதிசயம் – இவனிருந்த காலத்து நண்பர்களெவருமே இப்போதில்லை! முக்கால்வாசி வெளிநாட்டுக்கும், மீதிக் காலில்

பாதி இவன்போல் சொந்த ஊருக்கும், மறுபாதி மறு உலகிற்கும் போயிருந்தார்கள்! இப்போதுள்ளவர்கள் தொண்ணூற்றைந்தின் பிறகு பிரச்சினைகளால் பாதிக்கப்பட்டோ அல்லது ஒரு ஃபஷனாகவோ இங்கு வந்தவர்களாகத்தான் இருந்தார்கள். அவர்களின் வாழ் நிலை, மனோநிலை எல்லாம்கூட வேறு! போய்ப் பார்க்க மனமில்லை. அதற்கும் மேலால் வானத்தில் போகிற பசாசை ஏணி வைத்து இறக்குகிற சாத்தியத்தை வேறு உண்டாக்கிவிடக் கூடாது!

சட்டென்று மீகொட நினைவு வந்தது. கொழும்பில் தொழில் நுட்பக் கல்லூரியில் ஒன்றாகப் படித்தவன். ஒன்றாகவே பலகாலம் வேலை செய்தவன். ஏறத்தாழ ரமணன் யாழ்ப்பாணத்தோடு போய்விட்ட அதே காலத்தில் சம்பளமற்ற விடுப்பில் மத்தியகிழக்கும் போய்வந்து பழைய வேலையை விட்டுவிட்டு இப்போது சொந்தமாகச் சின்னதாக ஒரு நிர்மாண நிறுவனம் நடத்திக்கொண்டிருக்கிறான். புது வருடத்திற்கு வாழ்த்து அனுப்பும் அளவில் தொடர்ந்துகொண்டிருந்தது நட்பு. இந்த முறைகூட எப்படியோ ஒரு மாதம் கழித்தாவது வந்துசேர்ந்திருந்தது. மீகொடவின் அலுவலகம் வீட்டோடுதான் என்பது தெரியும். கிருலப்பனயில். 'டெல்ரா பில்டெர்ஸ்.' அருகிலிருந்த முகவர் தபால் நிலையமொன்றினுள் புகுந்தான் ரமணன்.

மீகொடவுக்கு நம்ப முடியவில்லை.

"கொழும்பில்தான் நிற்கிறாயா?" திரும்பத் திரும்பக் கேட்டான்.

"எப்போ வந்தாய்? எங்கு நிற்கிறாய்? இப்போ எங்கே நின்று பேசுகிறாய்?"

முகவர் தபால் நிலையத்தின் பெயரையும் இடத்தையும் சொன்னான் ரமணன்.

"அசையாதே. அங்கேயே நில்! அரை மணித்தியாலத்தில் வந்துவிடுகிறேன்."

இருபது நிமிடத்திலேயே வந்துவிட்டான். போகப்போகப் புதினமெல்லாம் கேட்டான். எதைச் சொல்வது எதை விடுவது என்று தெரியாதிருந்தது. அவனது 'பேஷோ'வை நன்றாகத்தான் வைத்திருந்தான். வழுகிக்கொண்டு போனது.

"வருவதைப் பற்றி ஏன் நீ அறிவிக்கவில்லை?"

"திடீர்த் திட்டம்."

"எங்களுடனேயே வந்து தங்கியிருக்கலாம், மச்சான்..." என்ற மீகொட பிறகு சொன்னான்,

"இப்ப ஒன்று செய்யலாம்."

"என்ன?"

"இப்படியே நீ தங்கியிருக்கிற இடத்திற்குப் போய் உன்னுடைய பெட்டிகளை எடுத்துகொண்டு எங்கள் வீட்டுக்குப் போய் விடுவோம்."

"அது சரிவராது, மச்சான்."

"ஏன்?" மீகொட திரும்பிப் பார்த்தான்.

"இன்று காலையில்தான் பொலிஸில் பதிவு செய்தேன். இனி இடம் மாறுவது வீண் சிக்கல்."

மீகொட ஒரு நிமிடம் யோசித்தான்.

"அப்படியானால் திரும்பி வரும்போதாவது எங்களுடன் நில்."

"என்னால் எதுக்கு வீண் உபத்திரம் உனக்கு?"

சொல்ல வேண்டுமே என்பதற்காக ரமணன் அதைச் சொல்லவில்லை.

11

காலையில் கண் விழித்ததுமே நவாஸ் மீண்டும் கேட்டார்.

"ரமணன் நீங்க இன்னும் கொஞ்ச நாளைக்கு இங்கேயே தங்கிவிட்டுப் போனாலென்ன?"

"இல்லை, நவாஸ்."

"விஸா இருக்கிறதுதானே! இல்லாவிட்டாலும் எடுத்துக்கிறது!"

விஸா மூன்று மாதத்திற்குத் தந்திருந்தார்கள்! இப்போதெல் லாம் தமிழர்களுக்கு – அதுவும் யாழ்ப்பாணத்து ஆட்களுக்கு – விஸா கிடைக்கிறது கஷ்டம். ஒரு மாதம் அலைந்தாலும் ஒரு மாதம்கூடக் கிடையாது என்று பலரும் சொல்லியிருந்தார்கள்.

ஒரு வாரத்தில் திரும்புகிற உத்தேசத்துடன் எதற்கும் இருக்கட்டுமே என்று தங்குதல் காலத்தை இரண்டு வாரங்கள் என்று நிரப்பிக் கொடுத்திருந்தான். விஸா குத்தித் தந்தபோது நம்ப முடியாமலிருந்தது – திரும்பவும் பார்த்தான். மூன்று மாதம்! நவாஸும் நண்பர்களும் அனுப்பியிருந்த அச்சடித்த அழைப்பிதழின் மகிமை! எனக்கெதற்கு மூன்று மாதம் என்று முனகியபடி வெளியே வந்தான்.

இன்றைக்கும் பதினொரு மணிக்குள்ளேயே எல்லாம் முடிந்துவிட்டிருந்தது. விடியவே வந்து வரிசையில் நின்றாயிற்று.

தூதுவராலயம் பழைய இடத்தில்தான் இருந்தது. அலரி மாளிகை தாண்ட வேண்டுமே!

"கொஞ்சம் பாதுகாப்புக் கூடிய இடந்தான், ஆனா பயப்பிடத் தேவையில்லை" என்று சொல்லியிருந்தார் சிவா அண்ணர்.

"அங்கால பஸ் போக்குவரத்து இராது. ஆனா, ஓட்டோ மட்டும் பிடியாதை. கொள்ளுப்பிட்டியிலையிருந்து நடந்தே போ!"

"ஏன்?"

"ஓட்டோவில் போறவங்களைத்தான் மறிச்சுச் செக் பண்றது வலு கூட."

சொன்னபடியே போய் வந்தான்.

நல்ல காலமாக எதிரேயிருந்த முகவர் நிறுவனத்தில் பயணச் சீட்டும் பதிவு செய்ய முடிந்தது – அதுவும் அடுத்த நாளைக்கே!

"என்ன ரொம்ப யோசிக்கிறீங்க ரமணன்?" நவாஸ் கேட்டார்.

"ஒண்டுமில்லை. நேற்றிரவு உங்களுக்குச் சொன்னேனே அது மாதிரிப் பிரச்சினைக்கான சாத்தியங்களிலிருந்தாலும்கூட அதுக்குள்ளே போய்வருகிற துணிச்சல் எனக்கு இன்னுமிருக்கா எண்டு பாக்கத்தான் இந்தப் பயணமே."

"புரியுது, புரியுது."

காலையில் பெரிதாகச்செய்வதற்கு ஒன்றும் இருக்க வில்லை. விமான நிலையத்தில் அறிக்கை செய்யவேண்டிய நேரம் பதினொன்றரை – இன்னும் சரியாக நாலுமணி நேரமிருந்தது. பத்தரைக்கு இங்கிருந்து புறப்பட்டாலும் போதும். ஆனால் நவாஸ் சொன்னார்.

"நாங்க எட்டரைக்கே புறப்படுவோம். நேற்றைய அதே இடத்தில் சாப்பிட்டுட்டு உங்க மிஸ்டர் சிவாவுக்கு ஃபோன் பண்றோம். சரியா?"

"சரி. அதன் பிறகு?"

"ஏர்போர்ட்! பதினொன்னரை வரை ஆறுதலாகப் பேசிக்கிட்டிருக்கலாம்." இப்படித்தான் நவாஸ் ஒவ்வொன்றாக யோசித்துச் செய்துகொண்டிருந்தார். நேற்று மாலை இருந்தாற்போலக் கடிகாரத்தைப் பார்த்தபடி சொன்னார்.

"இப்போ ஆறரை. ஒன் அவர் அவகாசமிருக்கு. உங்களை அதுக்கிடையிலே ஓரிடத்துக்கு கூட்டிக்கிட்டுப் போகப் போறேன்."

"எங்கே?"

"பத்மநாப சுவாமி கோயிலுக்கு!"

கோவில் பிரம்மாண்டமாய்க் காட்சி தந்தது. அவ்வளவாய்ச் சனமில்லை. மாலைப்பூசை முடிந்திருந்தது.

"கும்பிட்டு வாங்க" கோவிலின் முன்னால் இடது புறமாக இருந்த பெரிய படிகளிலொன்றில் நவாஸ் அமர்ந்துகொண்டார். "அவசரங் கிடையாது, ஆறுதலா வாங்க." பையை அவர் வாங்கி வைத்துக்கொண்டார்.

12

அதிசயமாய் இன்று தொலைபேசித் தொடர்பு முதல் தரத்திலேயே கிடைத்துவிட்டது. சிவாவும் வந்துவிட்டிருந்தார். அவர் சொன்ன சேதிதான் கொஞ்சம் சரியில்லை.

"இப்ப இரண்டு நாளா கெடுபிடி கொஞ்சங் கூடத்தான்" என்றவர் பிறகு சொன்னார். "எண்டாலும் கட்டு நாயக்கவிலையிருந்து கொழும்புக்கு வேனிலை வாறபடியா ஒரு பயமுமில்லை. அதே வேன்காரனிட்டைச் சொன்ன நீதானே?"

"கட்டாயம் வாறன் எண்டவன். நாள், நேரம், ஃப்ளைற் நம்பர், எல்லாம் குடுத்துவிட்ட நான்."

"எதுக்கும் அந்த ஆளுடைய ஃபோன் நம்பரைச் சொல்லு. நானும் இப்ப ஒருக்கா ஞாபகப் படுத்தி விடுறன்."

"ஒரு நிமிஷம்..." ஆவணங்களோடு ஆவணமாய் ஒரு நீள ரெலிஃபோன் பில் துண்டில் குறித்துக் கிடந்த எண்ணைச் சொன்னான்.

"சரி. நான் பொழுது பட உன்ரை அறையிலை வந்து காணுறன்."

விமான நிலையத்திற்கு வந்து சேர்ந்தபோது பதினொன்று. வெறுமையாயிருந்த வாங்கொன்றில் போய் அமர்ந்தார்கள்.

"நாளைக் காலை பத்து மணிக்கப்புறமா எனக்கு மறந்துடாம ஃபோன் பண்ணுங்க கொழும்புலயிருந்து."

"கட்டாயம்!"

அன்று பிற்பகல் ரயிலிலேயே நவாஸ் சென்னை திரும்ப இருந்தார். நாளைக் காலை தன் அலுவலகத்திலிருப்பார். இவ்வளவு தூரம் இங்கு வந்ததே ரமணனை வழியனுப்பத்தான்!

"சென்னையில நாராயணன், மாணிக்கம், நாஸர், எல்லாரையும் நான் விசாரிச்சதா சொல்லுங்கோ."

"கண்டிப்பா சொல்றேன்."

விமான நிலைய ஒலிபெருக்கி கரகரத்தது. எழுந்தார்கள்.

“டைம் ஆயிடுத்து, ரமணன்” நவாஸ் அவன் கைகளைப் பற்றினார்.

“இன்ஷா அல்லா, விரைவில் சந்திப்போம்.” முகம் சிரித்தபடியே தானிருந்தாலும் குரல் தளுதளுத்தது தெரிந்தது. பற்றிய கைகளை இறுகக் குலுக்கியவாறு, “போட்டுவாறன்” என்றான் ரமணன்.

உள்ளே போய் நடைவழி முடக்கில் நின்று திரும்பிப் பார்த்தபோது நவாஸ் இன்னமும் நின்று கையசைப்பது தெரிந்தது.

தானும் கையசைத்துவிட்டு விரைந்து நடந்தான்.

13

குடியகல்வு, சுங்கம், பயணச்சீட்டு என்று ஒவ்வொரு வரிசை யாய் முன்னேறி, போர்டிங் கார்ட்டும் கையுமாய்க் காத்திருப்பு மண்டபத்தில் போய் உட்கார்ந்தபோது பன்னிரண்டரை. பாதிக் கிணறு தாண்டியாயிற்று என்று பட்டது.

கொழும்பிலிருந்து சென்னைக்குப் போன ஸ்ரீலங்கன் எயர்லைன்ஸின் எயர் பஸ் போலன்றி இந்தியன் எயர்லைன்ஸின் சிறிய போயிங் ஒன்று வந்து நின்றது. போகும்போது பக்கத்தி லிருந்து சென்னைக்கு வந்த அந்த யாழ்ப்பாணத்துத் தம்பதிகள் இப்போது என்ன செய்துகொண்டிருப்பார்கள்? கழுத்திலும் கைகளிலும் நகைகளாய் மின்னிய மனைவி. லக்கேஜில் பனங்கிழங்குப் பார்சலைப் போட்டுவிட்டுக் கலவரப்பட்டுக் கொண்டிருந்த கணவர்...

“இப்பதான் முதல் தரம் வெளிநாடு போறம் தம்பி. வெளிநாட்டிலையிருந்து பிள்ளையள் வருகினம்... சென்னை வரை ஒருக்கால் கூடமாட இருந்துகொள்ளும்” என்று கட்டுநாயக்கா விலேயே தொடங்கிய பந்தம்.

ஒவ்வொன்றாய்ப் பார்த்து ஏற்றி இறக்கி, எம்பார்க்கேஷன் கார்ட், சுங்க அறிவிப்பு, எல்லாம் நிரப்பி, கடைசியில் மீனம்பாக்கத்தில் வெளியே வந்தால், ஆட்களையே காண வில்லை! என்னாயிருக்கும் என்ற பதைப்புடன் அழைத்துப்போக வந்திருந்த நவாஸையும் ராஜாராமையும் காத்திருக்கச் சொல்லி விட்டு, மீண்டுமொரு தடவை போகக் கூடியவரைக்கும் உள்ளே போய்த் தேடியும் அப்படி ஒரு தம்பதி கண்ணிற் படுவதாயேயில்லை! என்னாகியிருக்கும்? பாவமாயுமிருந்தது, கோபமாயுமிருந்தது.

பிறகும் ஒரு பத்து நிமிஷம் வெளியே பார்த்திருந்துவிட்டுப் புறப்பட்டார்கள். இப்போதான் மீண்டும் நினைவு வருகிறது!

சொன்னபடி ஒன்றரைக்கே – ஒரு நிமிஷம் முந்தாமல் பிந்தாமல் – புறப்பட்டாயிற்று. இனி கட்டு நாயக்க, வெள்ளவத்தை.

அவ்வளவுதான். வேன்காரன் வந்திருப்பான்.

பத்து நிமிடமாகவில்லை, பரிசாரகர்களும் பணிப்பெண் களும் தள்ளு வண்டிகளோடு வந்தார்கள். சிற்றுண்டிகள் எல்லாமே சைவம்தான்.

தேநீரை உறிஞ்சிக்கொண்டிருக்கும்போதே அடுத்த பெண், "பழரசமா, பியரா?" என்றபடி.

அவனுக்கு இரண்டுமே தேவைப்படவில்லை. "நோ, தாங்க்ஸ்"

வாய் மூட முன்னரே ஏதோ பளிச்சிட்டது.

"எக்ஸ்கியூஸ் மி" என்றான்.

"யெஸ்" திரும்பினாள்.

"பியர் ப்ளீஸ்."

கானின் குளிர் உள்ளங்கையை ஊடுருவிற்று. கையிலிருந்த பொலித்தீன் பைக்குள் போட்டுக்கொண்டான்.

கீழே நீலக்கடல் பளபளத்தது. வெள்ளை வெள்ளை வரிகளாய் அலை நுரைகள். ஏதோ ஒரு கரை தெரிந்தது, விரல் அளவு படகுகளோடு.

ஒன்றல்ல, முழுதாக முக்கால் மணிநேரத்திலேயே கட்டுநாயக்க வந்துவிட்டது. கைக் கடிகாரத்தைக் கழற்றி அரைமணி முன் தள்ளிவைத்தான். தென்னந் தோப்புகளெல்லாம் மேலெழுந்து வர ஆரம்பித்தன.

கங்க அலுவலர், பையின் இண்டு இடுக்கு எல்லாம் நோண்டிப் பார்த்தார். இப்படியா ஒரு வெறும் தோள் பையுடன் ஒருவன் இந்தியாவிலிருந்து வருவான்? அது பிழைதான் என்று ரமணனுக்கும் பட்டது. பயந்து, புத்தகங்கள் கூடக் கொண்டுவரவில்லை! ஏதாவது துணிமணி, ஊதுபத்தி, ஜிகினாப் பொட்டு – என்றாவது கொண்டுவந்திருக்க வேண்டும்! விட மனமில்லாமல்தான் அந்த ஆள் தன்னை விட்டிருக்க வேண்டும் என்று பட்டது ரமணனுக்கு.

வெளிவாசலை நோக்கி நடந்தபோது ஒவ்வொரு படியாய்த் தாண்டி வெற்றிக் கம்பத்தை நெருக்குகிற மனநிலை வந்தது. இன்னும் சில படிகள்தான் மீதி...

மெல்ல நடந்தபடியே அந்த – அதே – நீள ரெலிஃபோன் பில் துண்டைப் பத்திரமாய் எடுத்துப் பிரித்து வேன் நம்பரை

மனதில் பதித்துக்கொண்டு வாகனங்களுக்கு அழைப்பு விடுக்கிற பெண்களிடம் போனான்.

அழைப்பு, ஒலிபெருக்கியில் ஒலித்தது. எப்படியும் நாலரைக்குள் அறைக்குப் போய்விடலாம். நல்லதொரு தோய்ச்சல் போட்டுவிட்டு வெளிக்கிட்டு சிவா அண்ணரிடம் போகச் சரியாயிருக்கும்.

வாகனங்கள் வரிசையாய் வந்துபோய்க்கொண்டிருந்தன. வேன்கள், கார்கள், த்றி வீலர்கள்.

தன்னை அழைத்து வந்துவிட்ட பழுப்பு – வெள்ளை 'ரவுன் ஏஸ்' வருகிறதா என்று பார்த்தபடி நின்றான். அப்படி ஒரு நிறம்கூடக் கண்ணில் படுவதாயில்லை... பத்து நிமிஷம்!

கால் மணித்தியாலம் முந்தியே வந்து இறங்கினாலும் இந்த முகப்பிற்குச் சொன்ன நேரத்திற்குத்தான் வந்திருக்கிறான்! அந்த ஆள் கொஞ்சம் பிந்தியிருக்கலாம், அல்லது அழைப்பு காதில் விழாமற் போயிருக்கலாம்.

மீண்டும் அதே பெண்ணிடம்தான் போனான். தெளிவாகத்தான் உச்சரிக்கிறாள். கேட்கிறது.

இரண்டாவது முறையும் அறுத்துறுத்து உச்சரித்தாள். நன்றி சொல்லித் திரும்பினான்.

14

இனி வந்துவிடும். வந்தவுடன் நிறுத்தாமலே ஏறிவிடத் தோதாகப் பாதை விளிம்போடு தயாராக நின்றான்.

சனநெரிசல் பெரிதாய்க் குறையவில்லை. ஒன்று மாறி ஒன்றாய் ஏதோ ஒரு "ஃப்ளைற்."

இல்லை, இன்னுந்தான் இல்லை! என்ன ஆகியிருக்கும்? அன்று வந்திறங்கியபோது திரும்பித் திரும்பிச் சொல்லிவிட்டுக் கேட்ட கூலிக்கு மேலாக, 'சந்தோஷமாக' இருநூறு ரூபா வேறு கொடுத்திருந்தான்!

அப்படியிருந்தும் அந்த ஆள் இப்படிச் செய்திருக்கலாமா? சிவா அண்ணர் வேறு இன்று கட்டாயம் நினைவூட்டியிருப்பார்.

சிலவேளை நான் சொன்னது இந்திய நேரமென்று நினைத்தானோ? அப்படி நினைத்திருந்தாலும்கூட அரைமணித்தியாலம் பிந்திவிட்டதே.

ஏறுபவர்களும் இறங்குபவர்களுமாக வாகனங்கள் நகர்ந்தபடியிருந்தன.

பரஸ்பரம் வளர்த்த பதற்றமும் எரிச்சலும்...

வழியில் எங்காவது பழுதாகியிருக்குமோ?

இவன் நெருங்க முதலே அடையாளம் கண்டு கேட்டாள், அறிவிப்புப் பீடத்திலிருந்த பெண். "இன்னும் வரவில்லையா?"

"இல்லை" சட்டைப்பையிலிருந்த ரெலிஃபோன் பில் துண்டை எடுத்து வேன் நம்பரைப் பார்த்தான். சரியாகத்தான் சொல்லியிருக்கிறான்.

"ட்ரைவரின் பெயரையும் சொல்லுங்கள்"

"முருகன்."

இன்னும் இரண்டு தடவைகள் ஒலிபெருக்கி அழைத்ததைக் கேட்டபடி நகர்ந்தான்.

இன்னொரு வேனை எப்படிப் பிடிப்பது? நம்பிப் போகலாமா? எவ்வளவு கேட்பான்? எதுவும் வெறுமையாய் வேறு தெரியவில்லை.

கட்டு நாயக்க சந்திக்குப் போனால் நிறைய வரும்தான்.

ஆனால் சந்திக்குப் போவது?

அந்தா ! அருகோடு வெறுமையாக வந்த வேனை மறித்தான்.

"வராது ஸேர்... புக்கிங் இருக்கு."

ஓட்டோக்கள் மட்டும் வெறுமையாகத் திரும்பிக் கொண்டிருந்தன கொண்டுவந்தவர்களை இறக்கிவிட்டு. ஆனால் அதில் எப்படிப் போவது?

இன்றைக்குக் காலையிலும் சிவா அண்ணர் சொன்னாரே...

ஆனால் இந்த இடத்தில் இனியும் நிற்பது புத்தியில்லை. வந்தே ஒரு மணித்தியாலத்திற்கு மேலாகிறது!

ஓட்டோக்கள் பக்கம் பார்வையைத் திருப்பினான்.

"என்ன மாத்தயா, த்றீ–வீலர் வேணுமா?" பின்னாலிருந்து சிங்களத்தில் ஒரு குரல் கேட்டது.

உசாரடைந்து திரும்பினான் ரமணன்.

இலேசான பயமும் கோபமும் ஒன்றாய்க் கிளர்ந்தன.

'இவ்வளவு நேரமும் என்னைக் கவனித்துக்கொண்டா இருந்திருக்கிறான், இந்த மனிதன்?'

கேளாத மாதிரி நின்றான் ரமணன். திரும்பவும் அதே கேள்வி.

கேட்டவனை வடிவாகப் பார்த்தான்.

வெள்ளைச் சாரமும் வெளியே விட்ட கோடன் ஷேட்டுமாய் நொண்டியபடி அருகில் வந்தான் அந்த மனிதன். மெலிந்த சிறிய ஆள். நடுத்தர வயது. காலில் ஏதோ கட்டுப் போட்டிருந்தது.

"வேணுமா?" முன்னால் நின்று சிரித்தான். அந்த முகமே எரிச்சலூட்டியது.

"வேண்டாம்" திரும்பினான்.

"ஏன் மாத்தயா?" அந்த ஆள் விடுவதாயில்லை. "உங்களுக்கு ஒரு வாகனம் தேவை, இல்லையா?"

கவனித்தபடிதான் இருந்திருக்கிறான்! ரமணனின் கோபம் கூடியது. பேசாமல் நகர்ந்தான்.

"மாத்தயா" அந்த ஆள் தயவாகக் கூப்பிட்டான்.

"எனக்கு நீங்க ஒண்டுந் தர வேண்டாம்... என்னை ஜா–எலை யிலை இறக்கி விட்டாப் போதும்."

ரமணனின் மௌனம் அவனுக்கு ஊக்கமளித்திருக்க வேண்டும்.

"தயவு செய்து இங்க பாருங்க" காலைக் காட்டினான்.

"நடக்க முடியாது. கையில காசுமில்லை."

இப்படிப்பட்டவன் இங்கு ஏன் வந்தான் என்ற கேள்வியுடன் இன்னுமொன்றும் பளிச்சிட்டது.

இப்படி ஒரு ஆள் கூடவருவது நல்லதுதான். சிங்கள ஆள். வயதான மனிதன்.

"அந்த த்றீ வீலரை நிறுத்தவா?"

"சரி."

த்றீ–வீலர் ஒவ்வொரு சோதனைத் தடை வளைவையும் தாண்டி வெளியேறி வலப்புறம் திரும்பிச் சந்தியை நோக்கி விரையலாயிற்று. தெரு அகன்று அழகாய்க் கிடந்தது. தொலையில் அசையும் தென்னங் கீற்றுக்களில் இன்னமும் பளிச்சிடுகிற வெயில். இறங்கப் போகிற ஏதோ ஒரு விமானத்தின் முழக்கம் நெருங்கிப் பின் தணிந்தது. எதிரே சந்தியில் இப்போதே வாகன நெரிசல் தெரிந்தது. இடது புறம் திரும்பினார்கள். தெருவோரம் இரு புறமும் தென்னை உயர விளம்பரத் தட்டிகள் – வரிசையாய்.

"மாத்தயாவுடைய ஊர் கொழும்புதானா?" பக்கத்திலிருந்த ஆள் மரியாதையாகக் கேட்டான்.

"ஓம்."

"தெஹிவளை... இல்லையா?"

"ஓமோம்," பொல்லாத ஆள்தான். ட்ரைவருடன் வாடகை பேசும்போது கவனித்திருக்கிறான்.

"மாத்தயா, அது பியர்தானே?" கண்கள் பொலித்தீன் பையிலிருந்து அகலாமல் நின்றன.

"..."

"இல்லையா, மாத்தயா?"

"ஓம், ஏன்?" எரிச்சலை மறைக்க முடியவில்லை.

"எனக்குத் தருவீங்களா?"

"என்னது?"

"பியர் கான்."

'இன்னொரு வேளையென்றால் கொடுத்தே இருக்கலாந்தான்' என்றெண்ணிய பொழுதே, 'இன்னொரு வேளையென்றால் கொண்டு வந்தேயிருக்க மாட்டேனே' என்ற நினைவும் வந்தது.

'நீ இல்லாவிட்டால் இப்போதே இதைத் திறந்திருப்பேன்' என்று தனக்குள் கூறியபடி, "இல்லை எனக்கு வேணும்" என்றான் ரமணன் அமைதியாக.

'ஜா-எல யில் நீ இறங்கியதுமே திறந்துவிடுவேன்!'

அந்த மனிதன் பிறகு பேசாதிருந்தான் ஜா-எல சந்தி தாண்டி நிறுத்தியதுமே, "பொஹோம ஸ்துதி, மாத்தயா" என்றபடி இறங்கி நொண்டிக்கொண்டே போனான்.

"பாவந்தான்" என்று நினைத்தவாறே பைக்குள்ளிருந்த பியர் கானை வெளியே எடுத்தான் ரமணன்.

15

குளிரெல்லாம் இழந்திருந்தது கான்.

தோள் பையைச் சரியாக மாட்டிக்கொண்டு வடிவாகச் சாய்ந்திருந்து வளையத்தை நிமிர்த்தி விரலை மாட்டி வளைத்ததுமே "டுஸ்ஸ்" என்று உயிர்கொண்டது கான் – "ஸீ பூம்பா" சொல்லக் கேட்ட பூதம்போல.

மெல்ல நுரை ததும்பிற்று.

அதிகம் அசைக்காமல் வாயருகில் கொண்டுபோய் மெல்ல உறிஞ்சினான். கொஞ்சம் கசப்பு. கொஞ்சம் துவர்ப்பு! இதுதான் பியரா?

வேனில் வருவதென்றால்கூட அந்த டப்பாவைத் திறந்து பிடித்தபடி தேவையான வேளைகளில் வாயருகில் வைத்துக் கொண்டே விடுதிவரை போயிறங்கலாம் என்றுதான் எடுத்திருந்தான் அதை!

அது கவசம்! சந்தேகங்களுக்கெதிரான பாதுகாப்பு! இப்போது இந்த ஓட்டோவில் இரட்டைப் பாதுகாப்பு! சோதிக்கப் போகிறவர்கள் யாரை மனதில் வைத்துத் தேடுவார்களோ, எவராக எல்லாத் தமிழரும் அவர்கள் கண்களுக்குத் தெரிவார்களோ, அந்த அவர்கள் கையில் பியர்கான் இருக்காது! அதாவது பியர்கான் கையில் வைத்தபடி பயணிப்பவன் அந்தச் சந்தேகங்களுக்கு அப்பாற்பட்டவனாகி விடுவான்!

எப்பேர்ப்பட்ட கவசம்! கர்ணன் கவச குண்டலங்களைத் தானஞ் செய்ததுபோல எனது இந்தக் கவசத்தை அந்த மனிதனுக்குத் தானம் பண்ணிவிட்டிருக்க நான் என்ன முட்டாளா?

இடது தோளில் மாட்டிய பையும் வலது கையில் தெரியப் பற்றிய கானுமாய் வடிவாய்ச் சாய்ந்தபடி...

களனிப் பாலம்... கிறாண்ட்பாஸ்...

மறித்தவர்கள் குனிந்து பார்த்ததுமே தலையாட்டி விட்டார்கள். பேஸ் லைன் றோட்டால் போய் பொரளைச் சந்தி, கனத்தைச் சந்தி என்று தாண்டி, புல்லேர்ஸ் றோட்டில் திரும்பியது ஓட்டோ. எத்தனை காலத்தின் பிறகு காண முடிகிறது இந்த இடங்களை!

முந்திய கந்தோரடியை – இருபத்தேழு வருஷங்களுக்கு முன் நேவிக்காரன் சுட வந்த இடத்தை – காணும் ஆவலில் நிமிர்ந்து உட்கார்ந்தான். கானுள் இப்போது கால்வாசிகூட இல்லை.

என்ன இது? ஏன் நேரே போகாமல்? இது எந்த இடம், மரங்கள் அடர்ந்து? விஜேராமவா?

எதிரே பாதைத் தடை, பாதுகாப்பு! சரிதான் இப்படித் திரும்பி ரேஸ் கோர்ஸ் முன்னால் ஏறியபோது அங்கும் ஒரு மறிப்பு! ஆனால் மறிக்கவில்லை.

தும்முல்லை சந்தியில் வலதுபுறம் திரும்பி மீண்டும் புல்லேர்ஸ் றோட்டில் மிதந்தபோது எதிரே பம்பலப் பிட்டிச் சந்தி பரபரத்துக் கொண்டிருந்தது.

இனி இதற்குத் தேவையில்லை! அண்ணாந்து கடைசிச் சொட்டையும் வாயில் விட்டான்.

இடது புறம் திரும்புவதற்காக சிக்னல் விளக்கருகில் நின்றபோது பால்சாலைக்கருகிலிருந்த குப்பைத் தொட்டியில் வெறுங்கானை வீச முயன்றான்.

கானில் பெரிதாய்ப் பொறித்திருந்த அடையாளம் இப்போதுதான் கண்ணிற் பட்ட மாதிரி.

எறிய உயர்த்திய கையை மடித்துக் கானைத் திருப்பிப் பார்த்தான்.

'ப்ளூ ரைகர்' என்று ஆங்கிலத்தில் வடிவாய் எழுதி அதன் கீழ் பெரிதாய்ப் புலிப் படமும் இருந்தது.

நன்றி: *யுகமாயினி* 2007